हितगूज तणावयुगातील तरुण पिढीशी

अंजनी नरवणे

मेहता पब्लिशिंग हाऊस

HITAGUJ - TANAVYUGATIL TARUN PIDHISHI by Anjani Naravane

हितगूज – तणावयुगातील तरुण पिढीशी : अंजनी नरवणे /
व्यक्तिमत्त्व विकसन

© अंजनी नरवणे

एफ१/१, 'नेस्ट', एच.डी.एफ.सी. कॉलनी, चिंचवड (पूर्व), पुणे – ४११ ०१९

प्रकाशक : सुनील अनिल मेहता, मेहता पब्लिशिंग हाऊस,
१९४१ सदाशिव पेठ, माडीवाले कॉलनी, पुणे – ४११ ०३०
℗ ०२०-२४४७६९२४ / २४४६०३१३
E-mail : info@mehtapublishinghouse.com
Website : www.mehtapublishinghouse.com

अक्षरजुळणी : इफेक्ट्स, २१/६ब, आयडिअल कॉलनी, कोथरूड, पुणे – ३८
प्रथमावृत्ती : नोव्हेंबर, २००८ / पुनर्मुद्रण : जून, २०१०
मुखपृष्ठ : फाल्गुन ग्राफिक्स

ISBN 978-81-907574-3-0

मनोगत

दूरचित्रवाणीवरील, कुठल्याही मराठी चित्रवाहिनीवरील, कुठलंही सामाजिक विषयावरचं धारावाहिक आपण बघत असलो, तर 'मी जरा फ्रेश होऊन येतो' अशा वाक्यासारखंच अनेक वेळा संवादांमध्ये ऐकू येणारं वाक्य– 'हे बघ, तू टेन्शन घेऊ नको!' आता हे वाक्य कित्येक वेळा उच्चारलं जातं. याचाच अर्थ आजच्या पिढ्या 'टेन्शन' युगात जगत आहेत! एक-दोन पिढ्यांपूर्वी रोजच्या घरगुती संभाषणात क्वचित वापरले जाणारे 'ताणतणाव', 'टेन्शन' हे शब्द आज ज्याच्या त्याच्या तोंडी ऐकू येतात. याचा अर्थ उघड आहे– ताणतणाव हा रोजच्या आयुष्याचाच भाग झाला आहे!

प्रत्येक पिढीला वारशामध्ये एक सामाजिक, आर्थिक आणि राजकीय परिस्थिती मिळत असते, जिच्यामुळे त्या पिढीची मानसिक घडण होत जाते. स्वातंत्र्योत्तर भारतातल्या पहिल्या तरुण पिढीपासून आढावा घेऊ या, कारण आज वृद्ध झालेली ही पिढी अजून आहे आणि प्रचंड परिवर्तनं त्या पिढीनं पाहिली आहेत.

स्वातंत्र्य मिळालं, तेव्हा ही पिढी तारुण्याच्या उंबरठ्यावर होती. या पिढीच्या पदरात स्वातंत्र्याची देणगी पडली. अनेक नेत्यांच्या असामान्य कर्तृत्वाची, त्यागाची, बलिदानाची परिणती होती, ते स्वातंत्र्य. त्या तरुण पिढीनं दुसऱ्या जागतिक महायुद्धात अगदी बालवयापासूनच खूप हालअपेष्टाही सोसल्या होत्या. अन्नधान्य, कपडे, कागद, रॉकेल सगळ्याचीच कमतरता, प्रचंड वाढलेली महागाई (अर्थात आज त्या वेळच्या 'प्रचंड वाढलेल्या' किमती ऐकून ती अशक्य कोटीतली स्वस्ताई वाटते, ते सोडा!) अशी परिस्थिती असूनही त्या पिढीला वारशामध्ये स्वातंत्र्य

मिळण्याच्या प्रचंड स्थित्यंतरामुळे अनेक आशा, आकांक्षा, स्वप्नं हेही मिळालं होतं. फाळणीचे घाव भरून यायला वेळ लागणार होता तरीही आता आपलं भवितव्य आपण घडवू, असा उत्साह वाटत होता– 'आकांक्षांपुढती जिथे गगन ठेंगणे' अशी मनाची अवस्था होती.

प्रत्यक्षात काय झालं? सामान्य जनता, ज्या नेत्यांच्या हाती त्यांनी सत्ता सोपवली होती, त्यांच्यावर विसंबून अनेक स्वप्नं उराशी बाळगून होती. कधी चुकीचे, तर कधी अव्यवहारी निर्णय घेतले गेले, तर काही निर्णय राजकीय स्वार्थासाठी घेतले गेले. स्वतंत्र भारत जसा असेल, अशी स्वप्नं जनतेनं बघितली होती, त्यापेक्षा वेगळंच घडत गेलं. सत्तेचा दुरुपयोग होऊ लागला, सत्तेनं येणारी उन्मत्तता, मदांधता आली. भ्रष्टाचार, लाचलुचपत दिवसेंदिवस वाढत जाऊन खालपर्यंत त्याची पाळंमुळं रुजली. त्या काळात तरुण होत असलेल्या पिढीला साहजिकच असं वाटू लागलं, की आपल्या किंवा आपल्या मुलांच्या गुणांना येथे वाव मिळणार नाही. आरक्षण पद्धतीमुळे निव्वळ गुणांना न्याय मिळणार नाही. आपल्या लायकीप्रमाणे नोकरी मिळणार नाही, म्हणून अनेक उच्चवर्गीय आणि मध्यमवर्गीयांची मुलं परदेशात धाव घेऊ लागली. तिथली सुबत्ता, इथे मिळणं अशक्य. इतका पैसा मिळणं, खाणं-पिणं-राहणीचं स्वातंत्र्य असण्याचं आकर्षण, येथील विस्तारित कुटुंबातील जबाबदाऱ्या पार पाडण्यासाठी प्रत्यक्ष वेळ देणं व श्रम करावे लागणं यापासून मुक्तता इत्यादी गोष्टींचंही यांपैकी काही जणांना आकर्षण असतं, असंही दिसतं.

परंतु आज मला आजच्या तरुण पिढीतील अशा मुलांबद्दल बोलायचं नाहीये, तसंच आपल्या देशातील श्रीमंत व अतिश्रीमंत वर्गातील तरुण पिढीबद्दलही, जी आपण वर्तमानपत्रांमधील 'पेज थ्री' वर किंवा अन्यत्र बघतो; चित्रपट, धारावाहिकं यामध्ये बघतो. समाजातल्या अशा मंडळींच्या 'धमाल' आयुष्याची वर्णनं वाचतो, ऐकतो. कारण ज्या ताणतणावांना सर्वसामान्य मध्यमवर्गातील तरुण पिढीला आज तोंड द्यावं लागत आहे, त्यामधून अशांना मार्ग काढावा लागत नाही.

मला बोलायचं आहे मध्यमवर्गातल्या तरुण पिढीच्या समस्यांबद्दल, त्यांना पदोपदी घेरणाऱ्या मानसिक कोंडीबद्दल. वरकरणी आज दृश्य असं आहे, की त्यांच्या वागणुकीत वडील पिढीला न आवडणाऱ्या, न पटणाऱ्या अनेक गोष्टी आल्या आहेत. परंतु त्यांच्या या वागणुकीमागची खरी कारणं काय आहेत, याचा पुरेसा विचार वडील पिढी करत आहेसं वाटत नाही. स्वतःच्या ताणतणावांनी गांजलेल्या आयुष्यात मुलं त्यांच्या वागण्यानं भर टाकताहेत, असंही वडील पिढीला वाटतं; परंतु पंधरा-सोळा वर्षांच्या कोवळ्या वयापासूनच ही मुलं किती तऱ्हेच्या

ताणतणावांना तोंड देत मोठी होत आहेत, किती निराशा, उपेक्षा पचवून, नाइलाजानं स्वीकारून त्यांना रोजच्या आयुष्याची लढाई लढत राहावं लागत आहे, याचा विचार किती केला जातो?

भोगवादी, चंगळवादी, स्वत:पुरतं, तेही आजच्यापुरतं बघणारी पिढी, म्हणून या पिढीला नावं ठेवली जातात. पण ही अशी का झाली आहेत, याचा विचार किती होतो आहे? त्यांचा दृष्टिकोन बदलू बघण्याचा किती प्रयत्न होतो आहे? उज्ज्वल, सुंदर भविष्यकाळाची स्वप्नं बघायला, आपल्या भावी आयुष्याचा, संसाराचा, मुलाबाळांचा विचार करायला एका स्वस्थ, समर्थ, शांतता नांदत असलेल्या भारताची स्वप्नं बघायला काय त्यांना आवडणार नाही? पण आजच्या तरुण पिढीतल्या अनेकांची अवस्था अशी आहे, की 'उद्या'चा विचार करायचंच मुळी त्यांनी जणू काही सोडून दिलं आहे.

एका 'भन्नाट' वागणाऱ्या तरुण मुलीला मी न राहवून विचारलं, ''अगं, तू आज हे असं आयुष्य जगते आहेस, तुझ्या भविष्याचं काय, याचा विचार नाही करत तू कधी?'' त्यावर एकदम खिन्न होऊन कडवट हसून ती म्हणाली, ''भविष्य? आज खूप पगार मिळतोय, घरी आई-वडिलांना भरपूर पैसे पाठवतेय, ते खूश आहेत, भावंडं शिकतायत. माझ्याच फक्त भविष्याचा विचार करणं शक्य आहे मला? आणि आमच्या पिढीचं तरी भविष्य काय, हे कोणाला ठाऊक आहे? आजचा दिवस मजा करून घ्यायची. आजचा दिवस 'मस्त' जगून घ्यायचा, संपलं! कोणी बघितलाय 'उद्या'?''

हे आणि असे बरेच उद्गार मी ऐकत गेले, अशी मुलं-मुली बघत गेले, तेव्हा अनेक प्रश्न उभे राहू लागले. वाटू लागलं, की आजच्या तरुण पिढीचं हे जे ताणतणावपूर्ण आयुष्य आहे, त्याला जबाबदार कोण? कोणी घडवलं त्यांचं आयुष्य असं? हीच मुलं लहान असताना अशी तर नव्हती. आजचे त्यांच्या मनावरचे ताणतणाव मागच्या आणि त्यांच्या मागच्या पिढीला तरुण वयात नव्हते का? नसतील तर का नव्हते? त्यांचे ताणतणाव कोणते होते? तुलनेनं ते खूप कमी होते का?– का? आणि मग, आजच्या तरुणाईला इतके ताणतणाव का निर्माण झाले? कोणकोणते आहेत यांचे ताणतणाव? वडील पिढ्यांच्या काही चुकांमुळे ते निर्माण झाले आहेत का? ते दूर करता येतील का? कमी करता येतील का? निदान आजच्या तरुणाईला समजून घेता येईल का? वडील पिढीनं तसा प्रयत्न करायला नको का?

दोन, तीन पिढ्या एका वेळी कुटुंबात असल्या, म्हणजे त्या एकत्र राहत असोत की नसोत त्यांची विचारपद्धती, दैनंदिन जीवनपद्धती, आयुष्याबद्दलचा दृष्टिकोन यात

फरक पडणारच. पिढ्यान् पिढ्या हेच होत आलं आहे. प्रत्येक पिढीच्या बाबतीत हे होतच असतं. हल्लीच्या पिढ्यांमध्ये त्याबद्दल जास्त विचार होत आहे आणि विचार करून मार्ग काढण्याऐवजी कित्येक घरांमधून धुसफुशीपासून ते 'हा माझा मार्ग वेगळा'पर्यंत गोष्टी जात आहेत. मतभेद तर कुठल्याही दोन माणसांमध्ये असतातच की! सर्वस्वी एकमतानं, एक विचारानं वागणारी माणसं दिसली, तर नक्कीच त्यातल्या एकानं नरमाईची, दुय्यम भूमिका घेतलेली असते! तर मग माणसा-माणसांमधले मतभेद आज घराघरातून तिढा, धुसफूस, संघर्ष, कडवटपणा जास्त प्रमाणात का निर्माण करत आहेत, हे बघितलं पाहिजे. याला कारण जर आजच्या तरुण पिढीवर असणारे कमालीचे ताणतणाव असतील, तर ते आपण सर्वांनीच समजून घेतले पाहिजेत आणि ते कमी करण्यासाठी काय करता येईल, ते बघितलं पाहिजे.

या पुस्तकाचा प्रयत्न हाच आहे– आजच्या तरुणाईवर असणारे ताणतणाव समजून घ्यायचा, त्यामागची कारणं जाणून घ्यायचा, तरुण पिढीला समजून घ्यायचा, त्यांच्यावर राग न धरता, दोष न देता, त्यांना बोलतं करण्याचा, दिलासा देण्याचा, त्यांचे प्रश्न सोडवायला त्यांना मदत करण्याचा प्रयत्न करायचा.

'तरुणाई' कोणत्या वयोगटाला म्हणायचं, हा विचार साहजिकच पहिला आला. हल्ली मुलांचं 'मूल'पण फार कोवळ्या वयात संपुष्टात येतं! वयाच्या तिसऱ्या-चौथ्या वर्षापासूनसुद्धा 'ज्युनियर केजी'त प्रवेश मिळवण्यासाठी ट्यूशन्स लावलेली चिमुकली मुलं बघितली, आई-वडिलांच्या मनावर या प्रवेशासाठी असलेल्या दडपणाचा त्यांच्यावर नकळत होणारा परिणाम बघितला, प्रवेशासाठी घेतल्या जाणाऱ्या इंटरव्ह्यूमध्ये कावऱ्या बावऱ्या तोंडांनी आईकडे आणि शाळाप्रमुखांकडे आळीपाळीनं बघत उत्तरं देताना बघितलं म्हणजे पोटात कालवतं.

तेरा-चौदाव्या वर्षी मूल सातवी-आठवीत गेलं, की तेव्हापासूनच घरात सगळ्यांना 'दहावी'चा धसका जाणवायला लागतो आणि मुलाच्या मनावर तो चांगलाच बिंबवला जातो. त्या कोवळ्या मनावर त्या वयापासून जे दडपण यायला सुरुवात होते, ते दडपण वेगवेगळ्या कारणांनी पुढे जन्मभर असतंच! कुठल्या ना कुठल्या ताण-तणावाखालीच तरुणाईची सगळी वर्षं तर नक्कीच जातात. शिक्षण पूर्ण होऊन, नोकरीला लागून, लग्न करून संसार मांडेपर्यंत मुला-मुलींनी साधारणपणे पंचविशी ओलांडलेली असते. म्हणून चौदा ते तीस हा तरुणाईचा पहिला कालखंड म्हणता येईल. त्यानंतर सुरुवात होते संसार, नोकरी, मुलं या जबाबदाऱ्यांना. ज्यात आनंद आणि समाधान असतं; पण हल्ली ताणतणावांनाही तोटाच नसतो!

मुलं मोठी होत जातील, तसतशा आई-वडिलांच्या काळज्या वाढत जातात

आणि शिवाय त्यात दुसऱ्या टोकानं, म्हणजे घरातल्या वडील पिढीकडून भर पडत जाते– त्यांच्या वार्धक्यामुळे येऊन पडणाऱ्या जबाबदाऱ्यांची! जवळजवळ प्रत्येक कुटुंबात आता तीन पिढ्या तर हयात असतातच. कधी कधी चार पिढ्याही– कारण आयुर्मर्यादा आता खूप वाढली आहे. नव्वदी पार केलेली बरीच माणसं असतात आणि सत्तर-ऐंशी वर्षांची माणसं तर सरसकटच सगळीकडे वावरताना, अगदी कृतिशील आयुष्य जगतानाही दिसतात; पण त्यांची जबाबदारी त्यांच्या चाळीस-पन्नास वर्षं वयाच्या मुलांवरच असते. तिसाव्या वर्षापासून ते कमीत कमी पंचेचाळीस-पन्नास वयापर्यंतची माणसं तर तरुणच म्हटली पाहिजेत, इतकी ती कामात बुडालेली असतात. अगदी सकाळी आठ ते रात्री निदान आठपर्यंत तरी कामातच असतात, त्यामुळे तीस ते पन्नास हा तरुण पिढीचा दुसरा कालखंड धरला पाहिजे.

हे कालखंड दोन म्हटले आणि त्यांचे काही ताणतणाव अगदी वेगवेगळे असले, तरी काही मात्र एकमेकांशी संलग्न, गुंतागुंतीचे असतात, शिवाय वेगवेगळ्या असलेल्या ताणतणावांचा या दोन वयोगटांच्या एकमेकांशी असलेल्या संबंधांवर पुष्कळ परिणाम होत असतो. म्हणून वयोगटाप्रमाणे पुस्तकाचे भाग न पाडता, लहान वयातील प्रश्नांपासून सुरुवात करून एकेक ताणतणाव, संलग्न समस्या व शक्य तितक्या त्या सोडवता कशा येतील, याचा विचार केला आहे.

'आपण : आपले ताणतणाव– एक चिंतन' या माझ्या पुस्तकाला चांगला प्रतिसाद मिळाल्यानंतर त्याबद्दल विचार करताना असं वाटू लागलं, की भोवतालच्या तरुण पिढीचे खास असे वेगळे ताणतणाव आहेत आणि त्यांना जितका उपदेश करण्यात येतो, त्यांच्यावर जेवढी टीका होते, त्या मानानं त्यांना समजून घेण्याचा आणि परिस्थिती सुधारण्याचा प्रयत्न होत नाहीये. तो व्हावा, म्हणून त्या दृष्टीनं एक प्रयत्न म्हणून हे पुस्तक लिहावंसं वाटलं.

जाणीवपूर्वक कृतिशीलतेनं अडचणींशी सामना करत यशस्वी झालेल्या तरुण पिढीचेच एक प्रतिनिधी म्हणता येतील, असे प्रकाशक श्री. सुनील मेहता माझ्या सुदैवानं मला लाभले आहेत. त्यांनी माझी कल्पना उचलून धरली, म्हणून हे पुस्तक लिहून झालं. त्यांची मी अत्यंत आभारी आहे. सदैव सक्रिय प्रोत्साहन देत असलेले माझे पती डॉ. जयंत नरवणे यांचा आणि सर्व पिढ्यांमधील आमच्या घरातल्या प्रतिनिधींचाही उल्लेख कृतज्ञतेनं करावासा वाटतो.

– अंजनी नरवणे

अनुक्रम

सुजाण पालक सक्षम मुलं / १
तुमच्या जीवनाचे शिल्पकार तुम्हीच / ४६
सुखाच्या कल्पना विचारपूर्वक ठरवा / ६२
तुमची मुलं - नव्या समस्या की आनंदाचा ठेवा / ९८
आणि शेवटी- / १४३

सुजाण पालक सक्षम मुलं

वसुमती आणि सतीश या जोडप्याची दोन मुलं– धनंजय आणि रेणुका. धनंजय यंदा बारावी पास झाला, रेणुका दहावीत गेली. अलीकडे दोघांचं वागणं इतकं बदललंय की, वसुमती वैतागून गेली आहे, तिला खूप काळजी वाटतेय.

धनंजयची कॉलेजला जायची वेळ होत आली, कितींदा हाका मारल्या, तरी तो उठत नाही. मग एकदाचा उठून तो तोंड धुणं वगैरे घाईघाईनं आटपून कपडे बदलतो आणि 'बाइक' घेऊन बेफाम वेगानं निघून जातो. आईनं तयार करून ठेवलेला नाश्ता, दुधाचा ग्लास– कश्शाला त्याला वेळ नसतो; मात्र 'जेल' केलेले केस विंचरायला आणि दरवळणाऱ्या वासाचं आफ्टरशेव्ह अर्धवट दाढी वाढलेल्या चेहेऱ्यावर लावायला तो विसरत नाही! परत केव्हा येईन, ते सांगायच्या भानगडीत तो पडत नाही. विचारलंच, तर 'माहीत नाही' हे उत्तर मिळतं! रेणुकाही मुद्दाम उशिराच उठते आणि भराभरा आवरून शाळेत जाते. ती आईला कामात मदत करत नाहीच. वेळ नसतो, आवडत नाही, येतच नाही, अभ्यास आहे, ट्यूशनला जायचंय... सबबी खूप असतात! शिवाय बाबांची लाडकी... 'तिला नको गं आत्तापासून कामाला लावू!' शिवाय 'धनंजय जर घरात काही काम करत नाही, तर तिनंच का करावं? करायचं तर दोघांनीही केलं पाहिजे.' असं तिचं म्हणणं असतं. शाळेत जाताना ती बाहेरूनच 'जाते गंऽ आई' असं ओरडून सांगते. शाळेतून यायला उशीर होणार असेल, तर सांगायला 'विसरते!' आणि सतीश? तो आपल्याच तंद्रीत ऑफिसमधल्या कामांची मनातल्या मनात उजळणी करत असतो, मधूनच त्याचा मोबाईल वाजत असतो. तो काय खातोय, वसुमती काय विचारतेय, मुलं कशी

वागतायत यापैकी कशातच त्याचं लक्ष नसतं!

घरातली सगळी निघून गेल्यावर वसुमती हताशपणे जरा वेळ सोफ्यावर बसकण मारते आणि कुठेतरी बघत बसते. मग मुकाट उठून खोल्याखोल्यांतून आवराआवर करायला सुरुवात करते. प्रत्येक खोलीत अस्ताव्यस्त पडलेले धुवायचे

कपडे गोळा करून आणून मशिन चालू करते. लाईट जायच्या आत ते काम उरकणं भाग असतं. मग सगळ्यांची अंथरुणं आवरणं, वर्तमानपत्राच्या पत्रावळी गोळा करून ठेवणं, नाश्त्याच्या बश्या, चहा-दुधाचे मग्ज उचलून धुवायला टाकणं, कणीक-भाजी-कुकर... सगळं उरकेपर्यंत ती पुन्हा इतकी दमते की, पुन्हा चहा प्यावासा वाटतो! चहात साखर घालताना डॉक्टरांनी वजन कमी करायला सांगितलेलं आठवतं तिला; पण मानसिक आणि शारीरिक दमणुकीमुळे नाइलाज असतो तिचा!

आता या सगळ्याबद्दल धनंजय आणि रेणुकाचीही काही बाजू असणारच ना? आहे ना! एक तर आपण आता 'मॉडर्न जनरेशनचे टीनएजर्स' आहोत. आपण असंच वागायचं असतं, असं त्यांच्या मित्रमैत्रिणींचं वागणं बघून त्यांना ठामपणे वाटायला लागलं आहे; पण गेल्या वर्षीपर्यंत तर दोघंही इतकी 'अशी' नव्हती वागत, मग आता काय झालंय? झालंय बरंच काही दोघांच्याही दृष्टीनं. धनंजयनं बारावीच्या परीक्षेसाठी खूप खूप अभ्यास केला होता; रात्री, पहाटे, ट्यूशन्सना जाऊन. तसा तो अभ्यासात बऱ्यापैकी हुशारही होता, त्याला कॉम्प्युटर इंजिनिअरिंगलाच

जायचं होतं; पण पेपर चांगले गेले आहेत असं त्याला वाटत असूनही बारावीला मार्क ऐंशी टक्क्यांपेक्षाही कमी मिळाले! कुठल्याही बऱ्यापैकी कॉलेजात कॉम्प्युटर इंजिनिअरिंग डिग्री कोर्सला प्रवेश मिळण्याची शक्यता नव्हती आणि कुठल्यातरी कॉलेजात डिप्लोमा कोर्सला जायला तो तयार नव्हता. त्याचा दारुण अपेक्षाभंग झाला, अतिशय निराशा झाली. शेवटी बी.एस्सी. करून पुढे काय करता येईल, ते बघायचं ठरलं. वसुमती आणि सतीशचीही खूप निराशा झाली होती. त्याच्या मनाला उभारी देण्याऐवजी ती दोघं त्याला 'तू आणखी अभ्यास करायला हवा होतास', 'अमुक करायला हवं होतंस', 'तमुक मुलानं बघ कशी आघाडी मारली' असं पुटपुटत त्याला आणखी अपराधी वाटून घ्यायला लावत होते! आणि आता धनंजयचं वागणं वर लिहिलं आहे तसं झालं आहे!

रेणुकाही चांगली हुशार आहे. तिलाही सायन्सला जाऊन इंजिनिअरिंगला जायची खूप इच्छा आहे. पण तिला ठाऊक आहे की, आई-बाबांचं मत तिनं त्या भानगडीत पडू नये असं आहे! एक तर धनंजयचं असं झाल्यावर तिला प्रवेश मिळाला, तर तो आणखी नर्व्हस होईल. लोक त्याला आणखी टोमणे मारतील. शिवाय एवढा खर्च करून शेवटी मुलीची जात! लग्न झाल्यावर नोकरी करता येईल का नाही... कशाला नसत्या पंचायती? त्यापेक्षा बी.कॉम., एम.कॉम., बी.ए., बी.एड्. असं काही केलंस, तर शाळेत किंवा बँकेत नोकरी मिळेल. कुठंही कसली तरी नोकरी किंवा घरी शिकवण्या करता येतील. घरकाम, स्वयंपाक हेही तिनं शिकून घ्यावं, अशी आईची इच्छा होती. रेणुका त्यामुळे खूप अस्वस्थ होती आणि हट्टालाही पेटली होती. दहावी-बारावीला खूप खूप अभ्यास करून इतके मार्क मिळवायचे की, इंजिनिअरिंगला प्रवेश मिळेलच आणि आई-बाबांना 'नाही' म्हणताच येणार नाही, असं तिचं स्वप्न होतं, महत्त्वाकांक्षा होती. पण... धनंजयसारखं झालं आणि नाही मार्क मिळाले चांगले तर?– आणि मिळाले, तरी आई-बाबा 'नाही' म्हणाले तर? सगळ्या घरादाराला टेन्शन येण्याचं दहावी-बारावीच्या परीक्षा हे एक कारण होऊन बसलं आहे. आई-वडील आणि मुलं यांच्यामध्ये प्रथमपासून 'संवाद', मनमेळ नसेल, तर सगळंच आणखी कठीण होऊन बसतं.

या वयामध्ये ताणतणाव निर्माण व्हायला आणखी बरीच कारणं असतात; म्हटली तर लहान, म्हटली तर मोठी. अशा या वयातल्या मुलांचं घरातलं वागणं आई-वडिलांच्या डोकेदुखीला आणि मुलांच्या मनावरचा ताण वाढवायला कारण होऊ शकतं. ही मुलं बिचारी अशा टप्प्यावर असतात की, ती लहान असताना व्हायचं तसं त्यांच्या बोलण्याचं कोणी कौतुक तर करत नाहीच, पण बरेचदा ती सांगत असतात ते घरातल्या मोठ्यांपैकी कोणाला लक्ष देऊन ऐकण्यासारखंही वाटत नाही. बरेचदा ऐकत बसायला त्यांना वेळच नसतो. शिवाय त्यांच्याबद्दल

अपेक्षा अशी असते की, त्यांनी मोठ्या, समजूतदार माणसांसारखं वागावं; पण वेळप्रसंगी, म्हणजे मोठ्यांना सोईस्कर असेल तेव्हा– त्यांना लहान मुलांसारखं वागवलं गेलं, तर त्याबद्दल वाईट वाटून घेऊ नये! पण तुम्हाला असं नाही का वाटत की, मुलांना आई-वडील देऊ शकतात, अशी सर्वांत मोठी देणगी हीच की, त्यांना तुमच्याशी बोलायचं असतं, काही सांगायचं असतं, तेव्हा ते लक्ष देऊन ऐकणं?

पण आपल्या धकाधकीच्या दैनंदिन आयुष्यात तरुण मुलांच्या आई-वडिलांना कधी कधी याचा विसर पडतो की, मुलं वाढवणं म्हणजे टीव्ही लावणं नव्हे! रिमोटनं कंट्रोल करता येत नाही ते! त्यांचा आपला जणू काही संबंधच नाही, असं 'हल्लीच्या तरुण पिढी'बद्दल बोलून कसं चालेल? त्यांच्या वागणुकीबद्दल रागावण्याआधी किंवा काळजीत पडण्याआधी हे लक्षात घ्यावं की, त्यांना आपणच वाढवलं आहे, लहानाचं मोठं केलं आहे. त्यामुळे सध्या जरी तारुण्यसुलभ बंडखोरीमुळे, घराबाहेरच्या मित्रमैत्रिणींच्या प्रभावामुळे ती जरा गैरशिस्त, बहकल्यासारखी वागत असली, तरी मुळात आपण त्यांच्यावर चांगले संस्कार केले असतील, तर ती फार हाताबाहेर जाणार नाहीत. वर म्हटलंय तसं रिमोट कंट्रोलनं मुलं वाढवता येत नाहीत आणि टीव्ही नीट चालण्यासाठीही रिमोटपेक्षा विजेचं आणि केबलचं कनेक्शन टीव्हीला प्रत्यक्षच आणि तेसुद्धा नीट जोडलेलं असावं लागतं!

सरोज आणि प्रकाश यांचा तेजस हा एकुलता एक मुलगा. सुसंस्कृत, सुविद्य, सुखवस्तू कुटुंब. सरोज, प्रकाशना शास्त्रीय संगीताची, भरतनाट्यम्‌ची आवड. इंग्लिश मीडियममध्ये शिकणारा तेजस तेरा-चौदा वर्षांचा झाला, तसतशी मित्रांच्या संगतीत त्याला पाश्चात्त्य संगीत आणि नृत्य यांची आवड वाटायला लागली. या गोष्टीला आई-बाबांची हरकत असण्याचा प्रश्नच नव्हता. पण मग त्याला स्वत:ची 'म्युझिक सिस्टम' हवीशी वाटू लागली. त्याचा एक मित्र अपूर्व, हा श्रीमंत आई-वडिलांचा मुलगा. त्यांच्या प्रशस्त बंगल्यात अपूर्वची मोठी खोली आणि त्यात त्याची भली मोठी म्युझिक सिस्टम होती. ती तो कानठळ्या बसतील एवढ्या मोठ्यानं लावतो आणि मित्रमंडळी जमून तिथं 'डान्स' करतात. तेजसचा हट्ट सुरू झाला की, त्यालाही तशी 'सिस्टम' हवी! सरोज, प्रकाशचा फ्लॅट चांगला होता; पण फ्लॅटमध्ये एवढ्या मोठ्या आवाजात म्युझिक, डान्स इ. चा धुमाकूळ घालून शेजाऱ्यांना त्रास देणं उचित नव्हतं आणि एवढ्या मोठ्या 'सिस्टम'चा खर्च त्यांना परवडणाराही नव्हता. तेजस प्रथम खट्टू झाला, नाराज झाला. पण नीट समजावून सांगितल्यावर त्याला ते पटलं. सरोज, प्रकाशनं मग त्याला त्यांच्या घराला साजेल एवढी सिस्टम त्याच्या खोलीत ठेवायला घेऊन दिली. त्याचे मित्र जमतील, तेव्हा दारं, खिडक्या बंद करून ती लावायला परवानगी दिली... प्रश्न परस्पर संवाद आणि

समजून घेण्यानं सुटला.

हे मुलांचं वय खरोखर खूप अवघड असतं त्यांच्यासाठी. बालपणातून तारुण्यात पदार्पण करणं, मानसिक व शारीरिक बदल समजून घेणं, स्वीकारणं आणि त्याच वेळी अभ्यासाचं वाढतं दडपण येत जाणं, सगळं जवळजवळ एकदमच होतं. एकाच वेळी घडत जाणाऱ्या या सगळ्या बदलांना तोंड देताना मनावर तऱ्हेतऱ्हेचे तणाव येऊ शकतात. होतं काय की, धड ना लहान, धड ना मोठं, अशा या वयात मनानं आणि शरीरानं मुलं भराभरा वाढत असतात. ''एवढासा दिसायचा पार्थ परवापरवापर्यंत आणि बघता बघता केवढा उंच झालाय, आवाजही फुटतोय हळूहळू, थोडी थोडी मिसरूडही फुटायला लागलीय की गं!'' गावाहून आलेला मामा म्हणतो. ''होय ना! आणि मधुरासुद्धा 'मोठी' व्हायला लागलेली दिसतेय!'' मामीच्या लक्षात मधुराचं 'मोठी' होणं आलेलं असतं. आपण बदलत आहोत, हे पार्थ आणि मधुरालाही मनातून जाणवत असतं. आपल्या 'स्त्री' किंवा 'पुरुष'पणाची जाणीव होत असते, मनावर दडपणही असतं. या जाणिवेचं प्रचंड कुतूहल असतं; अंगात वाढता, सळसळता उत्साहही असतो. घरातल्या वडील माणसांच्या वर्चस्वाविरुद्ध, अधिकाराविरुद्ध बंडखोरीच्या ऊर्मीही मधूनमधून उसळून येत असतात. त्यांच्या बाहेरच्या जगातल्या मित्रमैत्रिणी जर बंडखोरीनं वागत असतील, तर आपणही तसंच वागलं पाहिजे, आपण अगदीच 'लल्लू', अगदीच 'भोट' आहोत, असं त्यांना वाटता कामा नये. अशा तऱ्हेच्या विचारांना टीव्ही आणि चित्रपट खतपाणी घालत असतात. या सगळ्या मानसिक गोंधळाचा परिणाम म्हणून ती कधी कधी एकाएकी, अनपेक्षितपणे नेहमीपेक्षा वेगळीच वागतात! शाळांमधून आता लैंगिक ज्ञान थोडंफार जरी देण्यात येत असलं, तरी बरीचशी जिज्ञासा बाकी असतेच. प्रसारमाध्यमातील जाहिराती आणि कार्यक्रम बरेचदा विकृत कल्पना डोक्यात भरवत असतात. अशा वेळी आई-वडील किंवा इतर कोणा वडील माणसाजवळ मन मोकळं करण्यासारखं वातावरण घरात नसेल, तर मनावर चुकीच्या कल्पना आणि वेडेवाकडे विचार यांचा ताण येतो. हे लक्षात घेऊन जर वडील माणसं वाढत्या वयातल्या मुलांना विश्वासात घेऊन, स्पष्टपणानं, मोकळेपणानं, त्यांना योग्य त्या चार गोष्टी सांगतील, तर त्यांच्या मुलांच्या मनावर हा ताण येणार नाही. येऊ घातलेलं 'स्त्रीत्व' किंवा 'पुरुषत्व' ती सहजपणानं स्वीकारतील, त्यातला आनंद अनुभवतील.

या विषयाशी जोडलेल्या, पण जरा वेगळ्या, घरात उद्भवू शकणाऱ्या दोन गोष्टींबद्दल इथेच लिहिणं योग्य वाटतं, कारण या वयातल्या मुला-मुलींचे हे दोन प्रश्न होऊ शकतात.

काही वाढत्या वयाच्या मुला-मुलींच्या बाबतीत घरातल्याच नातेवाईक, स्नेही,

नोकरमाणसं यांच्यापैकी कोणाकडून त्यांना विकृत लैंगिक वागणूक मिळणं, बलात्कार होणं अशा गोष्टी घडतात. धाक दाखवून मुला-मुलींना गप्प बसवलं जातं किंवा त्यांनाच सांगायचं धाडस होत नाही आणि मग प्रचंड दडपणाखाली ती वावरत असतात. या बाबतीतही त्यांना आधीपासून सतर्क आणि धीट राहायला शिकवणं, ही पालकांची जबाबदारी आहे. उमलत्या कळ्या स्वत:चं रक्षण स्वत: तर करू शकत नाहीत, ते काम माळ्याचं असतं! त्यांना कोणी कुस्करत नाही, याकडे जितकं लक्ष ठेवावं लागतं; तितकंच त्यांना कीड लागत नाहीये ना, हेही बघावं लागतं. लैंगिक बाबतीत योग्य ते मार्गदर्शन न मिळाल्यानं डोक्यात विकृत कल्पनांचा भरणा होऊन तरुण वयात मुलं गैरमार्गालाही लागू शकतात. प्रेमिकेनं झिडकारलं म्हणून तिच्यावर ॲसिड फेकणं, खून करणं, पेटवून देणं अशा भयंकर घटनाही घडतात; आत्महत्याही होतात. आपली वाढत्या वयातली मुलं, त्यांचे मित्रमैत्रिणी यांच्यावर सतत पहारा ठेवला नाही, तरी जागरूक राहून लक्ष ठेवणं, ही सुजाण पालकांची मोठी जबाबदारी आहे.

घरी असताना घडणारी आणखी एक गोष्ट समजून घेण्याची जरूर असते. शारीरिक वाढीबरोबर होणाऱ्या मानसिक प्रक्रियांचा, विचारांचा, कल्पनांचा परिणाम म्हणून, मनावरचा ताण कमी करण्याचा अजाणता प्रयत्न म्हणून अनेक मुलं-मुली या वयात हस्तमैथुन करू लागतात. वास्तविक यात पाप, वाईट सवय, शरीराला नुकसानकारक असं काही नाही. असं होणं सर्वस्वी नैसर्गिक गोष्ट आहे. पालकांच्या लक्षात आपल्या मुलाचं किंवा मुलीचं असं हस्तमैथुन कधी आलं, तर त्यांना 'चोर पकडल्यासारखं पकडून' अपराधी, शरमिंदा वाटायला लावू नये! अशा आपल्या वागण्यानं एवढंच होईल की, पुन्हा पकडलं न जाण्याची मूल खबरदारी घेईल! दुर्लक्ष करावं, बस्! फक्त मुकाट्यानं एवढं करावं की, मुलांच्या मनावरील ताण कमी होईल असं बघावं. त्यांच्या मोकळ्या वेळात इतर छंदांमध्ये त्यांचं मन गुंतवावं आणि मुख्य म्हणजे ही एक अत्यंत नैसर्गिक, मनावर न घेण्यासारखी गोष्ट आहे, हे आई-वडिलांनी लक्षात ठेवावं... स्वत:चं उमलतं तारुण्यही आठवून बघावं! हस्तमैथुनानं अशक्तपणा येतो, ते अनैसर्गिक आहे, पाप आहे अशा अनेक चुकीच्या कल्पना मुलांनीही ऐकल्या असणं शक्य आहे आणि म्हणून त्यांना अपराधी वाटत राहणंही; परंतु इतर कुठल्याही सवयीसारखा याही बाबतीत अतिरेक टाळावा एवढंच. मुलं मोठी होऊन संसाराला लागेपर्यंत ही सवय जवळजवळ जातेच.

मुलांच्या घरातल्या वागण्याबद्दल, घरात त्यांच्या मनावर असलेल्या ताणतणावांबद्दल आणखी एक गोष्ट. काही घरांतून वातावरणात मोकळेपणा नसतो, शिस्तीच्या नावाखाली धाक असतो, मोठ्या माणसांची भीती असते. शिस्त जरूर असावी; पण धाक किंवा भीती मुळीच नसावी. तशी ती असेल, तर मुलं मनानं सदा

दबलेली राहतील, त्यांच्या अडचणी, प्रश्न, काळज्या आई-वडिलांना मोकळेपणानं कधीही सांगणार नाहीत. नीट लक्ष देऊन बघितलं तर असं आढळून येईल की, घराबाहेर हसतमुखानं वागणारी, मदत करणारी, हसणारी, खिदळणारी काही मुलं स्वत:च्या घरात मात्र गप्पगप्प किंवा दुर्मुखलेली असतात! कारण काय असेल, ही विचार करण्यासारखी गोष्ट नाही का?

मुलाला घरात कानकोंड्यासारखं वाटायला आणखीही एक कारण असू शकतं. बरेच आई-वडील शेजारच्या किंवा नात्या-गोत्यातल्या त्यांच्या वयाच्या मुलांशी त्यांची तुलना करून त्यांना न्यूनगंड येईल, असं बोलत राहतात.

"शेजारचा समीर नेहमी पहिला येतो हं अर्जुन, तू निदान पहिल्या पाचांत तरी येऊन दाखव की!", "आत्याच्या दिव्यानं गाण्याच्या सगळ्या परीक्षा दिल्या. बघ प्राची– तुला भरतनाट्यम् शीक म्हणून कितीदा सांगितलं, तर नाहीच ऐकलंस!", "काकांचा विक्रम पाहिलास ना? काय छान उंच झालाय. मनीष, मला नाही वाटत तुझी उंची फार वाढेल. निदान व्यायाम करून बॉडी तरी कमव आता!", "गोडबोल्यांची तन्वी काय गोरीपान न् सुंदर दिसते नाही आता? आपल्या रश्मीचा रंग मात्र नाहीच उजळला!" आई-वडील किंवा घरातली इतर मोठी माणसं असे शेरे मारत राहतात. हे एक तऱ्हेचं मानसिक क्रौर्य आहे. आपल्याच मुलांची मनं आपण दुखावतो आहोत, हे लक्षात येतच नसेल त्यांच्या? अशानं आई-वडिलांबद्दल कायमची अढी तर बसतेच मनात, पण त्याहून वाईट म्हणजे घराबाहेर कोणीतरी त्यांच्या एखाद्या गुणाची, रूपाची खरी-खोटी स्तुती करताना भेटलं, तर त्या व्यक्तीचा हेतू न

समजता, (आई-वडील बरेचदा अहेतुकपणेच इतकं अविचारानं बोलत असतात!) ती त्या व्यक्तीकडे आकर्षित होऊ लागतात आणि शिवाय इतर मुलांच्या आई-वडिलांशी आपल्या आई-वडिलांची अशीच तुलना करून तीही त्यांच्यातली वैगुण्यं बघायला लागतात. आवडेल मग तसं झालेलं? अशी तुलना आणि पक्षपात काही घरांतून भावंडा-भावंडांमध्येही होतो, तेव्हा साहजिकच आपल्यावर अन्याय होतोय किंवा दुर्लक्ष होतंय, असं ज्या मुलाला किंवा मुलीला वाटत असेल, त्याच्या मनात वैषम्य, राग राहणारच ना? एखादं मूल जास्त हुशार असेल, एखाद्या खेळात किंवा कलेत विशेष चमक दाखवेल, त्याचं वारेमाप कौतुक झालं आणि दुसऱ्या भावंडाला पुरेसं कौतुक, लक्ष नाही मिळालं, तर त्याच्यापुरतं घरातलं वातावरण तंग होणारच ना?

घरकामात मदत फक्त मुलींनीच करायची, मुलांना घरातली कामं सांगायची नाहीत, याचा आजच्या युगातल्या मुलींना राग आला, तर ते चूक नाहीच. मुली जर मुलांच्या बरोबरीनं शिकत आहेत, खेळ, इतर कला वगैरे क्षेत्रांतही पुढे येत आहेत, तर घरातही त्यांना बरोबरीचीच वागणूक मिळणं रास्त नाही का? मला हे अगदी पटतं की, मुलींना विवाहानंतर घर सांभाळायचं असतं, म्हणून त्यांना स्वयंपाक व घरातली इतर कामं अवश्य शिकवली पाहिजेत. पण आजच्या जमान्यात मुलांनाही

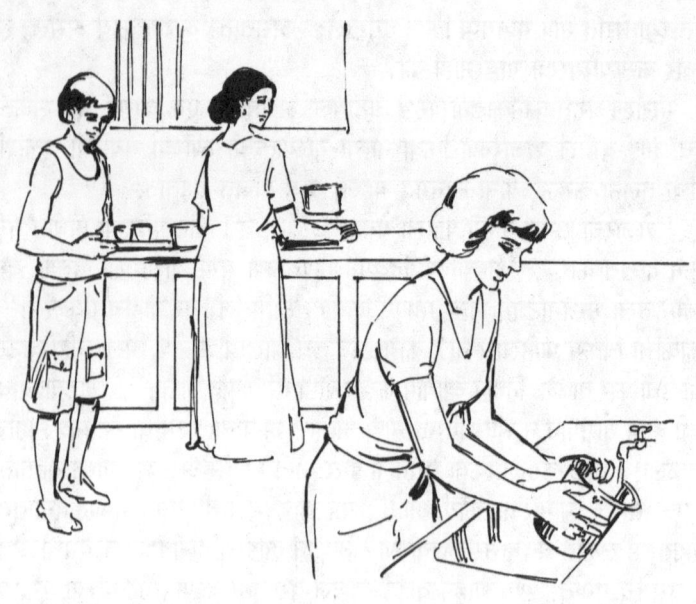

ही सगळी कामं आलीच पाहिजेत. नोकरी-व्यवसायाला लागल्यावर त्यांनाही बरेचदा परगावी किंवा परदेशात काही वर्षंसुद्धा एकट्यानं राहावं लागतं आणि विवाहानंतरही त्याची पत्नीही जर नोकरी करत असेल, तर तिला घरकामात व स्वयंपाकात त्याला अवश्य मदत करता आली पाहिजे. यात गैर काहीच नाही, ही आजची गरज आहे व ते योग्यच आहे. मुलं मोठी होत असतात तेव्हाच आई-वडिलांनी हे लक्षात घेतलं, तर घरातले तणाव कमी होऊन वातावरण खेळीमेळीचं राहील. तुमच्या सोनियाबरोबर सोहमही कणीक भिजवायला मजेत शिकू दे आणि गिझरचा फ्यूज बदलायला, जळलेली ट्यूबलाईट काढून नवी लावायला आली, म्हणून सोनियालाही 'ग्रेट' वाटू दे!

या सर्वांखेरीज वाढत्या वयाच्या मुलांच्या मनात त्यांच्या मित्रमंडळींच्या वागण्याचं अनुकरण करण्याची इच्छा असते, ज्याला Peer pressure म्हटलं जातं. या इच्छेमुळे, प्रसारमाध्यमांच्या अनिष्ट परिणामांमुळे आणि वडील माणसांच्या काही वागण्याचा, सांगण्याचा, अपेक्षांचा, प्रतिबंधांचा निषेध किंवा राग व्यक्त करण्याची सुप्त इच्छा काही विचित्र स्वरूपात प्रकट होते असं वाटतं. त्यांच्या बोलण्यात असंस्कृत, असभ्य शब्द येऊ लागतात. असे शब्द ज्यांना पूर्वी शिव्या समजलं जात असे, ते आता सर्रास वापरले जातात. याला मुलीही अपवाद नाहीत. एवढंच की, त्या शब्दांमधला तो अपशब्दात्मक अर्थ पार पुसट झालेला आहे. त्याचा अर्थ लक्षात न घेताच तो जरा निषेधात्मक अर्थानं उगीचच बोलला जातो. वडील मंडळींनी फारसं मनावर घेऊ नये, दुर्लक्ष करावं. तसंच हल्लीच्या तरुण पिढीच्या तोंडी असणारे निरर्थक– Slang शब्द– Chill out, Chill, 'सही, सही', 'जाम बोअर', 'पाठशाला' वगैरे. या अशा शब्दांना काही काळापुरता काहीतरी विशिष्ट अर्थ असतो आणि ते शब्द ही मुलं वापरत असतात. वापरेनात का! काही घरांमधून मुलांच्या तोंडी असे शब्द आले, तर वडील माणसं त्यांच्यावर उगीचच ताशेरे ओढतात! असं एवढ्यातेवढ्यावरून ताशेरे ओढून दोन पिढ्यांमधली दरी ही वडील-मंडळी विनाकारणच वाढवत असतात– का? कशाला? (त्यांच्या या वयात ते वापरत होते ते निरर्थक slang शब्द त्यांना आठवू म्हटलं तरी आठवत नाहीत! यावरून काय ते समजावं की!) जोपर्यंत त्यांच्या भाषेत ओंगळ, गलिच्छ काही नाही, तोपर्यंत कशाला या शब्दांचा एवढा बाऊ करायचा? आणि अगदी असंस्कृत, असभ्य शब्दसुद्धा क्वचित कधी त्यांच्या तोंडून गेलाच, तरी अगदी ताबडतोब 'कोर्टमार्शल' करण्याची जरूर असते का? परिणाम 'ती दरी' थोडी आणखी रुंदावण्यातच होतो! हां, जास्त वेळा होऊ लागलं, तर शांततेत, पण भक्कमपणे, एक-दोनदा सांगावं– आणि हो, आपल्या – विशेषत: वडिलांच्या – तोंडूनही असे शब्द जात नाहीत ना, हेही बघावं! निषेध, राग, विरोध इ. वागण्यातून व्यक्त करण्याचीच आणखी एक तऱ्हा म्हणजे

वाटेल तसं बसणं, येता-जाता बाहेरच्या खोलीतही लोळणं, वडील माणसं खोलीत येतील, तेव्हा नीट सावरून न बसणं. 'हे' आई-वडील स्वत: त्यांच्याहून मोठी माणसं खोलीत असतील, तेव्हा कशी वागतात, ते उदाहरण समोर मुकाट्यानं ठेवून दाखवू शकतील. याच्याही पुढची पायरी म्हणजे वस्दिशी ओरडून उत्तर देणं, उर्मटासारखं बोलणं किंवा उत्तरच न देणं, या वागण्याला वेळीच भक्कमपणे पायबंद घातलाच पाहिजे. मात्र आई-वडील एकमेकांशी किंवा आजी-आजोबांशी असंच बोलताना मुलांनी बघितलं, ऐकलं असेल, तर ती कोणाचं अनुकरण करत आहेत, हे मनाशी समजून घेऊन आपलंच वागणं आधी सुधारलं पाहिजे.

वाढत्या वयातली मुलं बघता बघता इतकी बदलत जातात आणि अशी वागू लागतात, ती चौदा-पंधराव्या वर्षाच्या सुमाराला. वर आपण ज्या कारणांचा विचार केला आहे. त्या कारणांव्यतिरिक्त सर्वांत मोठं कारण असतं, त्यांच्या पुढील करिअरबद्दल त्यांना वाटत असणारी भीती, काळजी, मनावरचं दडपण. कारण आता ज्या त्यांच्यासमोर ठाकणार असतात, त्या दहावी आणि बारावीच्या परीक्षा. या आता विद्यार्थ्यांच्या पुढच्या संपूर्ण आयुष्याची दिशा ठरवणाऱ्या, बदलून टाकणाऱ्या झाल्या आहेत. परीक्षांना बसणाऱ्या विद्यार्थ्यांची संख्या आता लाखोंमध्ये गेली आहे. विषय समजला असो, नसो, घोकपंट्टी करूनच पुस्तकात असतात त्याच शब्दांत उत्तरं लिहावी लागतात. अभ्यासक्रम प्रचंड असतो आणि शेवटी कितीही चांगला पेपर गेला असला, तरी निकाल लागेल तेव्हा मार्क किती मिळतील, याची शाश्वती नसते. ते 'गणित' काही वेगळंच असल्याचं चित्र दिसतं! शाळेत मन लावून शिकण्यापेक्षा शाळांसारख्याच चालणाऱ्या, भरमसाट पैसे मोजावे लागणाऱ्या क्लासेसना जाण्यात मुलांचा प्रचंड वेळ आणि शक्ती खर्च होते. जीव मुठीत धरून बसलेले आई-वडील मुलांना रात्री, पहाटे जागवून अभ्यासाला बसवतात. दहावीला आणि बारावीला घरातलं एखादं मूल असलं की, साऱ्या घरादाराला कमालीचा ताण असतो.

या परीक्षापद्धतीत, विषय समजावण्याऐवजी घोकून घेऊन 'शिकवण्याच्या' पद्धतीत आमूलाग्र बदल करायला हवा आहे. शिक्षणतज्ज्ञ, शिक्षणक्षेत्रातील अधिकारी माणसं या सगळ्यातून योग्य मार्ग काढून तो बदल केव्हा घडवून आणतील, ते त्यांनाच माहीत! तोपर्यंत तरी सध्याच्या दहावी-बारावीच्या विद्यार्थ्यांच्या मनावर या दोन परीक्षांचा प्रचंड ताण येतो आहे, ही वस्तुस्थिती आहे; पण परीक्षापद्धतीखेरीज इतर घरगुती कारणांमुळेही मुलांच्या मनावर ताण असतो.

समीरचे वडील डॉ. जगदीश प्रसिद्ध अस्थिरोग तज्ज्ञ, त्यांचं स्वत:चं हॉस्पिटल. आई नीलिमा चांगली आर्टिस्ट आणि शास्त्रीय संगीत शिकलेली. तिचं गाणं एका खासगी कार्यक्रमात ऐकूनच जगदीश नीलिमाच्या प्रेमात पडला आणि पुढं त्यांचा

विवाह झाला. समीर आणि केतकी ही त्यांची दोन मुलं. समीरनं वडिलांचाच विषय घेऊन डॉक्टर व्हावं आणि हॉस्पिटल पुढे चालवावं, ही घरात आणि घराबाहेरही सगळ्यांचीच अपेक्षा; पण मुळात विज्ञानशाखा घेण्याइतका समीर अभ्यासात हुशार नव्हता आणि त्याला डॉक्टर होण्याची आवड किंवा महत्त्वाकांक्षा तर अजिबातच नव्हती. लहानपणी अतिलाडानं बेशिस्त झालेला समीर दहावीला आल्यानंतर त्याच्यावर 'अभ्यास कर', 'क्लासेसना जा', 'सायन्स कोर्सला जाण्याइतके मार्क तर मिळालेच पाहिजेत' म्हणून इतका दबाव येऊ लागला की, ते ऐकून ऐकून त्याचं डोकं भिरभिरायलाच लागायचं. खरं म्हणजे त्याचा नैसर्गिक कल संगीताकडे होता. लहानपणी तो तबला शिकत होता, तेव्हा त्याचं खूप कौतुकही व्हायचं; पण दहावीला आल्यावर तबल्याची शिकवणी बंद करण्यात आली, अभ्यासाला वेळ पाहिजे म्हणून.

केतकी मुकाट्यानं आई-वडिलांचं ऐकून कॉमर्सला गेली होती. बी.कॉम. झाल्यावर तिनं कॉम्प्युटरचे एक-दोन छोटे कोर्सेस केले आणि मग अमेरिकेत एम.बी.ए. करून लग्नासाठी इकडे आलेल्या एका मुलाशी थाटामाटात लग्न होऊन ती अमेरिकेला गेली. तिच्या नैसर्गिक कलाचा विचार तिच्या आई-वडिलांनी केला नाही, तसा तो करायला तिलाही कधीच सुचलं नाही! समीरला दहावीला इतके कमी मार्क मिळाले की, वडिलांच्या वशिल्यानंही कुठेच प्रवेश मिळणं शक्य नव्हतं! शेवटी तोही कॉमर्सला गेला आणि उनाडक्या, टवाळक्या करत कसाबसा बी.कॉम. आणि मग एम. कॉम.ही झाला. एकीकडे केतकीनं त्याला स्पॉन्सर करून अमेरिकेत बोलावून घ्यावं म्हणून खटपट चालूच होती, तसा तो शेवटी अमेरिकेला गेला. काहीबाही नोकऱ्या करत शेवटी त्यानं एक मोटेल चालवायला घेतलं आणि फावल्या वेळात तबलाही शिकू लागला! यथावकाश लग्नही झालं. आता तो मोटेल चालवतो आणि तिकडच्या 'इंडियन गेटटुगेदर्स'मध्ये हौशी कलावंतांना तबल्याची साथ करतो!

जगदीश आणि नीलिमाला आपलं काही चुकलं किंवा काय चुकलं, ते उमजलेलंच नाही! ती दोघं नशिबाला दोष देतात आणि निदान दोन्ही मुलं अमेरिकेत आहेत, यात आनंद मानतात! हॉस्पिटल आता भाड्यानं दिलं आहे. या दोन मुलांचं भवितव्य काही वेगळं होऊच शकलं नसतं का? योग्य शिस्त, योग्य मार्गदर्शन मिळालं असतं तर? पालकांनी स्वतःला आणि मुलांना अभ्यास, व्यायाम आणि रोजची दिनचर्या या बाबतीत लहानपणापासून शिस्त लावली, तर सर्वांच्याच मनात गोंधळलेपण, धरसोड राहणार नाही. वेळेवर उठणं, नियमित अभ्यास करणं, नियमित व्यायाम करणं या गोष्टी जबरदस्ती मोठेपणी करायला लावल्या, तर त्या मुलांच्या हातून होणं शक्य नाही, मग त्या शिक्षा वाटायला लागणार. त्यांची

मनापासून नावड निर्माण होणार, घरात एक तणावपूर्ण वातावरण निर्माण होणार आणि शेवटी काहीतरी, कसंतरी करून मुलं मोठी होणार! ठणठणीत प्रकृती असलेल्या बाबूरावांनी आपल्या जन्मत: अशक्त असलेल्या मुलाच्या कानीकपाळी 'व्यायाम कर, व्यायाम कर' असा धोसरा लावला, परिणाम त्या मुलाच्या मनात व्यायामाविषयी चीड निर्माण होण्यात झाला. स्वत:ची प्रकृती बेतास बात असलेले गोविंदराव हातात छडी घेऊन मुलांसमोर उभं राहायचे आणि जोर-बैठका, सूर्यनमस्कार करायला लावायचे. कंटाळा केला की, छडी बसायची. मुलांच्या मनात व्यायामाबरोबर वडिलांविषयीही अढी बसली!

अभ्यासापुरतं बोलायचं, तर खरं म्हणजे आपल्या महत्त्वाकांक्षा पुऱ्या करण्यासाठी मुलांवर त्यांनी अमुकच शाखा घेऊन, त्यातली पुन्हा अमुक उपशाखाच घेतली पाहिजे, असा दुराग्रह पालकांनी धरणं अन्यायाचं, अविचाराचं आहे. ज्या काळात ज्या शाखांमध्ये नोकरी/धंद्याला भरपूर संधी असतात, त्या शाखांचा अभ्यास मुलांनी करावा, असं मुलांच्याच कल्याणासाठी (आणि आपल्या संतोषासाठी) पालकांना वाटणं साहजिकच आहे; परंतु तसं करताना मुलांचा नैसर्गिक कल कशात आहे, हेही विचारात घ्यायला हवं. आता सर्व मोठ्या शहरांमध्ये Aptitude tests (नैसर्गिक कल शोधून काढणाऱ्या चाचण्या) करून घेण्याची व्यवस्था असते. मूल दहा-बारा वर्षांचं असतानाच अशी चाचणी करून घेऊन पुढचा मार्ग ठरवणं उत्तम, म्हणजे त्यावर आधारित योग्य मार्ग निवडता येईल आणि आई-वडिलांची महत्त्वाकांक्षा जर त्याच्या कलापेक्षा वेगळी असेल, तर त्यातल्या त्यात कोणता अभ्यासक्रम त्यानं केला, तर ते सर्वांनाच समाधानाचं होईल, हे ठरवता येईल. आता इतक्या वेगवेगळ्या शाखा-उपशाखांचे मुख्य शाखांशी संलग्न असे अभ्यासक्रम नव्यानं उपलब्ध आहेत की, त्यातला एखादा निवडला, तरीही मुलांना पुढे चांगला वाव असतो. आपल्या मते मुलांचं कल्याण कशात आहे, याचा विचार करताना, त्याच्या मानसिक समाधानाचाही विचार करावा. मिळवता येईल तितकी माहिती मिळवून, सर्वांनी एकत्र बसून चर्चा करावी. मुलं नक्की जास्त मनापासून, उत्साहानं अभ्यास करतील.

या बाबतीत अनेक कुटुंबांमधून उभा राहणारा ताण-तणावाचा प्रसंग, म्हणजे मुलगा आणि मुलगी असा भेदभाव त्यांच्या शिक्षणाच्या बाबतीत करण्यानं येतो. बऱ्याच मुली आता मेडिकल किंवा इंजिनिअरिंगला, कॉम्प्युटर सायन्सला जातात, आर्मी, नेव्ही, एअरफोर्समध्येही जातात. पण साधारणपणे विचार असाच असतो की, मुलीला पुढे संसार सांभाळून करता येईल, असंच करिअर तिनं निवडावं. काही पालक तर 'हिच्या शिक्षणावर एवढा खर्च करून शेवटी ही सासरीच जाणार, आमच्या उपयोगी तर मुलाचं शिक्षणच पडेल ना!' असा त्यांच्या मते 'प्रॅक्टिकल'

विचार करतात! (काही मुलगे कमावते झाल्यावर आई-वडिलांना काहीही आर्थिक मदत करत नाहीत, हे सोडा! पण तरीही असंच घडतं, हे वास्तव आहे.)

मध्यमवर्गातील एका जोडप्याला सोनाली आणि पराग ही दोन मुलं. परागची अभ्यासातली गती बेताचीच; पण त्याला जायचं होतं मेडिकलला. म्हणून मग त्याच्या शिकवण्यांवर खर्च. मग त्याच्या जाण्या-येण्यात वेळ कमी जावा म्हणून त्याला टू-व्हीलर, हे सगळे खर्च आई-वडिलांनी केले. परागचे वडील जी काही नोकरी करत होते, त्यात पगाराव्यतिरिक्त 'उपरकी आमदनी' बरीच असायची. त्यामुळे त्यांच्या पगारात करणं अशक्य, असा बराच खर्च– घरातलं सामानसुमान, सोनं-चांदी, हॉटेल्स, सिनेमा इ.– त्यांना करता येत असे. परागला शेवटी शहरातल्या मेडिकल कॉलेजांमधल्या कुठल्याही शाखेत प्रवेश मिळाला नाही, तेव्हा डोनेशनचे काही लाख रुपये देऊन दूरच्या एका कॉलेजमध्ये डेन्टिस्ट्रीच्या कोर्सला प्रवेश मिळवला. मग हॉस्टेलचा आणि सुट्ट्यांमध्ये जाण्या-येण्याचा खर्च आलाच! त्यानंतर जेव्हा त्याला स्वत:ची प्रॅक्टिस सुरू करायची असेल, तेव्हा पुन्हा भरमसाट खर्च होईलच आणि मग इतकं सगळं गुंतवलेलं भांडवल वळतं करायला तोही नाना युक्त्या करायला आपोआपच शिकेल! कारण मध्यमवर्गातल्या आपल्या वडिलांकडे इतके पैसे कुठून येतात, हे समजण्याइतकी मुलं जाणती झालेली असतात! सचोटीचं कुठलं उदाहरण असे आई-वडील मुलांसमोर ठेवत असतात? पण त्याबद्दल पुढे बोलू. आत्ता आपण मुलगा-मुलगी यांच्यामध्ये घरीच होणाऱ्या भेदभावांबद्दल बोलत आहोत.

सोनालीच्या शिक्षणाचं फारसं महत्त्व तिच्या आई-वडिलांना वाटत नसे, हे तिच्या लक्षात आलंच होतं. त्यामुळे तिच्या शिक्षणावर ते फार खर्च करतील, अशी तिची अपेक्षा नव्हतीच. तिच्या हातात उपजत कला असल्यामुळे ती सुंदर पेंटिंग्ज करत असे. त्या क्षेत्रात तिला लहानपणापासून विशेष प्रशिक्षण मिळालं असतं, तर फाईन आर्ट्स कॉलेजमध्ये कमर्शियल आर्ट करायला तिला आवडलं असतं; मात्र पेंटिंग हा केवळ छंदच राहिला आणि सोनाली इंग्लिश लिटरेचर घेऊन बी.ए. झाली. पण सोनालीच्या स्वभावात चिकाटी होती आणि मुकाट्यानं काम करत राहण्याची हिंमत होती. जसं तिनं घरबसल्या पेंटिंग चालू ठेवलं, तसाच तिनं बी.ए. करता करता स्पॅनिशचा तीन वर्षांचा पार्टटाइम कोर्स करून ॲडव्हान्सड् डिप्लोमा मिळवला. इंग्लिश चांगलं होतंच, त्यामुळे मॅनेजमेंट कोर्सच्या एका कॉलेजात मुलांना स्पॅनिश शिकवायची पार्टटाइम नोकरी तिला मिळाली. स्वत:च्या हिमतीवर ती एका दुकानात छोटी-मोठी पेंटिंग्जही विकायलाही ठेवू लागली आणि तिनं हप्त्यानं एक टू-व्हीलरसुद्धा घेतली. सोनालीच्या मेहनतीचं आणि चिकाटीचं कौतुक करणारा नवरा तिला मिळाला. आज घर-संसार सांभाळून ती नोकरीही करते आहे. वडिलांच्या

बिनहिशेबी पैशांबद्दल पूर्वीपासूनच तिला शरम वाटत असे. त्या पैशांच्या मदतीनं शिक्षण घ्यावं न लागल्याचं समाधान आहे ते वेगळंच! आई-वडिलांनी मुलगा-मुलगी भेदभाव केला म्हणून ती नुसतीच कुढत किंवा भांडत बसली असती, तर आज ती इतक्या अभिमानानं स्वत:च्या पायांवर उभी राहिलेली नसती! तेव्हा असा काही अन्याय ज्या मुलींवर होईल, त्यांनी हिंमत बाळगावी– This is not the end of the road! मंझिले और भी हैं आगे! तणावयुगाशी विधायक मार्गाने झुंज देणाऱ्या मुलीची ही एक कथा!

सुरुवातीला म्हटलं तसं दहावी-बारावीच्या परीक्षांचं साऱ्या घरादाराला प्रचंड टेन्शन येत असतं. एक तर लहानपणापासूनच अभ्यास हा मुलांनी जेवण, खेळ, अंघोळ, या सर्व दैनंदिन कार्यक्रमांसारखं स्वत: आपापलं करण्याचं एक काम आहे, अशी वृत्ती मुलांच्या आई-वडिलांनी ठेवली पाहिजे. मुलांचा 'अभ्यास घ्यायला' आईनं बसण्याची काय गरज आहे? त्याचं होमवर्क ही त्याची त्यानं करण्याची गोष्ट का नसते? थोडक्यात, आई-वडीलच अभ्यासाचा बाऊ करून, त्याची कंटाळा येणारी, न आवडणारी, भीती वाटणारी गोष्ट का करून ठेवतात? मुलाला एखादं गणित किंवा प्रश्न किंवा स्पेलिंग येत नसेल, तर मदत अवश्य करावी. मूल अभ्यासाला बसेल, तेव्हा आपण शांतपणे तिथेच दुसरं काही काम करत बसावं. फोनवर मोठमोठ्यानं गप्पा मारत, तसेच रेडिओ किंवा टीव्ही लावून बसू नये! मुलाला अभ्यासाची गोडी लागेल, असं वातावरण घरात असावं. अभ्यास करणं, ही एक सक्तीची किंवा शिक्षेची बाब आहे किंवा आपण शिक्षकांना, आई-वडिलांना खूश करण्यासाठी, त्यांच्यावर उपकार म्हणून अभ्यास करतो, नाहीतर त्यात मजा वाटण्यासारखं काही नसतंच अशी मुलांची मनोवृत्ती झाली, तर त्याला जबाबदार पालकच नाहीत का?

मुलं आपापला अभ्यास नीट करत असली, तरी 'पहिल्या पाचात नंबर आलाच पाहिजे' असा दुराग्रह धरणं, 'चांगले मार्क मिळाले, तर अमुक वस्तू किंवा इतके पैसे देईन' अशी आमिषं दाखवणं आणि कमी मार्क मिळाले किंवा मूल नापास झालं, तर रागावणं, उपाशी ठेवणं, 'आता सिनेमा बंद, टीव्ही बंद' असल्या शिक्षा करणं आणि मारणंसुद्धा– हे अशा तऱ्हेचं पालकांचं वागणं मुलांच्या मनात अभ्यासाविषयी तिटकारा, परीक्षेविषयी भीती आणि पालकांचा नको तसला धाक निर्माण करतं. आपल्या मुलाची कुवत ओळखून त्याच्याकडून अपेक्षा ठेवाव्यात आणि त्याला नेहमी उत्तेजन देत राहावं, त्याचा आत्मविश्वास वाढवत राहावं. मुलांच्या मनात एकदा का भीती आणि धसका बसला की, मग– कधी परीक्षेचा निकाल घरी सांगायचाच नाही, खोट्या सबबी सांगायच्या, तणावामुळे प्रकृती खरोखरीच बिघडायची, अशा गोष्टी घडू लागतात. आपण आई-वडिलांच्या अपेक्षेला उणे पडतो, त्यांचा

अपेक्षाभंग करतो, असं वाटून मुलं स्वतःला अपराधी वाटून घेऊ लागतात. आई-वडिलांशी मोकळेपणानं बोलू शकत नाहीत आणि त्यांच्या मनावरील दडपण, कोंडी वाढत जाते. अपयशाच्या भीतीनं काही बिचारी मुलं घरातून पळूनही जातात, काही तर आत्महत्याही करतात. आपण वेळेवर, म्हणजे मुलांच्या लहानपणापासूनच जागरूक राहून या भयंकर गोष्टी टाळू शकणार नाही का?

मानसिक दडपणामुळे धक्का बसण्याइतका दुष्परिणाम दहावी, बारावीच्या मुलांच्या मनावर होतो, असं अलीकडच्या निरीक्षणातून लक्षात आलं आहे. ही परीक्षणं मध्यमवर्गीय, उच्च मध्यमवर्गीय आणि आर्थिकदृष्ट्या दुबळे अशा मुलांमध्ये करण्यात आली. या परीक्षणात विशेषतः उच्च मध्यमवर्गीय मुलांमध्ये आणि त्यातही पुन्हा हुशार, गुणवत्ता यादीत येऊ शकतील, अशा मुलांमध्ये खालील विकार आढळून आले.

१. रक्तदाब – जवळजवळ पंचवीस टक्के मुलांना हा असतो. उच्चभ्रू शाळांमधली जवळजवळ कोणीच मुलं कोणताही खेळ खेळत नाहीत किंवा व्यायाम करत नाहीत. शाळा व ट्यूशन, क्लासेसमधून वेळच उरत नाही, हे कारण, ही व इतरही बहुसंख्य दहावी, बारावीतली मुलं सांगतात! मात्र हीच मुलं रोज तास-दोन तास टीव्ही बघतात! डोकेदुखी, ॲसिडिटी हा त्रास अनेकांना होतो, तर काहींच्या हातापायांना मुंग्याही येतात! ज्यांना उच्च रक्तदाब आहे, अशा मुलांना परीक्षेचा ताण अतिशय जाणवतो. या मुलांचं व एकूणच बहुसंख्य मुलांचं आठवड्यातून तीन-

चारदा तरी वडापाव, पिझ्झा, पावभाजी, बर्गर, पंजाबी जेवण असलं बाहेरचं खाणं असतं. मध्यमवर्गीय मुलांमध्ये हे सर्व कमी आढळतं, रक्तदाबाचं प्रमाण कमी आढळतं, टीव्ही कमी बघतात; मात्र अशक्तपणा या मुलांमध्ये जास्त आढळतो.

२. थायरॉईड ग्रंथींचा त्रास – मूल एकाएकी फार सुस्त वाटू लागतं, त्याचं वजन फार वाढलं किंवा कमी झालं, ते अतिशय घुमं किंवा चिडचिडं झालं, त्याची भूक फार वाढली किंवा फार कमी झाली, तर केवळ मानसिक ताणामुळे असं होऊ शकतं किंवा थायरॉइड ग्रंथींमध्ये बिघाड झालेला असू शकतो व त्याचं कारण मनावरील ताण हे असू शकतं. ज्या आई-वडिलांचं मुलांकडे नीट लक्ष असतं, त्यांनी असे बदल लक्षात आल्यानंतर लगेचच डॉक्टरी सल्ला घ्यावा.

३. चष्मा लागणे – रात्री पडल्या-पडल्या फार वेळ अपुऱ्या प्रकाशात वाचणं व लिहिणं किंवा मग आहारात जीवनसत्त्वाची उणीव असणं, ही कारणं अनुवंशिकतेच्या जोडीला, डोळे बिघडण्याची असतात. त्यात मनावर ताण असणं, हेही कारण असू शकतं. याच कारणामुळे, म्हणजे डोळ्यांना नीट दिसत नसल्यामुळे किंवा मनावर सतत दडपण असल्यानं, वरचेवर डोकं दुखण्याचा त्रासही होऊ शकतो. अशावेळी मूल उगीचच 'डोकं दुखतं आहे' अशी खोटी सबब अभ्यास न करण्यासाठी सांगत आहे, असं काही आई-वडिलांना वाटतं. तसं असेल, तर मग या समस्येत उलट जास्तच लक्ष घालणं जरूर आहे. मुलांवर टीका किंवा आरोप करणं बंद करून, आपण त्यांच्या मदतीसाठी त्यांच्या पाठीशी आहोत हा विश्वास त्यांना वाटेल, असं वागावं.

४. भूक न लागणं – मानसिक तणावामुळे जेवण न जाणं, ॲसिडिटी होणं व पुरेसं जेवण पोटात न गेल्यामुळे बद्धकोष्ठ होणं आणि या सगळ्यामुळे मूल आणखीच बेचैन होणं असं एक दुष्टचक्रच सुरू होतं.

५. सोरियॉसिस – हा त्वचारोग अलीकडे खूपच वाढलेला दिसतो. तरुण मुलांना हा होण्याचं एक प्रमुख कारण प्रदीर्घ मानसिक ताण हे असू शकतं. वेळेवर कारण दूर झालं नाही व योग्य उपचार झाले नाहीत, तर सोरियॉसिस बरा होणं अवघड असतं.

६. याखेरीज सतत चुळबुळ करत राहणं, हातांनी काही ना काही चाळा करत राहणं, अंगातल्या कपड्यांची बटणं, ओढणी, केस वगैरे हाताळत राहणं, डोळे मिचकावणं, मान, तोंड मधूनमधून वेडंवाकडं करणं इत्यादी सवयीही लागणं सुरू होतं. सुजाण पालकांनी अशा सवयी वेळीच लक्षात घेऊन, त्याबद्दल सर्वांसमोर काही टीका न करता आणि न रागावता, मुलाशी एकट्यानं प्रेमानं बोलून अशा सवयी घालवाव्यात.

हे सर्व पालक करू शकतात, तसंच शिक्षकही करू शकतात; परंतु दुर्दैवानं

आज शाळा व ट्यूशन क्लासेस हे 'शिकवून काढण्याचे कारखाने' झालेले दिसतात आणि इच्छा असली, तरी विद्यार्थ्यांची संख्या इतकी प्रचंड आहे की, शिक्षक प्रत्येक मुलाकडे व्यक्तिगत लक्ष देऊच शकत नाहीत! तरीही, जे शिक्षक असतात, तेच पालकही असतातच! शिवाय प्रत्येक शाळेतून दहावी, अकरावी व बारावीच्या विद्यार्थ्यांसाठी व्यवस्थित वैद्यकीय तपासणी व सर्वंकष समुपदेशन वेळोवेळी केलं गेलं तर किती चांगलं होईल!

या सगळ्या तणावातून काही वेळ सुटून मोकळं वाटून घेण्यासाठी मुलं मग कधी कधी वेडेवाकडे मार्ग शोधू लागतात. काही अकरावी-बारावीची मुलं कॉलेजात जातच नाहीत, नुसतीच क्लासेसना जातात. घरी 'कॉलेजला जातोय' असं सांगितलेलं असतं. म्हणून मग तो वेळ कट्ट्यांवर, अड्ड्यांवर, गप्पा मारण्यात, रेस्टॉरंटमध्ये फास्टफूड खाण्यात, कोल्ड्रिंक्स किंवा बिअर पिण्यात घालवतात! काही मुलं थोडा वेळ तणाव विसरण्यासाठी चक्क धंदेवाईक वेश्यांकडे जातात, हीदेखील वस्तुस्थिती आहे. टीव्हीवरचे लैंगिक भावना उद्दीपित करणारे कार्यक्रम, सगळीकडे सहजपणे मिळणाऱ्या 'ब्ल्यू फिल्म्स'च्या सीडीज्, त्यातली ओंगळ, हिडीस दृश्यं बघून या अस्वस्थ मुलांची डोकी फिरतात, त्यांना गैरवर्तन करायला प्रवृत्त करतात. व्हॅलेंटाइन डेच्या निमित्तानं मुलींना फसवणारेही खूप असतात. या वयातल्या मुलींनाही योग्य मार्गदर्शन न मिळाल्यानं, स्वातंत्र्याच्या चुकीच्या कल्पना डोक्यात भरल्यानं त्या

बहकतात. एखाद्या मुलाबद्दल किंवा मुलीबद्दल वाटणारं शारीरिक आकर्षण, म्हणजे प्रेम, अशी ठाम कल्पना या वयात झालेली असते. कथा, कादंबऱ्या, टीव्ही मालिका, चित्रपट या कल्पनेला खतपाणी घालत असतात! वास्तविक असं आकर्षण हे फार काळ टिकणारं नसतं, आयुष्यातल्या अनेक टक्क्याटोणप्यांना तोंड देऊ शकणारं नसतं, अशा प्रेमामागे विशेष खोलवर विचार केलेला नसतो; पण हे आकर्षण म्हणजेच प्रेम, असं वाटून आधुनिकतेच्या नावाखाली मग स्वच्छंद वागण्याला, अनिर्बंध लैंगिक संबंधांना सुरुवात होते. पुढचा मागचा विचार करण्याइतकं मन थाऱ्यावर नसतं. आपापल्या नोकऱ्या, तिथले ताणतणाव किंवा मग क्लब, पार्ट्या, पत्ते अशा गोष्टींमध्ये मुलांकडे बारीक लक्ष ठेवायला वेळच नसलेल्या आई-वडिलांना आपल्या मुलांचं वागणं कुठल्या थराला गेलं आहे, ती काय करत आहेत, याचा पत्ताही नसतो. मुलींना दिवस राहणं, मग परस्पर गर्भपात करून घेऊन मोकळं होणं, लैंगिक रोग, एड्ससुद्धा होणं या गोष्टी वाटतात तितक्या कमी प्रमाणात नाहीत! पालकांनी वेळीच जागं होऊन ही परिस्थिती सुधारण्यासाठी तातडीनं निकराचा प्रयत्न करण्याची गरज आहे.

या तणावयुगातल्या तरुण पिढीला सुरुवातीच्या तरुणाईच्या वर्षांमध्ये तणावांशी झुंजायला शिकवायचं काम घरातल्या त्यांच्या आई-वडील किंवा जे कोण पालक असतील त्यांचं आहे. अगदी अलीकडेच वाचलं की, हल्ली पौगंडावस्थेत असलेल्या मुला-मुलींपैकी चाळीस ते पन्नास टक्के मुलं मानसिकदृष्ट्या अस्वस्थ– maladjusted असतात. हे कधी उघड दिसून येतं, कधी येत नाही; पण म्हणूनच या वयातल्या मुला-मुलींना एकटं पडल्यासारखं वाटू न देणं, त्यांच्या मन:स्थितीची घरच्या वडील मंडळींना समज आहे, असं त्यांना जाणवून देणं अत्यंत महत्त्वाचं आहे. शाळा व ज्युनियर कॉलेजमधल्या अधिकारी व्यक्तींनीही या बाबतीत काही सक्रिय पावलं उचलणं जरूर आहे. मनानं गोंधळलेल्या अवस्थेत या तरुण मुला-मुलींना आपल्याला समजून घेणारं, मैत्रीपूर्ण चार शब्द सांगणारं कोणीतरी हवं असतं; पण पहिलं पाऊल मोठ्यांनी उचललं, तर ते त्यांना जास्त भावेलसं वाटतं! या वयातली पन्नास टक्क्यांहून जास्त मुलं आणि त्यांचे आई-वडील एकमेकांना समजू शकत नाहीत, असं मध्यंतरी वाचलं. त्यामुळे त्यांच्या एकमेकांशी बोलण्या-वागण्यात मोकळेपणा नसतो. आता संवादच नसेल, तर समजून कसं घेता येणार? तेव्हा उघड आहे की, या सर्व मुला-मुलींना त्यांची तणावपूर्ण मन:स्थिती सुधारण्यासाठी कोणीतरी त्यांना विश्वासात घेऊन त्यांच्याशी मोकळेपणानं बोलणारं हवं असतं. पण असं कोणीतरी त्यांना क्वचितच मिळतं. खरं म्हणजे आई-वडील आणि मुलं यांच्यात मैत्रीचं, दिलखुलास नातं या वयात असलं पाहिजे, तसं ते निर्माण करता नाही येणार?

प्रथम असा विचार करू या की, सुरुवात कुठून करायची? खरं म्हणजे तरुणाईला

समजून घ्यायची सुरुवात त्यांच्या बालपणापासूनच व्हायला हवी. घरात खेळीमेळीचं, मोकळं, आनंदी वातावरण असणं, हे मूल आनंदी, मोकळेपणानं आई-वडिलांशी बोलू शकणारं व्हायला अत्यंत आवश्यक आहे. मुलाला शिस्त अवश्य लावावी; परंतु धाक आणि भीती कधीही नसावी. मुलं जसजशी मोठी होत जातील, तसतसे त्यांच्याशी संबंध मैत्रीपूर्ण व्हावेत. प्रत्येक बाबतीत त्यांच्याशी संवाद असावा, दहशत नसावी. मात्र मोठेपणी पदरी पडू शकणारी निराशा, अपयश पचवण्याची ताकद वाढविण्यासाठी त्यांना मनानं सुदृढ बनवलं पाहिजे. सदैव आई-वडिलांवर विसंबून, अवलंबून राहणारी, मनानं पंगू अशी ती होऊ नयेत. आपल्या अडचणीच्या वेळी आई-वडिलांचा आधार व पाठिंबा आहे, हे त्यांना मनात ठाऊक असावं. पण केवळ त्या आधारानं त्यांनी उभं राहायचं नाहीये, स्वत:च्या पायांवर उभं राहायचं आहे, याचीही जाणीव करून द्यावी. त्यांची मनं एवढी सुदृढ बनवावीत की, कोणालाही हवी असलेली प्रत्येक वस्तू आयुष्यात मिळतेच असं नाही, हे त्यांनी जाणून असावं. स्वत:ची लहानसहान कामं स्वत: करायची, स्वत:च्या जबाबदाऱ्या समजून घ्यायच्या, हे लहानपणीच शिकवावं, म्हणजे मोठेपणी कोणावर तरी अवलंबून राहण्याचा त्यांचा स्वभाव होणार नाही. आजच्या जगात सगळ्या गोष्टी 'रेडिमेड' मिळतात– रेडिमेड मिळत नाही, ते फक्त चारित्र्य! ते कणाकणानं लहानपणापासून घडवावं लागतं आणि आपल्या मुलांच्या चारित्र्याचे शिल्पकार आपणच असतो! त्यामुळे आपल्या वागण्यातून त्यांच्यावर योग्य ते संस्कार करणं, चांगलं उदाहरण समोर ठेवणं, हे आपलं काम आहे.

यासाठी आई-वडिलांनी स्वत:वरही काही बंधनं घालून घेणं जरुरीचं आहे. स्वत:च्या आयुष्यक्रमातही शिस्त आणणं आवश्यक आहे. मूल अभ्यास करत असेल तेव्हा, त्याची शाळा, कॉलेज, क्लासेसला जाण्या-येण्याची वेळ असेल तेव्हा, होता होईतो निदान आईनं घरी राहावं. ती नोकरी करत असेल, तर नाइलाज आहे; पण शक्यतो तेथूनही संपर्क-संवाद ठेवावा. आपली दरकार, आपली काळजी घरी सर्वांना आहे, हे या वयात जाणवणं फार जरुरीचं असतं. मुलांना मनापासून अभ्यास करावासा वाटेल, असं वातावरण घरात असावं. मुलं अभ्यास करत आहेत आणि आई-वडील त्यांना टीव्ही बघू न देता स्वत: मात्र बघत बसले आहेत; मुलं रात्री जागून अभ्यास करत आहेत आणि आई-वडील पत्त्यांचा अड्डा जमवून बसले आहेत, ही आई-वडिलांची अविचारी वागणूक मुलांसाठी अभ्यासाचं छानसं वातावरण नक्कीच तयार करत नाही! बस् एवढी दोन-तीन वर्षं टीव्ही आणि पत्ते बंद करून आपणही काही छान पुस्तकं वाचण्यात घालवली, तर आपलीही मनं जास्त समृद्ध होतील!

खरंच, पालक असं वागले, तर मुलांना नक्कीच पटेल की, ही दोन-तीन वर्षं आपण अभ्यासावर जास्त लक्ष केंद्रित करायचं आहे, ते आपल्या स्वत:च्या भवितव्यासाठी. आपल्याकडून होईल तितका उत्तम अभ्यास आपण आपल्याच चांगल्यासाठी करायचा आहे; मात्र एक करावं आई-वडिलांनी की, थोडे फार कमी-जास्त मार्क मिळाले म्हणून मुलांना धारेवर धरू नये. 'करिअर खलास होण्याचा' बागुलबुवा दाखवत राहू नये. घरातलं वातावरण हसतं-खेळतं, परस्पर विश्वासाचं, सहकार्याचं असावं. यासाठी आई-वडिलांनी स्वत:ही अखंड टेन्शनमध्ये न राहता, 'ही झुंज आपण सगळे मिळून जिंकणार आहोत. तू तुझ्याकडून उत्तम प्रयत्न कर, यश येईलच. आम्ही तुझ्या पाठीशी आहोत' अशी वृत्ती ठेवावी. दुसरं महत्त्वाचं म्हणजे, 'दुर्दैवानं तुला हव्या त्या कोर्सला प्रवेश नाहीच मिळाला, तर आपण चांगला पर्याय शोधू या, त्याची काळजी आत्ता करू नको,' असं आश्वासन देऊन स्वत:ही त्याप्रमाणेच वागावं.

आणि– तुमच्या मुलांकडून अवाजवी अपेक्षा ठेवू नका. घरच्या वडील मंडळींपैकी कोणीच खूप हुशार नसलं, तरी मुलांनी मात्र खूप मार्क मिळवलेच पाहिजेत, ही अपेक्षा का ठेवावी?

मुलांनी किती तास अभ्यास केला, याला कमी महत्त्व द्यावं. जो अभ्यास ती करतील तो मन लावून, एकाग्रतेनं करण्यासाठी प्रोत्साहन द्यावं. प्रत्येकाच्या मेंदूची क्षमता वेगळी असते, विश्रांतीची गरज कमी-जास्त असते, प्रत्येक विषयाचं आकलन सगळ्यांना तितकंच आणि तितक्याच वेळात होत नाही. श्रेयाला भाषा विषयांमध्ये गती असेल; पण गणित करायला लागलं की, जांभया येत असतील!

दिव्येशला सायन्स, गणित हे विषय पटापट समजत असतील, तर हिंदी, मराठी त्याला रडकुंडीला आणत असतील. निमिषची झोपेची गरज नैसर्गिकरीत्याच जास्त असल्यानं त्याला झोप आवरत नसेल. पण म्हणून श्रेया, दिव्येश, निमिष या किंवा यांच्यासारख्या मुलांच्या आई-वडिलांनी हताश होण्याची गरज नाही.

सर्व विषयांत पास होणं आणि तेही शक्य तितके जास्त मार्क मिळवून, हे त्यांच्या पुढील करिअरच्या दृष्टीनं महत्त्वाचं आहे, हे त्यांच्या मनावर बिंबवा. 'तूच आहेस तुझ्या जीवनाचा शिल्पकार' हे ब्रीदवाक्य होऊ द्या त्यांचं. व्यवस्थित चांगला अभ्यास करणं हे आई-वडिलांवर उपकार म्हणून नव्हे, तर त्यांच्या स्वतःच्या भविष्यासाठी अत्यंत आवश्यक आहे, हे ती लहान असल्यापासून त्यांच्या मनावर ठसलं, तर दहावी असो की बारावी, त्यांची तीच झटून अभ्यासाला लागतील. मारून मुटकून वैद्यबुवा करता येत नाही, धाकदपटशांचा परिणाम चांगला होत नाही, हे आई-वडिलांनीच लक्षात ठेवावं.

निर्मलाचे पती कामानिमित्त वरचेवर परगावी असतात. खर्चाच्या तोंड मिळवणीसाठी तीही मुलं मोठी झाल्यापासून नोकरी करते. पण तिनं तिच्या अनिष आणि पूर्वा या दोघाही मुलांना, ती जाणती झाल्यावर जवळ बसवून स्पष्टपणे सांगितलं की शिकवण्या, क्लासेस या गोष्टी त्यांच्या कुटुंबाला परवडणाऱ्या नाहीत आणि अभ्यासात दोघंही चांगली आहेत, तेव्हा सगळी मुलं लावतात म्हणून केवळ त्यांनीही क्लास लावायची जरूर नाही. व्यवस्थित लक्ष देऊन शाळा-कॉलेजात शिकलं, नीट वेळापत्रक आखून सर्व वेळ कारणी लावला, तर त्यांना अगदी चांगले मार्क मिळू शकतील. त्यांना आपल्या आयुष्याचं काय करायचं आहे, हे त्यांनी ठरवायचं आहे. आई-बाबांचा आधार व पाठिंबा सतत राहील. पण अभ्यास करणं, ही जबाबदारी सर्वस्वी अनिष आणि पूर्वा यांची स्वतःचीच आहे. दहावीतल्या अनिषच्या आणि बारावीतल्या पूर्वाच्या मनावर हे इतकं ठसलं होतं की, स्वतःचा स्वतः अभ्यास करून दोघांनीही उत्तम मार्क मिळवले. क्लासला जाण्या-येण्याचा वेळ आणि फीचा खर्च तर वाचलाच, पण दोघांचाही आत्मविश्वास प्रचंड वाढला.

काही क्लासेसला गेलं, म्हणजे 'पास होण्याची गॅरंटी' दिली जाते. (कशी काय?) दुसऱ्या काही क्लासेसमध्ये संभाव्य प्रश्न किंवा तथाकथित प्रत्यक्ष प्रश्नपत्रिकाच परीक्षेपूर्वी मिळते, अशा अफवा मुलांनी ऐकलेल्या असतात. त्या खऱ्या आहेत की खोट्या; पण तसं करणं आपल्या आणि मुलांच्या सदसद्विवेकबुद्धीला पटलंच नाही पाहिजे, नाही का? शिवाय अशा मार्गांनी मिळवलेल्या मार्कांचा पुढच्या सबंध शिक्षणात कितीसा उपयोग होईल? असे मिळवलेले मार्क मुलांना मनापासून खरा आनंद देतील की, गैरमार्गानं वागायला शिकवतील?

मुलं मनापासून अभ्यास करत असतील, तेव्हा घरात शांत, प्रसन्न वातावरण

ठेवावं. कोणाला रात्री जागायला जमतं, तर कोणाला पहाटे उठून अभ्यास करायला ताजंतवानं वाटतं. या बाबतीत प्रत्येक मुलाचा नैसर्गिक कल असेल, ती वेळ त्याला अभ्यासाकरता ठेवू द्यावी. परीक्षांचे, अभ्यासाचे दिवस जवळ येऊ लागण्याच्या काही दिवस आधीपासूनच घरी पाहुणे बोलावणं, पार्ट्या देणं, भिशी, पत्त्यांची 'सेशन्स' अशा गोष्टी बंद कराव्यात आणि मुलं घरी असतील, त्या वेळात आपण घरी राहावं. मात्र हे करताना हौतात्म्याचा आव आणू नये, सारखं तसं बोलून दाखवू नये, शांत, हसतमुख राहावं.

मुलींच्या बाबतीत परीक्षा जवळ आल्या की, मनावरील ताणामुळे कधी कधी मासिक पाळी अनियमित होते आणि त्यामुळे त्यांना त्रास होतो, अस्वस्थ वाटतं. जरूर वाटल्यास डॉक्टरी सल्ला घ्यावा; पण भलतीसलती औषधं मात्र (पाळी बंद किंवा चालू होण्यासाठी) देऊ नयेत. ही औषधं हार्मोन्सवर परिणाम करणारी असतात व ती घेण्याची सवय लागली, तर दूरगामी दुष्परिणाम होऊ शकतात. मुलीचं मन एकंदरीत शांत व प्रसन्न राहील, यासाठी तिला विश्वासात घेऊन समजावून सांगावं.

एक लहानशीच बाब; परंतु परीक्षांच्या ताणतणावांना झुंज द्यायला मदतरूप होण्यासाठी लिहीत आहे. अशा या सर्व गोष्टींचा नक्की उपयोग होतो, त्यातलीच ही एक. आपण मारे आपल्या मन्यासाठी टेबल, खुर्ची, शेल्फ असा सगळा सरंजाम ठेवला असेल, तरी त्याला जर थंड जमिनीवर भिंतीशी टेकून पाय पसरून बसूनच अभ्यास करायला आवडत असेल, तर उगाच हरकती घेऊ नये. त्याचं मन एकाग्र झाल्याशी कारण! मधूनमधून दहा-पंधरा मिनिटांचा ब्रेक घेऊन क्रिकेट मॅचचा स्कोअर किती झाला, हे त्याला बघावंसं वाटलं, तर बघू द्यावं– काही आभाळ कोसळणार नाही! त्या वेळाचाच उपयोग त्याला सुस्ती येणार नाही, असा हलकासा नाश्ता, सरबत, थंड ताक इ. द्यायला करावा आणि गमतीच्या, प्रोत्साहनाच्या थोड्या गप्पागोष्टी कराव्या.

आणि हो, मुलांच्या मनात कुठलं तरी श्रद्धास्थान अवश्य असू द्या. मुलं लहान असल्यापासूनच संपूर्ण संध्याकाळ टीव्हीचा आवाज घरात घुमत राहू देऊ नये. दिवेलागणीचा निदान पंधरा-वीस मिनिटांचा वेळ टीव्ही, कॅसेट इ. बंद ठेवावं. देवापुढे समई, उदबत्ती लावावी आणि पाच-दहा मिनिटं तिथे शांत बसून थोडे काही प्रार्थनेचे श्लोक म्हणून मनोभावे नमस्कार करण्याची प्रथा ठेवावी. मुलं लहान असल्यापासूनच आपण अशी प्रथा ठेवली, तर हा दैनंदिन कार्यक्रमाचा भाग घरच्या सगळ्यांसाठीच सवयीचा होऊन जाईल. पूजा, गुरुमहाराज, जप-तप, नवस, व्रत इत्यादींचं अवडंबर मात्र माजवण्याची काहीही गरज नाही. परंतु मन शांत करण्यासाठी दिवस संपतानाची ही दहा मिनिटं खात्रीनं उपयोगी ठरतात.

श्रद्धापूर्वक प्रार्थना करण्याबरोबरच आणखीही एक गोष्ट माझ्या तरुण मित्रमैत्रिणींनी करून बघावी. रोज रात्री झोपताना आपल्याला मिळालेल्या आयुष्यातला जो एक दिवस आज संपला, त्यात आपण काय काय केलं, याचा स्वतःच्याच मनाशी आढावा घ्यावा. काय चांगल्या गोष्टी केल्या? कुठल्या चुका केल्या? काय टाळता आलं असतं? काय करता आलं असतं, असा विचार करून मग जो दुसरा दिवस – नवा कोरा – आपल्या आयुष्यातला उद्या उजाडणार असतो, तेव्हा काय काय करायचं, हे ठरवावं अन् मग समाधानानं, निश्चिंत मनानं झोपी जावं. तुमच्या चुका माफ करणारा आणि तुम्हाला सद्बुद्धी देणारा जगन्नियंता आहेच. तुम्ही केलेल्या बऱ्या-वाईट गोष्टी खरोखर माहीत असतात, फक्त दोघांनाच – तुमच्या मनाला आणि त्या जगन्नियंत्याला – आणि यापैकी कोणालाच तुम्ही फसवू शकत नाही!

पंधरा ते अठरा या वर्षांमधल्या दहावी-बारावीच्या परीक्षांमुळं मुलांवर आणि घरातल्या वडील मंडळींवर हल्ली जो ताण असतो, त्याला तोंड कसं देता येईल, या अवघड वर्षांमध्ये मुलांना समजून घेऊन मानसिक आधार कसा देता येईल, याबद्दल आपण आत्तापर्यंत विचार केला. मुलं जसजशी मोठी होतील, तसतशा त्यांच्या वागणुकीतल्या काही गोष्टी आपल्याला पटत नाहीत, असंही होईल. जे पटत नाही, त्याबद्दल चर्चा करण्याइतकं ते महत्त्वाचं आहे का, याचा आधी विचार करावा. आभानं हल्लीच्या फॅशनप्रमाणे कधी कधी केस मोकळे सोडले, तर तो वादाचा मुद्दा ठरू नये! कारण तसे केस जरी जाहिराती आणि मालिकांमध्ये छान दिसले, तरी दिवसाकाठी त्यात गुंता होतो आणि केस जातात हे तिचं तिलाच कळेल हळूहळू! आणि विशालची अस्ताव्यस्त खोली रोजच्या रोज आवरायला आईला वेळ नसतो; पण आभाच्या मैत्रिणी घरी आल्या, तर ती खोली बघून खुसखुसतात, हसतात, हे त्याच्या लक्षात येईलसं बघावं– परिस्थिती आपोआप सुधारेल!

येता-जाता वाढत्या वयाच्या मुलांवर टीका करत राहिलं, तर टीकेचे शब्द त्यांच्या कानांवर पडत राहतात; पण मनापर्यंत पोहोचतच नाहीत, कारण मनानं त्यांनी 'कान बंद करून घेतलेले' असतात! टीका करण्याचा अशा परिस्थितीत काहीही उपयोग होत नाही! नाहीतरी आपल्याला न आवडणाऱ्या प्रत्येक गोष्टीवर टीका करण्याचा उपयोग कधी होतच नाही, उलट ज्याच्यावर टीका होत असेल, ती व्यक्ती टीका करणाऱ्याहून वयानं लहान असेल व तिच्यावरच टीकेचा भडिमार होत असेल, तर टीका करणाऱ्यावर राग, आकस, चीड येणं एवढाच परिणाम होतो, कारण ती उलट बोलण्याच्या परिस्थितीत नसते. टीका चार लोकांसमोर झाली, तर आणखीच वाईट आणि जिच्यावर टीका होत आहे, ती व्यक्ती जर तेथे नसेलच, तर त्या टीकेचा उपयोग काय? शून्य! आपल्या मुलांचं वागणं सुधारायचं असेल, तर त्यांच्याशी एकट्यानं, शांतपणानं, समजुतीनं बोलावं. काय आणि का

सुधारायला हवं, हे समजावून सांगावं. टीका अशा तऱ्हेनं करावी की, आपण त्यांना मदत करतो आहोत, असं त्यांना वाटलं पाहिजे.

नेहमी म्हटलं जातं की, हल्लीच्या तरुण पिढीला खूप मिळालंय... खरंय, टीकाही खूप होते त्यांच्यावर! शिवाय मुख्य म्हणजे वर म्हटलंय तसं टीका केलीच पाहिजे इतकी गंभीर गोष्ट आहे का, हा विचार आधी करावा आणि हो, त्यांच्या वागण्यावर टीका करत असाल, तर स्वत:चं वागणं आधी प्रामाणिकपणानं तपासून बघा. घरातल्या मोठ्या माणसांना 'शहाण्यासारखं', 'समजूतदारपणानं', 'हट्ट न करता', 'आरडाओरडा न करता', 'शिवीगाळ न करता' वागताना बघितलं असेल, तर तीही तशी वागतील ना? तुम्ही केलेला 'उपदेश' मुलं कदाचित पाळणार नाहीत; पण तुमच्या वागण्याचं उदाहरण कळत नकळत समोर ठेवतीलच!

आता थोडं थेट हितगूज या वयोगटातल्या मुला-मुलींशी. मुलांनो, तुमच्या न् माझ्या वयात किती अंतर आहे, हे महत्त्वाचं नाही, ते कधीच नसतं! आपले विचार जुळले, तर आपली मैत्री होऊ शकते. माझे विचार तुम्हाला थोडेफार तरी पटतील, असं मला वाटतं म्हणून आपली मैत्री मी गृहीतच धरते आहे! तर असं पाहा मित्रमैत्रिणींनो, तुम्ही जगता आहात, ते आयुष्य तुमचं आहे. तुम्हाला ते तुमच्यासाठी सुखीसमाधानी करण्याचा प्रयत्न करायचाय, होय ना? मग त्यासाठी तुमचे खरे हिंतचिंतक, म्हणजे (तुम्हाला कधी कधी 'जाम बोअर' वाटणारी!) घरातली वडील माणसंच, या माझ्या सांगण्यावर विश्वास ठेवा; परंतु खरं म्हणजे ते घडवायचंय तुम्हाला. तुमच्यातल्या कर्तृत्वशक्तीला सीमा नाहीतच असा विश्वास बाळगा, स्वत:ला अजिबात कमी लेखू नका. हीच वर्षं आहेत तुमच्या पुढच्या आयुष्याची आधारशिला बनवायची. अगदी एक-दोनदा अपयश आलं, तरीही खचून जाण्याचं मुळीच कारण नाही. पुन्हा प्रयत्न करा. जरूरच वाटल्यास वेगळा अभ्यासक्रम निवडा.

प्रत्येकाच्या अंगात देवानं काहीतरी गुण, कला, कुठल्यातरी विषयातली उपजत जाण दिलेली असते, ती शोधून काढायला घरच्यांच्या किंवा संस्थांमधल्या मार्गदर्शनाची मदत घ्या आणि हिमतीनं, नेटानं कामाला लागा. काहीतरी करून दाखवायची नुसती स्वप्नं बघत बसू नका! जागे व्हा आणि स्वप्नं खरी करण्यासाठी कामाला लागा. लक्षात घेण्यासारखी एक गोष्ट अशी आहे की, प्रयत्न न केल्यानं आयुष्यात एकच गोष्ट मिळते– अपयश!

परीक्षांमध्ये अपयशी होऊन किंवा कसंबसं पास होऊनही पुढील आयुष्यात अत्यंत यशस्वी झालेली कितीतरी माणसं असतात! जगभरातील युवा पिढीचे हिरो 'बिल गेट्स' यांचं उदाहरण तर जगप्रसिद्ध आहे. कॉम्प्युटर सामान्य माणसाच्या रोजच्या वापरात आणायचा, हे त्यांचं स्वप्न होतं. दोन वर्षं हार्वर्डला अभ्यास केल्यानंतर त्यांनी कॉलेज सोडून दिलं. आज बिल गेट्स जगातील सर्वांत श्रीमंत

माणूस आहे!

अमेरिकेतलं राहू द्या. 'ऋतुरंग प्रकाशन'नं 'नापास मुलांची गोष्ट' नावाचं एक पुस्तक प्रसिद्ध केलंय. प्रकाशन समारंभाला उपस्थित राहिलेली अनेक मंडळी कधी ना कधी परीक्षेत नापास झालेली होती. त्यामध्ये कोण कोण होतं ठाऊक आहे? सुशीलकुमार शिंदे, ज्योतिर्भास्कर जयंत साळगावकर, न्यायमूर्ती चंद्रशेखर धर्माधिकारी, प्रसिद्ध अर्थतज्ज्ञ आणि आता पुणे युनिव्हर्सिटीचे कुलगुरू नरेंद्र जाधव! आणि पुस्तकात कोणाकोणाबद्दल लिहिलंय ठाऊक आहे? थक्कच व्हाल तुम्ही! महात्मा गांधी, अल्बर्ट आइन्स्टाइन, जे कृष्णमूर्ती, विन्स्टन चर्चिल, लोकमान्य टिळक, इंदिरा गांधी, यशवंतराव चव्हाण, दया पवार, ना. सी. फडके, आर. के. लक्ष्मण, गुलजार, लक्ष्मण माने अशा अनेक प्रसिद्ध व्यक्ती शाळेत किंवा कॉलेजात कधी ना कधी नापास झाल्या होत्या! यांच्यातल्या काहींनी पुन्हा त्याच परीक्षा देऊन यश मिळवलं, तर काहींनी स्वत:च्या आवडीच्या वेगळ्या क्षेत्रात काम करून खूप यश आणि कीर्ती मिळवली. तेव्हा हेही शक्य आहे की, तुमचे प्रयत्न कमी पडले.

मी आधी एकदा म्हटलं आहे त्याप्रमाणे, तुम्ही किती ट्यूशन-क्लासेसना जाण्यात वेळ आणि श्रम घालवता, किती तास जागरणं करता, हे महत्त्वाचं नाही. तुम्ही किती समजून घेऊन आणि मन लावून अभ्यास करता, हे महत्त्वाचं आहे. तेव्हा हा विचार करा की, तुम्ही पुरेसे प्रयत्न न केल्यानं अयशस्वी झाला असाल, तर प्रयत्नच सोडून देणं बरोबर आहे की, प्रयत्नांची दिशा बदलणं जरूर आहे? तेव्हा निश्चयाचं बळ वाढवा. काही जणांचं नशीबच चांगलं असतं, असं वाटतं ना तुम्हाला? अगदीच खोटं नाही ते; पण तरीही बहुसंख्य लोक आपलं लक्ष्य गाठतात निश्चयाच्या बळावर, हे जास्त खरं आहे.

या विषयाची चर्चा संपवताना, तरुण पिढीचे आदर्श बिल गेट्स यांनी पंधरा जानेवारी २००३ रोजी तुमच्या वयाच्या तरुणांना उद्देशून दिलेल्या भाषणातला काही भाग पुढे देत आहे. तो वाचा आणि विचार करून समजून घ्या. कंसात मथितार्थ समजेल, असा स्वैर अनुवाद दिला आहे. इंग्लिश वाक्यांमधील अधोरेखित शब्द स्वत: बिल गेट्सनीच अधोरेखित केलेले आहेत.

The Eleven Commandments
या अकरा गोष्टी समजून घ्या.

1. Life is not fair – get used to it.

(आयुष्यात नेहमीच न्याय मिळतो असं नाही, हे लक्षात ठेवून जगायला शिका.)

2. The world won't care about your self-esteem. The world will expect you to accomplish something <u>before</u> you feel good about yourself.

(तुमच्या स्वाभिमानाला जग जपणार नसतं. स्वत:ची पाठ थोपटून घेण्यापूर्वी तुम्ही विशेष काही करून दाखवावं, अशी जगाची अपेक्षा असते.)

3. you will <u>not</u> make $ 40,000 a year right out of a Highschool. You won't be a vice-president with a carphone until you earn both.

(कॉलेजातून बाहेर पडल्याबरोबर लठ्ठ पगाराची नोकरी तुम्हाला मिळणार नाही. टेलिफोन बसवलेली गाडी आणि कंपनीच्या व्हाइस प्रेसिडेंटचा हुद्दा हा तुम्ही तुमच्या लायकीनं मिळवेपर्यंत तुम्हाला मिळणार नाही.)

4. If you think your teacher is tough, wait until you get a boss.
(तुमचे शिक्षक फार कडक आहेत असं तुम्हाला वाटतं ना? नोकरीतल्या वरिष्ठांचा अनुभव घ्या आणि मग बोला!)

5. Flipping burgers is not beneath your dignity. Your grandparents had a different word for burger-flipping- they called it opportunity.

(शिकत असताना कुठलंही काम करून पैसे मिळवण्यात काहीही कमीपणा नाही. तुमच्या आजी-आजोबांच्या वेळी असं करण्याला 'संधी मिळणं' म्हणत असत.)

6. If you mess it up, it is not your parent's fault. So don't whine about your mistakes, learn from them.

(तुम्ही चुका केल्यात आणि गोंधळ झाला, तर तो दोष तुमच्या आई-वडिलांचा नसतो. तुमच्या हातून झालेल्या चुकांचं रडगाणं गात बसू नका, त्या चुकांमधून धडा घ्या.)

7. Before you were born, your parents were not as boring as they are now. They have got that way from paying your bills,

cleaning your clothes and listening to you talk about how cool you are. So before you save the rainforest from the parasites of your parent's generation, try delousing the closet in your own room.

(तुम्हाला आज 'जाम बोअर' वाटणारे तुमचे आई-वडील तुमच्या जन्मापूर्वी तसे नव्हते. तुमच्यासाठी काबाडकष्ट करता करता, तुमच्यावर होणारे खर्च भागवता भागवता आणि तुमच्या बढाया ऐकून घेता घेता ते तसे झाले आहेत. तेव्हा तुमच्या मनातलं सुंदर जग वडील पिढीच्या तावडीतून वाचवण्यापूर्वी स्वत:च्या आसपासचा आणि मनातला कचरा आधी स्वच्छ करा!)

8. Your school may have done away with winners and losers, but life has not. In some schools they have abolished falling grades and they will give you as many times as you want, to get the right answer. This doesn't bear the slightest resemblance to anything in real life.

(काही शाळा/कॉलेजांमधून रँक किंवा ग्रेड देण्याची पद्धत काढून टाकली आहे. वास्तव आयुष्यात असं होत नसतं– तुमच्या कामाचं मूल्यमापन केलं जातंच. काही शाळांमध्ये कोणाला नापास करतच नाहीत, तर काहींमध्ये तुम्हाला पास होईपर्यंत कितीदाही पुन्हा पुन्हा संधी दिली जाते. वास्तव जगातली परिस्थिती कधीही अशी नसते.)

9. Life is not divided into semesters. You don't get summers off and very few employers are interested in helping you find yourself. Do that on your own time.

(शाळा-कॉलेजबाहेरच्या खऱ्या जगात कामातून विश्रांती म्हणून मोठाल्या सुट्ट्या दिल्या जात नसतात किंवा काम शिकून रुळायला वेळ वगैरे दिला जात नसतो. विश्रांतीसाठी तुमची हक्काची रजाच खर्च करावी लागते आणि काम शिकायला नोकरीचा नाही, आपला स्वत:चा वेळ खर्च करावा लागतो.)

10. Television is <u>not</u> real life. In real life, people actually have to leave the coffee shops and go to jobs.

(खरं आयुष्य टीव्हीवर दाखवतात तसं नसतं. खऱ्या आयुष्यात कॉफी शॉपमधून उठून कामाला जुंपावं लागतं.)

11. Be nice to nerds. Chances are you will end up working for one!

(कॉम्प्युटरवेड्या, रुक्ष माणसांशीही चांगुलपणानं वागायला शिका. असलाच एखादा तुमचा वरिष्ठ होण्याची पुरेपूर शक्यता आहे!)

या आणि इथून पुढच्या कॉलेजच्या वर्षांमध्ये मुलांचं घराबाहेरचं विश्व खूप बदलतं आणि विस्तारत जातं. मुलं कुठला कोर्स आणि किती मनापासून करत आहेत यावर अभ्यासाचं दडपण अवलंबून असतं. लहानपणापासून आपल्या अभ्यासाची जबाबदारी आपली आहे, हे मुलांच्या मनावर चांगलं ठसलं असेल, तर इतर अनेक गोष्टींची, स्वच्छंद, स्वतंत्र आयुष्याची कितीही भुरळ पडत असली, मजा वाटत असली, तरी ती मनाचा तोल ढळू न देता अभ्यास सांभाळून थोडीफार मजाही करतील. अभ्यास आणि करिअर सांभाळणं याव्यतिरिक्त इतर काळज्या बहुतेक मुलांना या वयात जाणवत नाहीत, त्यामुळे त्यातल्या त्यात अगदी तणावमुक्त नाही, तरी कमी तणावाची अशी ही वर्षं असतात.

पालकांनीही हे लक्षात घ्यावं आणि प्रत्येक गोष्टीत फार चौकश्या, फार निर्बंध घालू नयेत. तसं केल्यानं पालकांच्या मनात 'मुलं घराबाहेर कशी वागत असतील' या विचाराचं टेन्शन राहतं, ज्याचा काडीचाही उपयोग नसतो. फक्त फार प्रश्न, फार शिस्त लावायला गेलं, तर ते न आवडून, या बंडखोर वृत्ती उफाळून येण्याच्या वयात मुलं पालकांपासून दुरावतात. कारण प्रश्न व अविश्वास न आवडून, ती

तुम्हाला कळू न देता काही गोष्टी करू लागतात! उदा. कॉलेज बुडवून सिनेमाला जाणं, बाहेर अवाच्या सवा खर्च करून खाणं-पिणं, सिगारेट ओढणं, बिअर पिणं, हे हल्ली साधं कोल्ड्रिंक पिण्यासारखं होत चाललं आहे. स्मोकिंगचे दुष्परिणाम ठाऊक असूनही मुलं व मुलीही बेदरकारपणे स्मोकिंग करण्यात आपण विशेष काही करत आहोत, असं वाटून घेऊन स्वत:लाच फसवत असतात!

विशेषत: परगावी राहून शिकणारी मुलं-मुली किंवा घरी असली, तरी जाण्या-येण्याच्या वेळा, कॉलेजच्या वेळा हे सांगून जाण्याची ज्या घरांमध्ये आधीपासून शिस्त लावलेली नाही, अशी मुलं व्यसनांना बळी पडतात आणि वेळ, पैसे, करिअर, म्हणजेच पर्यायानं त्यांच्याच भविष्याचा नाश करतात. अठरा-वीस वर्षांची मुलं स्वत:चं भलं कशात आहे, हे समजण्याइतकी परिपक्व नक्कीच असतात. त्यांना सुरुवातीलाच जवळ बसवून शांतपणे, पण गंभीरपणे समजवावं की, इथून पुढील अभ्यासाच्या वर्षांचं महत्त्व आणि हा त्यांच्या संपूर्ण भविष्यकाळाचा, तसंच प्रकृतीचाही प्रश्न आहे, हे लक्षात घेता, त्यांनी त्यांची जबाबदारी समजून वागावं. आई-वडिलांना फसवणं सोपं आहे, ते पोलीसगिरी करू शकणार नाहीत, करणारही नाहीत. पण त्यांना फसवून स्वत:चं नुकसान होईल असं वागण्यात काहीही मर्दुमकी नाही! 'It's my life!' मुलं ऐटीत म्हणतात. खरंय. अगदी खरंय! म्हणूनच ते सुंदर बनवणं किंवा त्याची नासाडी करणं दोन्ही तीच करू शकतील!

मात्र एक आहे की, वाढत्या वयातल्या मुलांना आपण देऊ शकतो भरभक्कम आधार– सर्व प्रसंगांशी सामना करण्यासाठी, अवघड परिस्थितीत झुंज देण्यासाठी. एखाद्या विश्वासू मित्रासारखे त्यांचे प्रश्न आपण समजून घेतले पाहिजेत आणि मुख्य म्हणजे आपली स्वत:ची वागणूक अशी असली पाहिजे, जी त्यांना आदर्श म्हणून समोर ठेवता येईल. उदाहरणार्थ व्यसनांबद्दल बोलायचं तर, आई-वडिलच जर प्रमाणाबाहेर ड्रिंक्स घेत असतील, वडील तंबाखू खात असतील किंवा सिगारेट्स ओढत असतील, त्यांनाच बाहेर जेवायला जाण्याची किंवा आठवड्याला एक तरी सिनेमा बघण्याची अनावर हौस– म्हणजेच व्यसन असेल, तर ती कुठल्या तोंडानं मुलांना या सवयींबद्दल सावध करू शकतील?

कॉलेजच्या काही शाखांमध्ये प्रवेश मिळवण्यासाठी काही लाखांमध्ये 'डोनेशन' द्यावं लागतं, हे आता जगजाहीर आहे. (काही शाळांमध्ये थेट बालमंदिरापासून सुद्धा डोनेशन एक लाख रु. वगैरे असतं, असं ऐकण्यात येतं.) सर्वसाधारण मध्यमवर्गीय, नोकरीपेशात असणारे आई-वडील त्यांच्या पगारातून असे लाखो रुपये देऊ शकणं अशक्यच असतं आणि तरीही सकृतदर्शनी मध्यमवर्गीय वाटणारे आई-वडील या सर्व कॉलेजांतील सर्व शाखांमध्ये तसे लाखो रुपये देऊ शकतात! हे पैसे त्यांनी सरळ मार्गांनी मिळवलेले नसतात हे उघड असतं, मुलांनाही ते ठाऊक असणारच.

मग असे बिनहिशेबी पैसे हवे तसे उधळायला मुलांना तरी का दिक्कत वाटावी?

आई-वडिलांबद्दल आदर किंवा धाक त्यांना का वाटावा आणि आई-वडीलही कुठल्या तोडानं त्यांना 'असा खर्च करू नका', 'असली व्यसनं लावून घेऊ नका', 'सरळ मार्गानं वागा', 'सभ्यपणानं वागा' असे उपदेश करणार? हे एक दुष्टचक्र आहे आणि समाजाचा एक मोठा भाग – त्यात शिक्षणक्षेत्रही आलं – त्यात अडकलेला आहे, हे आजचं भयानक वास्तव आहे!

मित्रमैत्रिणींचं महत्त्व या तरुण वयात विशेष वाटतं, बरेचदा घरातल्या माणसांपेक्षाही. घरच्यांनी समजून घ्यावं, वैषम्य वाटू देऊ नये– कारण घरची माणसं आणि मित्रमैत्रिणी या दोन वेगळ्या गरजा असतात. या मित्रमैत्रिणींशी त्यांची मानसिक जवळीक खूप असते. मनात उमटणाऱ्या, उमलणाऱ्या अनेक अस्फुट किंवा उत्कट भावना किंवा या वयात असतो तो भावनांचा गुंता म्हणा, या मित्रमैत्रिणींजवळ तरुण मुलं-मुली बोलून दाखवतात. काही आई-वडिलांना मित्रमैत्रिणींची ही जवळीक, त्यांच्याशी तासन् तास चालणारं हितगूज आवडत नाही, ती घरी आलेली आवडत नाहीत. त्यांच्यामुळे आपल्या मुलाचं अभ्यासातलं लक्ष उडेल किंवा उडतंय अशी भीती वाटते. वाईट सवयी, व्यसनं लागतीलसं वाटतं.

नात्यागोत्यातल्या माणसांखेरीज मित्रमैत्रिणींची वाढत्या वयातल्या मुलांना असणारी ही मानसिक गरज पालकांनी लक्षात घ्यावी. या गोष्टीवरून घरादाराला टेन्शन निर्माण करण्याऐवजी मुलांच्या मित्रमैत्रिणींशी तुसड्यासारखं न वागता त्यांचं घरात स्वागत करावं, थोड्याफार गप्पागोष्टी कराव्यात. कधी असंही होऊ शकतं की, त्यातल्या एखाद्या मुला/मुलीच्या घरी वडीलधाऱ्याची आपुलकी त्यांना मिळत नाही, ती आपण देऊ शकतो. त्यांच्याशी आपण तुटकपणानं वागलो, त्यांचं येणं आपल्याला आवडत नाही असं दाखवलं, तर आपली मुलंच दुखावतील आणि आपल्या मित्रमैत्रिणींना घरी न आणता स्वतःच जास्त वेळ घराबाहेर राहून त्यांच्याबरोबर वेळ घालवू लागतील. मग साहजिकच कट्टे, अड्डे, कॉफी शॉप्स अशा जागी जास्त वेळ जाऊ लागेल, जिथं नको ती संगतही लागू शकेल. जे घरी येत नाहीत, फक्त बाहेरच भेटतात असे मित्रमैत्रिणी कोण आहेत, हे आपल्याला समजायला मार्ग नसतो. ती मोकळेपणानं घरी जात-येत असतील, तर ती कशी आहेत यावर आपलं लक्ष राहू शकतं.

शिवाय, आपलं 'ते' वय, तेव्हाच्या मित्रमैत्रिणी आठवून बघावं! त्या वयात जी निखळ मैत्री होते ना, तो आयुष्यातला एक अनमोल ठेवा असतो, आयुष्यभर फक्त आठवणींनीही आनंद देणारा. पन्नास-साठ वर्षांपूर्वी बरोबर शिकलेल्या, आता नातवंडं-पतवंडंही असलेल्या काही भाग्यवंतांची स्नेहसंमेलनं आजही होतात आणि त्यांचे स्नेहबंध अजूनही टिकून आहेत. त्या पिढीतल्या ज्यांना त्यांच्या तरुण वयात असे

मित्रमैत्रिणी मिळालेच नव्हते किंवा होते, पण ते टिकून राहू शकलेले नाहीत, ती मंडळी या आनंदाला मुकली आहेत. तुमच्या मुला-मुलींचा हा आनंद हिरावून घेऊ नका. मैत्री जन्मभर टिकली नाही, तरी निदान आठवणींचा आनंद राहील! नाहीतरी आजच्या अतिश्रमांच्या, अतिजलद आयुष्यात एकदा शिक्षण संपून नोकरी-धंद्याला लागलं, लग्न, संसार या जबाबदाऱ्या आल्या, फिरत्या कामानिमित्त देशी-परदेशी प्रवास, हे सगळं चक्र सुरू झालं की, कशालाच वेळ राहत नाही, अशी अनेकांची स्थिती होते. तेव्हा नवथर तरुणाईतला मित्रमैत्रिणी जमवून हसण्या-खिदळण्यातला त्यांचा आनंद बघून आपणही आनंद मानावा. करावं एकच की, या सर्वांचं घरी येणं-जाणं ठेवावं, आपणही त्यांच्याशी ओळख ठेवावी, वडिलकीच्या नात्यानं खुशाली विचारत राहावं, म्हणजे मैत्री न ठेवण्यासारखं त्यात कोणी आहेसं वाटलं, तर लगेच लक्षात येईल.

याच वयात मुलांच्या मैत्रिणी आणि मुलींचे मित्रही व्हायला सुरुवात होते. या मित्रांपैकी किंवा मैत्रिणींपैकी एखाद्याबद्दल विशेष आकर्षणही वाटू लागतं. शारीरिक आकर्षण वाटणं हे साहजिक, नैसर्गिक आहे. परंतु हे असं आकर्षण म्हणजेच खरं प्रेम ही जी समजूत या वयात होते ती धोक्याची आहे, तसंच अशा 'प्रेमात' पडलं म्हणजे शारीरिक जवळीक होणारच, त्यात गैर काही नाही; ही विचारसरणी त्याहून धोक्याची आहे.

आजच्या तरुणवर्गानं शरीरस्पर्शाच्या मर्यादा नक्कीच ओलांडल्या आहेत. मुक्त वर्तन, आधुनिक विचारसरणी, मैत्री हे सगळं ठीक आहे; पण कुठवर जायचं? शास्त्रज्ञ म्हणतात की, फेनिलएथिल अमायन, आक्झिटोसीन, डोपामीन या केमिकल्समुळे या वयात जे शारीरिक बदल होतात, त्यामुळे भिन्नलिंगी आकर्षण वाढतं. हे आकर्षण कधी कधी इतकं तीव्र होतं की स्थळ, काळ, सामाजिक जाणीव, पुढचे संभाव्य परिणाम यांचा विचारही त्यांना आवर घालू शकत नाही.

देहप्रदर्शन करणारे कपडे वापरण्यामागे तारुण्यसुलभ भिन्नलिंगी आकर्षण असतं. आज आपल्या चित्रपटांमध्ये आणि टीव्ही मालिकांमध्ये हे अशा तऱ्हेचं प्रेम आणि त्याचं अत्यंत विकृत रूप भडकपणे दाखवलं जातं. दाखवले जाणारे प्रसंग ज्यात मुलींची छेड करणारे तरुण, ओंगळ देहप्रदर्शन होईल अशा कपड्यातल्या मुली, गाणी व नाच– ज्यात एकाएकी पडद्यावर अवतरणाऱ्या भडक विचित्र पोशाखातल्या अनेक तरुण-तरुणी, हीन दर्जाची गाणी म्हणत, विकृत हावभाव करत नाचताना दाखवण्यात येतात!– या सर्वांचा मूळ कथानकाशी काडीचाही संबंध नसतो! अपरिपक्व, उसळत्या तारुण्यातल्या मुला-मुलींना प्रेम असं असतं आणि प्रेमात पडलं म्हणजे असं वागायचं असतं, असं वाटायला लागतं.

आपण आधुनिक आहोत, म्हणजे शरीरसंबंध येऊ देण्यात गैर काहीच नाही,

अशी मूर्ख, बालिश कल्पना मनावर ठसवणारं आसपासचं वातावरण असतं. दुर्दैवानं जर वाईट संगत लागली असेल, तर परिणाम काही क्षणांच्या सुखासाठी आपलं शरीर कोणाच्याही स्वाधीन करण्यात होतो! एकदा हे पाऊल घसरलं, म्हणजे जास्त घसरत जाणं थांबवणं महाकठीण असतं. असं ऐकण्यात, वाचण्यात येतं की, हल्ली पंधरा-वीस वर्षांची मुलं-मुलीही अशी वाहवत जातात. या वागण्याचे आपल्या मनावर आणि शरीरावर काय परिणाम होत असतील, याचा विचार करण्याइतकी त्यांची मनं परिपक्व, सुदृढ नसतात. दिवस जाणं, मग गुपचूप गर्भपात करून घेणं, लैंगिक रोग होणं – अगदी एड्ससुद्धा – अशा भयानक गोष्टीही होत आहेत. शिक्षण संपल्यानंतरच्या आयुष्यावर, विवाहानंतरच्या सांसारिक जीवनावर या सर्वांचे काय परिणाम होतील, हे विचार अशा संकटांच्या वेळी मग मनात येतच असतील आणि कमालीचा तणाव निर्माण करत असतील.

कधीकधी असं होतं की, लहान गावातली, खेड्यातली मुलं-मुली पुढील शिक्षणासाठी शहरात येऊन पोहोचतात. त्यातील काहींची आर्थिक परिस्थितीही बेताची असते. शहरातल्या, विशेषत: कॉलेजमधल्या सुखवस्तू मुलांची राहणी, कपडे, स्वच्छंद वागणं, सिनेमा व रेस्टॉरंट्समध्ये पैसे उधळणं, बिअर पिणं, सिगारेट्स ओढणं हे सगळं बघून ती बावरून, बावचळून जातात. त्यांना चांगलाच न्यूनगंड येतो आणि अशा वातावरणात जवळ पैसे नसण्याचा, अशी राहणी माहीतच नसण्याचा ताण त्यांच्या मनावर येतो.

वास्तविक कॉलेजमध्ये तासांना हजर राहून नीटपणे अभ्यास करण्यात ती मागे पडतील अशी नसतात; पण तेवढंच करणाऱ्या मुलांना उनाड आणि श्रीमंत शहरी मुलं 'भोट' ठरवतात, त्यांची टिंगलटवाळी करतात. ज्या लहान गावातल्या मुला-

मुलींना अशा राहणीचा मोह पडतो, ती एक तर घरून जास्त पैशांची मागणी करू लागतात किंवा कोणाकडून तरी उसने घेतात. मग ते फेडण्यासाठी त्यांना काहीही करावं लागतं. भरपूर बिनहिशेबी पैसा हातात असलेल्या गुंड मुलांच्या तावडीत ही मुलं एकदा सापडली, म्हणजे त्यांच्या करिअरचा तर निकाल लागतोच, पण पैसे मिळवण्यासाठी किंवा कर्ज फेडण्यासाठी त्यांना मग ते गुंड सांगतील ती कामं, चोऱ्या, जुगार, मादक द्रव्यांची ने-आण, इथपासून एखाद्या विकृत लैंगिक वृत्तीच्या माणसाच्या विकृतीचा बळीही व्हावं लागतं! या काल्पनिक कथा नाहीत, भयानक वास्तव आहे. याच सर्व गोष्टी मुलींच्या बाबतीतही घडत असतात.

कितीतरी मुली पैसे मिळवण्यासाठी 'कॉलगर्ल'चा धंदा करू लागतात, हेही भयानक सत्य आहे! अशा वेळी प्रथमपासूनच अशा जाळ्यात न अडकण्याइतकं डोकं ताळ्यावर ठेवणं अत्यंत आवश्यक आहे. खरोखर या जाळ्यात अडकणाऱ्या तरुण-तरुणींबद्दल अतिशय वाईट वाटतं, कारण खेड्यातून येऊन बहकलेली मुलं असोत की, शहरातली उनाड झालेली श्रीमंत मुलं असोत, या बेबंद, बेछूट वागण्यामागची जी कारणं आहेत, ती कसला ना कसला मानसिक तणाव हीच आहेत.

घरातलं वातावरण लहानपणापासून तारुण्य, स्त्री-पुरुष संबंध इत्यादी गोष्टींबद्दल मोकळेपणानं बोलता येईल असं नसेल; तारुण्यसुलभ भावना सुदृढ संयत मनानं स्वीकारून, त्यांचं स्वागत करून, त्यांच्या ताब्यात आपण न जाता आपण त्यांच्यावर काबू ठेवायला जर ती शिकली नसतील; तर दोष त्यांचा आहे की, त्यांना मोठं करणाऱ्या पालकांचा?

आपण अशा यौनसंबंधांना नकार दिला, तर आपल्याशी कोणी मैत्री ठेवणार नाही, आपण 'मागासलेले', 'बुरसटलेले' ठरू, एकटे पडू, हे दडपण मनावर असतं. आपलं शरीर, आपलं तारुण्य ही एक अमूल्य ठेव आहे. आपली बुद्धी आणि शक्ती जर वाईट कामांसाठी वापरणं आपल्याला आवडणार नाही, तर आपल्या शरीराचा आणि तारुण्याचा उपभोगही योग्य वेळी योग्य व्यक्तीबरोबरच घ्यावा, हे समजावून सांगणाऱ्या वडिलधाऱ्या माणसांची मुलांना आज फार गरज आहे. टीव्ही मालिकांमध्ये आणि चित्रपटांमध्ये काहीही दाखवत असतील. प्रत्यक्षात असं वागणाऱ्या मुलाबरोबर किंवा मुलीबरोबर पुढचं आयुष्य काढायला आवडेल आपल्याला? गोंधळलेल्या मन:स्थितीतील मुला-मुलींनी हा प्रश्न स्वत:ला विचारावा. विशेषत: मुलींनी, कारण आजही हे वास्तव आहे की, मुलीच्या वागणुकीबद्दल काही गैर गोष्टी कानांवर आल्या, तर खऱ्या-खोट्याची शहानिशा न करताही लोक त्या खऱ्या मानतात! आणि आत्ता असं वागल्यानं नंतरच्या आयुष्यात असा काय फरक पडणार आहे? असा उथळ, मूर्ख विचार जर तुमच्या मनात कोणी भरवत असेल, तर ती

व्यक्ती तुमची हितचिंतक नाही; हे ठाम समजा आणि मनावरचा बोजा वाढण्यापूर्वीच सावध व्हा.

"मग? त्यात काय झालं? Enjoy life yaar!" चित्रा बिनधास्तपणे म्हणते. तर बिहारमधून आलेला यतीन म्हणतो, "इथल्या लाइफस्टाईलशी आम्ही जुळवून नाही घेतलं, तर आम्ही गावंढळ ठरू. म्हणून आम्ही आहोत त्यापेक्षा जास्त मॉडर्न वागू लागतो आणि मुलीचा जर होकार असेल, तर संबंध का नाही ठेवायचे? औटघटकेची मजा! आयुष्य थोडंच काढायचं आहे अशा मुलींबरोबर? बायको तर आई-वडील शोधतील, घरेलू, हुंडा देणारी!"

नोकरी करून घरच्या खर्चाला हातभार लावता लावता शिक्षण चालू ठेवणारी मृणाल जराशी हताश, कडवट, बंडखोर वृत्ती दाखवत म्हणते, "धाकट्या तीन भावंडांचं शिक्षण पूर्ण होईपर्यंत आई-वडील माझ्या आर्थिक मदतीवर अवलंबून आहेत, म्हणून त्यांना माझा विवाह इतक्यात व्हायलाच नको आहे. त्यामुळेच मग माझ्या कोणाकोणाशी असलेल्या मैत्रीबद्दलही ते हरकत घेत नाहीत! घरातले प्रश्न, शिक्षणाचं आणि नोकरीचं टेन्शन अशा तीन आघाड्यांवर एकाकी लढा देते आहे मी. अशा वेळी माझा बॉयफ्रेंडच फक्त मला थोडाफार विरंगुळा देऊ शकतो. तो पुढे माझ्याशी लग्न करेल की नाही, याचा विचार मी करत नाही आणि त्याला विचारतही नाही! कारण शारीरिक मर्यादा आम्ही कधीच ओलांडल्या आहेत... कोणी सांगावं? आयुष्याची जोडीदार म्हणून त्याला 'अनाहत' कुमारिकाही हवी असेल!" असाच विचार पुरुषांच्या बाबतीत मुलीही करतच असतील का? या प्रश्नाला तिच्याकडे उत्तर नाही. खरं तर मनानं ती तिच्या मित्रामध्ये गुंतलेली आहेच, त्याच्याशी लग्न करायला तिला आवडेल; परंतु त्याची शंभर टक्के खात्री तिला वाटत नाही!

बिनधास्त चित्रा किंवा यतीनसारख्या असंख्य तरुण-तरुणींच्या मानसिकतेला लो फ्रस्ट्रेशन टॉलरन्स किंवा लो इमोशनल कोशंट म्हणतात. यांचं प्रमाण वाढतं आहे. पाश्चिमात्य संस्कृतीचा पगडा अलीकडे तरुण पिढीच्या घराबाहेरच्या जगात फार वाढला आहे. घरचं संतुलित, सांस्कृतिक वातावरण यावर तोडगा बनू शकतं, असा अनुभव आहे. परंतु ते तसं नसेल, मुलांच्या धेडगुजरी, हिंदी-इंग्रजीमिश्रित, चुकीच्या ॲक्सेंटनं चुकीचं मराठी बोलण्याचं, फिल्मी किंवा पाश्चात्त्य पद्धतीचे डान्सेस करण्याचं घरचेच तथाकथित सुशिक्षित, पण बेजबाबदार व विचारशून्य पालक जर कौतुक करत असतील, तर मोठी होतील, तसतशी ही मुलं वाहवतच जातील. ही मुलं मुळात वाईट नसतात, अश्राप असतात. आपण वागतोय त्यात आपल्याला वाईट सवयी लागण्याचा धोका त्यांना कुठेतरी कधी कधी जाणवत असतो. ड्रिंकिंग, स्मोकिंग या सवयी लागण्याची भुरळ पडते. अशी भुरळ जेव्हा पडू लागते, वाईट सवयी लागण्याचा धोका जेव्हा निर्माण होतोय असं वाटतं, तेव्हा या

तरुण-तरुणींनी स्वत:ला एक सवय लावून घ्यावी. सकाळी उठल्याबरोबर आणि रात्री झोपताना प्रार्थना करून मनाला सरळ मार्गावर आणावं. आपली श्रद्धा असेल त्या देव-देवी-गुरू-महान व्यक्ती, कोणाचा तरी फोटो खोलीत ठेवावा आणि आपल्याला सन्मार्ग दाखवण्यासाठी त्या फोटोला अनन्य भावानं नमस्कार करावा. तुमची श्रद्धा कशात आहे, हे महत्त्वाचं नाही– आयुष्यात श्रद्धा असणं अत्यंत आवश्यक आहे. मग मनाचा तोल कधीही ढळणार नाही. काही वाचकांना हे सगळं फार पोरकट, जुनंपुराणं किंवा हास्यास्पद वाटेल. माझी माझ्या तरुण अस्वस्थ मित्रमैत्रिणींना विनंती की, काही दिवस करून, प्रचिती घेऊन बघा. सध्याच्या वातावरणाला तोंड देण्याचं, तणावांशी झुंज देण्याचं बळ, तुम्हाला श्रद्धापूर्वक केलेल्या प्रार्थनेतून नक्की मिळेल. संयमाचं कोंदण तुमच्यातल्या तेजस्वी हिरकणीला शोभून दिसेल, तुमचं आयुष्य घडवेल.

हल्लीच्या तरुण पिढीत आणखी काही काही गोष्टींचं माहात्म्य खूप वाढलं आहे, त्याबद्दलही जरा विचार करू या, कारण त्यांचा त्यांच्या आयुष्यांवर परिणाम होत असतो. यापैकी एक, म्हणजे मुलांनी शरीर कमावण्यासाठी जिममध्ये जायचं आणि मुलींनी 'स्लिम' होण्यासाठी जिममध्ये जायचं! जिममध्ये जाण्याचा खर्च भरपूर असतो, जो सगळ्यांना परवडण्यासारखा नसतो. शरीर कमावणं आणि सडपातळ राहणं दोन्ही खूप चांगल्या गोष्टी आहेत; परंतु त्यासाठी जिमचा खर्च करणं आवश्यकच आहे असं नाही. कारण चित्रपटातल्या काही नटांसारखं आपलं करिअर आपल्या कमावलेल्या उघड्या शरीराचं प्रदर्शन करण्यावर अवलंबून नसतं! मोकळ्या हवेत पळणं, चालणं, घरी व्यायाम करणं आणि चांगलं, स्वच्छ, ताजं अन्न खाणं एवढं नियमितपणे केलं, तर अगदी उत्तम परिणाम दिसून येईल. तीच गोष्ट सडपातळ राहू इच्छिणाऱ्या तरुणींची. अतिशय बारीक राहण्यानं, त्यासाठी फार कमी खाण्यानं, चुकीचं अन्न खाण्यानं आपल्या शरीराचं कायमचं नुकसान होऊ शकतं, अनेक विकार होऊ शकतात, जे पुढील आयुष्यातील जबाबदाऱ्यांसाठी धोकादायक ठरतात. ते त्रास तुम्हाला जेव्हा होऊ लागतील, तेव्हा तुमच्या मदतीला आत्ता तुमच्या 'स्लिम फिगर'चं कौतुक करणारी कोणीही येणार नसतात. हां, वजन प्रमाणशीर ठेवावं; पण व्यवस्थित खाऊन-पिऊन तारुण्याचा (मेकअपचा नाही) तजेला चेहऱ्यावर दिसावा. बघाच, तुम्ही आकर्षक दिसाल की नाही!

हां, तर मेकअपबद्दल. काही विशेष प्रसंग असेल, तेव्हा माफक सौंदर्यप्रसाधनं जरूर वापरावीत, तीही आपल्या चेहऱ्याला, राहणीला, व्यक्तिमत्त्वाला शोभून दिसतील अशीच; पण एरवी मात्र तजेलदार निरोगी त्वचेला कोणत्याही मेकअपची मुळीच गरज नसते. उलट फार मेकअपमुळे त्वचेची मूळ कांती, सौंदर्य बिघडतं, चेहऱ्यावर मुरुमं येतात, (जे काढण्यासाठीच्या क्रीम्सच्या पुन्हा जाहिराती असतातच!)

त्वचा खरखरीत होते, डाग पडतात. तुमचं आरोग्य, पचनशक्ती चांगली असेल, तुम्ही फार तळकट पदार्थ, मिठाया, फास्टफूड खात नसाल आणि कमीत कमी सौंदर्यप्रसाधनं वापरत असाल, तर निश्चितपणे तुमची कांती नितळ आणि सतेज राहील. काळा किंवा सावळा रंग क्रीम किंवा विशिष्ट साबण वापरून गोरा करण्याच्या भानगडीत तर कधीच पडू नये!

सतेज, निरोगी त्वचा कुठल्याही रंगाची असली, तरी सुंदर दिसते. असल्या क्रीम्समुळे चेहरा गोरा दिसला, तरी शरीराचा रंग बदलता येतो का? शिवाय असा कृत्रिम गोरा केलेला चेहरा खरा गोरा नाही, हे ओळखू येतं आणि अखेर का म्हणून असं करायचं? आपल्या भारतीय वंशाच्या लोकांमध्ये फार गोरे समजले जाणारेही पाश्चिमात्य देशात 'ब्राऊन'च दिसतात! आणि पाश्चिमात्य गोरे लोक 'ब्यूटिफूल ब्राऊन' दिसण्यासाठी ब्यूटी पार्लर्समध्ये जाऊन कृत्रिम सनटॅन करून देणाऱ्या दिव्याखाली बसतात! माझ्या ओळखीची एक भारतीय मुलगी तिकडे ब्यूटी पार्लर चालवते. ती सांगते की, 'ब्राऊन' दिसण्यासाठी येणाऱ्या बायकांची रोज गर्दी असते! तेव्हा आपण असल्या फंदात पडून सुंदर त्वचेची नासाडी मुळीच करू नये! आणि सर्वांत महत्त्वाचं म्हणजे आपण गोरे नाही, याचा मनावर कधीही ताण पडू देऊ नये. आपलं मानसिक स्वास्थ्य बिघडवण्याइतकी ही गोष्ट खासच महत्त्वाची नाही!

अगदी साध्या वाटणाऱ्या सॉफ्ट ड्रिंक्स आणि त्यांच्या जोडीनं फस्त केल्या जाणाऱ्या अगणित, तळलेल्या कुरकुरीत चविष्ट स्नॅक्सच्या पाकिटांबद्दल बोलू या. गंमत म्हणून कधीतरी एखादं सॉफ्ट ड्रिंक, कधीतरी असल्या स्नॅक्सचं एखादं पाकीट, एवढ्याला कोणाचाच आक्षेप असणार नाही; पण काय आहे, चटक लागत जाते आणि या दोन्हींचं जणू व्यसनच लागतं. किती जणांना ठाऊक आहे की, फसफसणाऱ्या चटकदार सॉफ्ट ड्रिंक्सनी तहान भागते अशी जी जाहिरात मोठमोठाले नट-नट्या करतात, ती सर्वस्वी फसवी आहे? साध्या थंड पाण्याशिवाय कशानंच तहान भागत नाही. या जाहिराती लोकप्रिय मंडळी करतात, ती त्यांना कोट्यवधी रुपये मिळतात म्हणून. एखादी चांगली गोष्ट तुम्हाला सांगायला नाही! गोष्ट चांगली नसून उलट नुकसानकारक आहे! त्यांच्यापैकी कितीजण खरोखरच अशा पेयांच्या बाटल्या पीत असतील, ज्यांच्या ते जाहिराती करतात ते अंघोळीचे साबण वापरत असतील, याचा विचार करा. या पेयांमध्ये भरपूर कॅलरीज असतात, शरीराला हानिकारक द्रव्यं असतात. नावं वेगवेगळी असली, तरी परिणाम तुमचं नुकसान करणाराच असतो. स्नॅक्सच्या पाकिटांमधूनही शरीराला चांगलं पोषण काहीच मिळत नाही, कॅलरीज भरपूर मिळतात! सगळीच हे खातात, पितात म्हणून हे असलं खायला, प्यायला आपण काय कळपातली मेंढरं आहोत? एक पडलं खड्ड्यात की पाठोपाठ सगळी पडायला?

बिअरची गोष्ट तीच. बिअरमध्येही कमी-जास्त अल्कोहोल असलेल्या तऱ्हा मिळतात. भरपूर कॅलरीज पोटात जातात. बिअरही जास्त घेतली की, इतर अल्कोहोल असलेल्या ड्रिंक्ससारखी चढतेच. बिअर जास्त पिण्याची सवय लागली की, तुमचं पोट सुटायला लागतं. 'बिअरबेली' असलेली माणसं ओळखू येतातच. ज्यांना हार्ड ड्रिंक्स म्हणतात, त्या व्हिस्की, रम, जिन, व्होडका यांच्या वाटेला लहान वयात न गेलेलंच उत्तम. म्हणजे मोठ्या वयात जावं असं नाही! पण त्या वयात निदान स्वत:वर नियंत्रण ठेवण्याइतकी बहुतेक माणसं परिपक्व झालेली असतात आणि त्यांचं शिक्षणाचं वय सरलेलं असतं, ती स्वत: कमवत असतात.

शिक्षण चालू असताना पिण्याचं व्यसन लागलं आणि करिअरचा निकाल लागला, तर शिक्षण आणि करिअर पुन्हा पहिल्यापासून चालू करण्याची संधी मिळणं शक्य नसतं, होय ना? तुम्हाला या व्यसनात ओढणारे मग तुम्हाला कोणतीही मदत करू शकत नाहीत आणि का करतील? ते जर तुमचे हितचिंतक असते, तर मुळातच त्यांनी तुम्हाला परावृत्त केलं असतं की नाही? म्हणून मित्रमैत्रिणींनो, जेव्हा तुमचं शिक्षण पूर्ण होईल, स्वत: व्यवस्थित कमावू शकण्याची पात्रता आणि धमक तुमच्यात येईल आणि स्वत:चं बरंवाईट समजण्याइतके तुम्ही मनानं परिपक्व व्हाल, तेव्हा मधूनमधून तुमच्या कंपूबरोबर, घरच्यांबरोबर, (होय! 'चोरून' तर कधीच नाही आणि 'एकट्यानं' कधीच नाही!) तुम्हाला आवडत असेल, तर एखाद दुसरा पेग घ्यायला काहीच हरकत नाही; पण प्रत्येक गोष्टीची योग्य वेळ असते. तान्हं मूल बाटलीतून दूध पितं, आजारी माणसाला चमच्यानं भरवावं लागतं, चहा पाजावा लागतो, होय की नाही? तसंच मग, ड्रिंक्सचा आनंद घेण्याचं तुमचं वय होईल, त्या योग्य वेळेची वाट पाहा. भोवताली कसलंही वातावरण असलं, तरी स्वत:वर ताबा ठेवण्याची झुंज तुम्ही जिंकाल, तर तुमचा तुम्हालाच अभिमान वाटेल!

रॅगिंग हा कॉलेज जीवनाचा, विशेषत: होस्टेल लाइफचा एक न टाळता येण्यासारखा प्रकार समजला गेला आहे. अलीकडे गेल्या काही वर्षांमध्ये घडलेल्या काही अतिशय वाईट बनावांमुळे या प्रकाराला आळा बसला आहे, तरीही अगदी एनडीए, आयआयटी, आयआयएम, नॅशनल लॉ स्कूल्सपासून सर्व संस्थांच्या होस्टेल्समधून थोडं फार रॅगिंग होतंच. नव्या आलेल्या पहिल्या वर्षाच्या मुला-मुलींच्या खोड्या काढून त्यांची मजा करायची, अशी मुळात त्यांच्या 'स्वागताची' कल्पना असावी. रॅगिंग जोपर्यंत निरुपद्रवी, मजेच्या स्वरूपाचं असेल आणि सुरुवातीचे एक-दोन दिवस होईल, तोपर्यंत ठीक आहे– सीनियर मुलांना जरा गाजवायला मिळतं आणि नव्या मुलांना नव्या वातावरणाची जरा सवय होते! परंतु त्यांचे नको ते हाल करणं, त्यांना घाबरवून सोडणं, विकृत गोष्टी करायला लावणं

हा अघोरी, रानटी प्रकार अत्यंत निंद्य आहे. कोणतीही सुसंस्कृत व्यक्ती असं करण्यात मजा वाटून घेऊच शकत नाही. तुम्ही नवे विद्यार्थी असाल, तर सावध राहा आणि प्रकरण भलत्या टोकाला जात आहे असं वाटलं, तर एकजुटीनं विरोध करा. घरच्यांकडे किंवा संस्थेच्या वरिष्ठांकडे वेळीच, एकजुटीनं तक्रार करा आणि याला आळा घाला. तुम्ही स्वत: सीनियर वर्गात असाल आणि रॅगिंग सहन केलं असेल, तर नव्या मुलांचा छळ करू नका. क्वचित कधीतरी एखादा विद्यार्थी यापायी मानसिकरीत्या दुभंगून जाऊ शकतो. अशा घटना घडलेल्या आहेत. कोणाचं आयुष्य 'मजा' म्हणून उद्ध्वस्त करावंसं वाटणं, हा एक मानसिक रोग आहे, त्यापासून स्वत:चा आणि इतरांचा बचाव करा.

आणखी एक गोष्ट. अलीकडे 'व्हॅलेंटाईन डे'चं प्रस्थ प्रमाणाबाहेर वाढलं आहे. हा दिवस तरुण-तरुणींनी एकमेकांबद्दलचं तथाकथित 'प्रेम' (की फक्त शारीरिक आकर्षण) व्यक्त करण्यासाठी असतो, असा समज पाश्चिमात्य देशांतून आपल्याकडे आला आहे. पाश्चिमात्य देशांमधलं प्रेम किती काळ टिकणारं असतं, हे आपल्याला सगळ्यांनाच ठाऊक आहे! एखाद्या व्यक्तीबद्दल या वयात, इतक्या थोड्या काळाच्या ओळखीत वाटायला लागलेल्या आकर्षणाला 'प्रेम' हा शब्द वापरणंच चूक आहे, प्रेम शब्दाचा तो अपमान आहे, असं नाही वाटत तुम्हाला? हां, आकर्षण, स्नेह हे शब्द वापरता येतील आणि त्याचं प्रतीक म्हणून आता लाल गुलाबाचं फूल, भेटवस्तू इत्यादींची देवाणघेवाण होते, इथपर्यंत ठीक आहे. परंतु अविचारानं ही देवाणघेवाण शारीरिक संबंधापर्यंतही जाते, हे मात्र अत्यंत निंद्य, असंस्कृत, असभ्य आहे. आपल्या प्रिय माणसांबद्दलच्या आपल्या भावना व्यक्त करायला आता Mother's Day, Father's Day ही आपल्याकडे आले आहेत. तसंही आपल्याकडे आपले पारंपरिक दिवाळीतला पाडवा, भाऊबीज, रक्षाबंधन हे दिवस आहेतच. तसाच आत्मसन्मानाच्या व प्रिय व्यक्तीच्या सन्मानाच्या भावना अबाधित राखून व्हॅलेंटाइन डे जरूर साजरा करावा. मला तर वाटतं, हा दिवस केवळ अविवाहित मित्रमैत्रिणींपुरताच राहण्याचीही जरूर नाही. विवाहितांनीही आपल्या पती/पत्नीला व्हॅलेंटाइन डेची फुलं/भेटवस्तू द्यावी. मात्र अविवाहितांनी प्रेम व्यक्त करायला शारीरिक प्रेमच करावं लागतं, असा गैरसमज करून घेऊ नये. कोणी तसा प्रयत्न केला, तर त्याला बळी पडू नये– आपलं शरीर ही इतकी 'स्वस्त' वस्तू नक्कीच नाही– पटतंय?

'लाइफ एन्जॉय' करायचं, म्हणजे या वयातल्या तरुण-तरुणींना ज्या गोष्टींचा मोह पडतो त्यात तोकडे कपडे, ड्रिंकिंग, स्मोकिंग आणि अती टोकाला गेलं म्हणजे ड्रग्ज अन् फ्री सेक्स. या सगळ्या व्यसनांचा उल्लेख मी आधीही केला आहे, त्याबद्दल पुन्हा आणखी पोटतिडकीनं लिहावंसं वाटतं, कारण मला या पिढीबद्दल

सहानुभूती, काळजी वाटते. जी या सगळ्या हानिकारक सवयींमध्ये अडकतात, त्यांची काळजी वाटण्याचं आणखी एक कारण म्हणजे त्यांच्या आयुष्यातला हा सोन्यासारखा काळ ती केवळ या सवयींमुळे स्वत:चं नुकसान करून घेऊन वाया घालवत असतात. तसेच सहानुभूती वाटण्याचं कारण म्हणजे ही सगळी मुलं-मुली एकाएकी मनानं अशी कमकुवत होण्यामागे काहीतरी अशी कारणं असलीच पाहिजेत, ज्यांना तोंड देणं त्यांना न जमल्यामुळे ती या प्रलोभनांना

बळी पडतात. एकदा बळी पडली की, या भोवऱ्यांमधून बाहेर निघणं फार अवघड होतं. एकाएकी मिळालेल्या स्वातंत्र्यामुळे, त्याच वेळी चोहोबाजूंनी दिसत असणाऱ्या या मोहात पाडणाऱ्या गोष्टींमुळे, तारुण्यानं चंचल, उच्छृंखल झालेल्या मनांचे बळी पडतात. वाईट हे आहे की, या भोवऱ्यात अडकतात, तेव्हा त्यातल्या 'मजेची' झिंग त्यांना इतकी चढते की, कोणी भानावर आणण्याचा प्रयत्न केला, तर निष्फळ ठरतो. बरेचदा भान येतं, तेव्हा बराच उशीर झालेला असतो.

चैनी, फॅशन्स यांचं एकदा व्यसन लागलं, तर त्यासाठी लागणारे पैसे आणायचे कुठून, हा प्रश्न उभा राहतो. ड्रिंक्स, ड्रग्ज, फॅशनेबल कपडे, बाहेर जेवणं, सतत चित्रपट बघणं असे खर्च धरून महिन्याच्या खर्चासाठी येणाऱ्या पैशांमध्ये भागणं अशक्य. ही व्यसनं डोकं ताळ्यावर येऊन वेळीच सुटू शकली, तर सुदैव. नाहीतर चोऱ्या करणं किंवा स्वत:चं शरीर विकणं हे दोनच भयानक मार्ग शिल्लक राहतात. क्वचित कुठं पार्टटाइम नोकरी करताना काहीजण दिसतात; पण ती बहुधा त्या पैशांची त्यांच्या घरी किंवा त्यांच्या शिक्षणाला गरज असते म्हणून करत असतात, त्यांचं कौतुक करावं तेवढं थोडंच. एरवी मुलं आणि मुली या दोघांच्याही बाबतीत ही भयंकर वस्तुस्थिती आहे! केवळ वेळच्या वेळी पालकांकडून किंवा समुपदेशकांकडून योग्य मदत आणि मार्गदर्शन मिळणंच या गर्तेतून मुलांना बाहेर काढू शकतं.

वेगवेगळ्या व्यसनांना बळी पडायला कमकुवत मन हे जसं एक कारण असू शकतं, तसंच इच्छा असलेला अभ्यासक्रम घेता न आल्यानं झालेली निराशा, असहायता हेही असू शकतं. रोहनला मेडिकलला जायची फार इच्छा होती; पण योग्य पद्धतीनं पुरेसा अभ्यास न केल्यानं तो ऐन परीक्षेच्या वेळी नर्व्हस झाला आणि अगदी बेताचे मार्क मिळून पास झाला! मग अगदी सामान्य दर्जाच्या कॉलेजमध्ये कसाबसा बी. एस्सी.ला प्रवेश मिळाला, स्वतःच्या भवितव्याबद्दल निराश झालेल्या रोहनला नंतर तरी नेटानं अभ्यास करून बी. एस्सी.ला चांगले मार्क मिळवून पुढे एखाद्या चांगल्या कोर्सला प्रवेश मिळवता आला असता. पण आपापल्या नोकऱ्या, मोठ्या कुटुंबाच्या जबाबदाऱ्या आणि विवंचना यातून आई-वडिलांना त्याच्याबद्दल मुद्दाम वेगळा वेळ काढून विचार करायला हवा, त्याच्याशी बोलायला हवं, हे सुचलंच नाही. त्याला चांगले मार्क मिळाले नाहीत, म्हणून ते दैवाला दोष देत राहिले एवढंच.

रोहनला योग्य मार्गदर्शन मिळालं नाही आणि तो उमेदच हरवून बसला. कॉलेजला न जाता उनाड मुलांच्या संगतीत नुसतंच भटकत राहू लागला. परिणाम व्हायचा तसा व्यसनं लागण्यात झाला! परिस्थितीशी झुंजायला, पुन्हा नेटानं उभं राहून लढा द्यायला कोणाचा आधारच मिळाला नाही!

आज रोहनसारखी असंख्य दिशाहीन मुलं रस्तोरस्ती कंपू करून भटकताना दिसतात. सभ्य समाजाला अशा मुलांची भीती वाटते. ती त्यांना टाळतात; पण त्यांच्याजवळ जाऊन त्यांच्यातल्या प्रत्येकाशी वेगवेगळं बोलून त्याची हकीकत जाणून घ्यायचं धाडस जर कोणी करू शकलं, त्यांना सहानुभूती दाखवून त्यांची मनःस्थिती समजून घेऊन त्यांना योग्य मार्गदर्शन करू शकलं, तर हकनाक विनाशाकडे जात असलेला हा आजच्या तरुणाईचा एक मोठा भाग पुन्हा वळणावर येऊ शकेल. आपल्या आयुष्याचं मातेरं न करता त्याचं सोनं करू शकेल, हे शक्य नाही का?

बेलगाम आयुष्य जगत, कॉलगर्ल होऊन भरपूर पैसे मिळवून ते फॅशन्स, ड्रग्ज, सिगारेट्स, ड्रिंक्स यात उडवणाऱ्या मुलींना योग्य मार्गावर आणण्याचं काम सामाजिक कार्यकर्त्या विश्वासात घेऊन, समुपदेशन करून करू शकणार नाहीत का?

दिसायला आकर्षक, पण घरची गरिबी असलेली सुषमा बारावीनंतर कॉलेजात जाऊ शकली नाही; पण लहानमोठे कोर्सेस करत पार्टटाइम नोकरी करत राहिली आणि जाळ्यात अडकली. पार्टटाइम नोकरी, कोर्स या निमित्तानं सुषमा दिवसभर घराबाहेरच असायची. या जाळ्यात अडकल्यावरही ती असायची सबंध दिवस बाहेरच; पण तिच्या राहणीत, कपड्यांमध्ये पडत चाललेला फरक तिच्या आई-

वडिलांच्या लक्षात यायला फार दिवस लागले. तोपर्यंत बराच उशीर झाला होता, ती कोडगी झाली होती, निर्ढावली होती. आजच्या दिवसाच्या पलीकडे विचार करण्याचीच तिच्या मनाची तयारी नव्हती. एक दिवस घरातून ती पळूनच गेली! आजतागायत तिचा पत्ता नाही! ती काय करत असेल, कोठे आणि कशा स्थितीत असेल, याचा विचारही मनाचा थरकाप करतो!

सोन्यासारख्या आयुष्याची अशी धूळधाण झालेल्या अनेक मुला-मुलींबद्दल आपण ऐकतो. हल्लीच्या वाया गेलेल्या तरुण पिढीबद्दल आपल्याला काळजी वाटत राहते; पण सगळीच तरुण पिढी अशी नाही. जी मुलं अशी वाया गेली आहेत, त्याला त्यांच्या घरातली माणसं, त्यांच्या शाळा-कॉलेजातले शिक्षक बऱ्याच अंशी जबाबदार आहेत. झाडांना फुलं, फळं छान लागली तर त्याचं श्रेय जातं ते फुलवणाऱ्याला, मग कीड लागली, तर दोष त्याच्याकडे दुर्लक्ष करणाऱ्याचाच ना? वेळच्या वेळी योग्य ते खतपाणी, जंतुनाशकांचे फवारे मारत राहिलं तर कीड न लागता रोप छान वाढतं. झाडांशीही प्रेमानं बोललं तर ती जास्त चांगली वाढतात, हे आता सिद्ध झालं आहे. मग वाढत्या वयातल्या मुला-मुलींकडे भरपूर लक्ष दिलं, समजून घेतलं, प्रेमानं चार गोष्टी सांगितल्या तर ती अशी नक्कीच वाया जाणार नाहीत, असं नाही वाटत तुम्हाला? आशावाद आणि जिद्द आपणच रुजवली पाहिजे ना त्यांच्या मनात?

जे अनेकजण या खाचखळग्यांमध्ये न अडकता, न पडता, आपापलं करिअर सांभाळत प्रगती करत असतात त्यांचं कौतुक वाटतं. अनुभव असा आहे की, या तरुण पिढीवर विश्वास टाकला तर त्यांनाही ते आवडतं, दिलासा देतं. त्यांचा स्वाभिमान आणि आत्मविश्वास वाढतो. आई-वडिलांनी जर विश्वास दाखवला की, आपली मुलं बरं-वाईट समजण्याइतकी परिपक्व आहेत, तर कधी पाय घसरायची, चूक होण्याची वेळ आली तर त्यांना आपण त्यांच्यावर टाकलेला विश्वास नक्कीच आठवेल. आपण शिकवलेलं आठवेल की, खरं प्रेम हे शारीरिक जवळिकीपेक्षा बरंच काही जास्त असतं आणि जी व्यक्ती त्यांच्यावर खरं प्रेम करत असेल ती त्यांचा आत्मसन्मानही जपेल. योग्य वेळेपूर्वी शारीरिक जवळीक साधण्याचा आग्रह धरणार नाही. तेव्हा मुलं पुढील शिक्षणासाठी घराबाहेर पडतात किंवा घरी असली, तरी त्यांची क्षितिजं रुंदावतात, तत्पूर्वी त्यांच्या उमलत्या आयुष्यात त्यांना काय काय स्वप्नं बघणं शक्य आहे, ती खरी करणं कसं शक्य आहे, त्यासाठी कोणती आणि कशी मेहनत करावी लागेल, याबद्दल त्यांच्याशी संवाद साधावा. वाटेत कुठले खाचखळगे असू शकतात, कोणकोणत्या अडचणी येऊ शकतात याबद्दल बोलावं. तरीही जर मुलं गैर वागत आहेत, घरात गप्पगप्प राहत आहेत, मोकळेपणानं बोलणं टाळत आहेत, चिडचिड करत आहेत, असं लक्षात आलं तर त्यांच्यावर

दोषारोप न करता, राग किंवा अबोला न धरता नव्यानं संवाद साधायचा आटोकाट प्रयत्न करावा. त्यांचे खरे हितचिंतक आपण आहोत आणि अडचणीत त्यांच्या मदतीला धावू असे फक्त आपणच आहोत, याची त्यांना पुन्हा जाणीव करून द्यावी. घरातले आणि त्यांच्या मनावरचे तणाव हलके करणं यामुळं शक्य होईल.

अत्यंत प्रतिकूल परिस्थितीशी लढा देत परिस्थितीवर मात करणाऱ्यांची कितीतरी उदाहरणं आहेत. अलीकडेच वाचलेली काही येथे देत आहे. काही वाचकांनी ती वाचलीही असतील. भूषणला अंधशाळेत दाखल करावं लागलं होतं; परंतु त्याच्या अंगचे इतर गुण हेरून त्याला आई-वडील व शिक्षक सर्वांनी इतकं प्रोत्साहन दिलं की, त्याचं मनोबल अंधत्वामुळं खच्ची न होता वाढत गेलं. सुरश्री बोडस तर मूकबधिर असल्याचं निदान ती एक वर्षाची असताना झालं होतं; परंतु आई-वडिलांनी हार न मानता तिला भक्कम पाठिंबा दिला. अभिनव मराठी शाळेनं तिला त्यांच्या शाळेतही प्रवेश दिला आणि लहानपणापासून तिला श्रवणयंत्र देण्यात आलं, तसंच बोलता येण्यासाठी विशिष्ट प्रशिक्षणही दिलं. सुरश्री इंग्लिश, मराठी तर बोलू शकतेच, पण संस्कृतमध्येही ती निपुण आहे. अत्यंत कौतुकास्पद गोष्ट म्हणजे दहावीच्या बोर्डाच्या परीक्षेला ती ओपन कॅटेगरीमध्ये बसली आणि बोर्डात तिचा सतरावा नंबर आला! तिची लढाऊ वृत्ती आणि काहीतरी करून दाखवण्याची हिंमत, शिक्षिका आणि आई-वडिलांचे अथक प्रयत्न या सर्वांचाच हा विजय आहे!

काही ना काही धडपड आपल्याला सगळ्यांनाच आयुष्यभर करावी लागते. त्यातून सुटका नाही, हे जितकं खरं, तितकंच धडपड न करता सगळं मिळण्यात मजा नाही, हेही खरं. प्रत्येकाच्या आयुष्यात कुठल्यातरी टप्प्याला विशेष संघर्ष करण्याची वेळ येतेच, मग भर तारुण्यात लहानसहान अडचणींनी न डगमगता, भलत्यासलत्या प्रलोभनांना बळी न पडता भरपूर संघर्ष करून जिद्दीनं आपलं ध्येय गाठणं केवढं तरी समाधान मिळवून देईल की नाही? कधी तरी एखादी वाईट सवय लागली, परीक्षेत अपयश मिळालं, म्हणून डगमगून कशाला जायचं? 'खुदीको कर बुलंद इतना की, हर तूफानसे पहले, खुदा बंदेसे खुद पूछे, बता तेरी रजा क्या हैं?' या सुप्रसिद्ध ओळी नेहमी लक्षात ठेवाव्या आणि अडचणी, अपयश सगळ्यांवर मात करत जावं. यश नक्की मिळेल, हा विश्वास बाळगावा.

तरुण पिढीचं कुठलं वागणं इतरांना खटकतं याबद्दल आपण बराच विचार केला. अर्थात, ही सगळी पिढी वाया गेलेली आहे, असा शिक्का मारून मोकळं होणं, हे अत्यंत अन्यायाचं आहे. त्यांच्यातली कितीतरी मुलं अगदी व्यवस्थित अभ्यास करत असतात. इतका की इतर कुठल्याही भानगडी करायला, अड्डे, कट्टे अशा ठिकाणी चकाट्या पिटत बसून येणाऱ्याजाणाऱ्या पोरींची टिंगलटवाळी करायला त्यांना वेळच नसतो आणि जी मुलं आपल्याला उनाड, भन्नाट वागणारी

वाटतात, तीही पुष्कळदा अगदी अनपेक्षितपणे अपघात, पूर, अडचणीत असलेली म्हातारी माणसं अशांना जीव ओतून मदत करताना दिसतात. तेव्हा लक्षात येतं की मुळात सुस्वभावी असलेली ही मुलं काही ना काही कारणानं वाहवल्यासारखी वागत असतात, त्यांना सरळ मार्गावर आणणारं कोणीतरी भेटावं! धडपड करत जिद्दीनं यशस्वी होणाऱ्या मुलांची आणखी काही उदाहरणे बघू या.

सोलापूर जिल्ह्यातल्या नातेपुते गावातल्या एका मुलाची ही गोष्ट. सुखदेव त्याचं नाव. वडील त्यांच्या तरुणपणी कुस्तीगीर होते. सुखदेवलाही कुस्ती शिकायची दुर्दम्य इच्छा. शिकू शकला, तर चांगला कुस्तीगीर होईल, असं कसब अंगात. पण कुटुंब मोठं, घरची गरिबी, ते शिक्षण परवडणार कसं? साताऱ्याच्या एका तालमीतले लोक त्याच्या मदतीला उभे राहिले. तालमीत शिकणाऱ्या मल्लांसाठी तो स्वयंपाक करतो, त्याच्या बदल्यात त्याला जेवण मिळतं आणि शिवाय तो कुस्तीचा सरावही करू शकतो. रात्रीच्या शाळेत शिकतोही. पहाटे चार ते रात्री दहा मेहनत करून आपलं ध्येय गाठायचं स्वप्न तो साकार करू बघतो आहे. जिद्द असावी तर अशी, होय की नाही?

एका चाळीत धुणं-भांडी करणाऱ्या बाईचा मुलगा अशोक. आईबरोबर चाळीत यायचा, बसल्या-बसल्या अभ्यास करायचा, नीट-नेटकी राहणी, वागणं शांत, सभ्य. पुढे आईची तब्येत नीट राहिनाशी झाल्यावर तो आणि त्याची बहीण अभ्यास सांभाळून लोकांची धुण्या-भांड्यांची कामंही करायची. खूप शिकून नोकरी करायची त्याची माफक महत्त्वाकांक्षा होती; पण परिस्थितीनं जमलं नाही, तरीही त्यानं हार मानली नाही. तो सॅन्डविचेस बनवून विकू लागला. हळूहळू त्याचा लहानसा सॅन्डविच स्टॉल झाला. घरच्या जबाबदाऱ्या, बहिणीचं लग्न, सगळं त्यालाच बघायचं आहे. मात्र त्याची जिद्द आणि आशावाद कायम आहेत! सॅन्डविच स्टॉलमधून पुढे लहानसं हॉटेल सुरू करायचं त्याचं स्वप्न आहे. जिथं कष्ट करण्याची तयारी आणि दुर्दम्य आशावाद आहे, तिथं भरकटून आयुष्य वाया जाईलच कसं? अशांना देवही मदत करतो आणि त्यांना यश मिळतंच.

अगदी ठळक, डोळ्यांत भरण्यासारखं उदाहरण आहे विठ्ठल कामतांचं. त्यांच्या वडिलांची मुंबईत दोन रेस्टॉरंट्स होती. एकीकडे शिक्षण चालू ठेवत विठ्ठलही हरतऱ्हेची कामं करत हॉटेल काढायचं स्वप्न बघत होता, त्यासाठी अनेक गोष्टी शिकत होता, अथक परिश्रम करत होता. अंगात धोका पत्करायची हिंमतही होती. टक्केटोणपे खात यशाची एक-एक पायरी विठ्ठल कामत चढत राहिले आणि आज ते कुठे पोहोचले आहेत? देशातल्या एकमेव सेव्हन स्टार हॉटेलचे ते मालक आहेत आणि पर्यावरणाच्या बाबतीत अत्यंत दक्ष असलेलं, शक्य त्या ठिकाणी सौरऊर्जा वापरणारं हॉटेल म्हणून या हॉटेलची ख्याती आहे. विठ्ठल कामतांना आणि वर

दिलेल्या सर्व उदाहरणांमध्येही आई-वडिलांचा भक्कम पाठिंबा आणि मदत, मुलांच्या मनामध्ये त्यांनी रुजवलेली जिद्द, कष्ट करण्याची तयारी आणि आशावाद यांची फार मोठी मदत झालेली दिसते. तरुण वयात भरकटत न जाण्याला, व्यसनं न जडायला लहानपणी मनावर झालेल्या संस्कारांचाच उपयोग होतो. जोडीला मुलांचं स्वत:चं मनोबल आणि परिश्रम हे तर हवेतच.

विशेष संवेदनशील, संभ्रमित आणि साशंक अशा मन:स्थितीतील या वयोगटावरील विचारांच्या शेवटी काही सूचना संकलित कराव्याशा वाटतात, म्हणून त्या पुढे देत आहे. माझ्या तरुण मित्रमैत्रिणींना त्या उपयोगी वाटतात का? बघा बरं-

१. स्वत:चा स्वीकार — आपला रंग, रूप, उंची, जाडी इ. ची कोणाशीही तुलना करून स्वत:ला कधीही कमी लेखू नये. कुठलाही न्यूनगंड येऊ देऊ नये. आपलं असं वैशिष्ट्य प्रत्येक व्यक्तीमध्ये असतंच. त्याचा रास्त अभिमान बाळगावा, तसंच स्वत:मधील उणिवांचाही जाणीवपूर्वक स्वीकार करावा. उणिवा प्रत्येकात असतात, आपल्यातच आहेत असं समजू नये.

२. स्वत:ला स्वत:च शिस्त लावून घ्यावी — पालक सांगू शकतात, प्रोत्साहन देऊन मदत करू शकतात; पण आपण स्वत:च अभ्यास, व्यायाम इ. बाबतीत वक्तशीर, शिस्तबद्ध वागायचा निश्चय करून तो अमलात आणला तर पुढील संपूर्ण आयुष्यात तो आपल्यालाच फायद्याचा ठरेल.

३. मन स्थिर ठेवायला शिकावं — मानसिक गोंधळ, धरसोड वृत्ती कमी करण्यासाठी चिंतन, प्रार्थना, मेडिटेशन यांचा उपयोग होतो. याही बाबतीत आई-वडील, शिक्षक इ. वडिलधाऱ्यांशी शांतपणे बोलून मदत घेता येईल; पण प्रत्यक्ष प्रयत्न करणं आपल्याच हाती असतं.

४. स्वयंस्फूर्ती — 'अभ्यास कर', 'व्यायाम कर', 'वेळेवर ऊठ', 'नीटनेटका राहा', 'खोली नीट ठेव', 'नीट जेवायला शीक', 'सभ्य भाषेत नीट बोलावं' अशा गोष्टी वडील माणसांनी मागे लागून, रागावून किंवा जबरदस्तीने करायला लावण्यापेक्षा पालकांनी असं वागावं की, लहानपणापासूनच असं वागण्यात मुलाला अभिमान वाटेल. हे सर्व तो त्याच्या स्वत:च्या विकासासाठी स्वत: करणार आहेच, असं वातावरण घरात असावं. मोठं होईपर्यंत हे गुण मुलाच्या अंगात भिनलेलेच असतील.

५. सुसंगतपणा — हे जे वर सांगितलेले आहेत, ते गुण अंगी बाणले की, मुलांच्या वागण्याबोलण्यात आपोआपच सुसंगती येते. बुद्धीला समतोलपणा येतो, मुलांचा आत्मविश्वास वाढतो. कारण मग येता-जाता लहानसहान गोष्टींसाठी रागावून, टीका करून घ्यावी लागत नाही.

६. संवेदनशीलता — आपल्याला जसा आपला अपमान झालेला आवडत

नाही, तसाच तो कोणालाही आवडत नाही, हे एकदा पटलं, लक्षात आलं, म्हणजे आपलं मन आपोआपच संवेदनशील बनत जातं. आपल्यावर इतरांनी प्रेम करावं, आपला मान ठेवावा, आपला आदर करावा असं वाटतं ना? सर्वांना तसंच वाटतं, हे समजून घेऊन वागा!

७. सामाजिक परिपक्वता – भोवतालच्या सर्वांची मदत असेल तरच कोणतंही काम– लहान असो की मोठं– करता येतं. No man is an island हे लक्षात ठेवावं. मी-तुम्ही अशी वृत्ती न ठेवता 'आपण' ही वृत्ती अंगी बाणवावी.

८. नीटनेटकेपणा – अव्यवस्थित, चुरगळलेले कपडे घालणं, केस विस्कटलेले ठेवणं, म्हणजे अत्याधुनिक, अशी काहींची समजूत असते– तसं नसतं! लोकांचं प्रथमदर्शनीच तुमच्याबद्दल चांगलं मत होत नाही. अतिशय महाग, भडक किंवा फार नटव्या किंवा अगदी फॉर्मल कपड्यांत वावरायची जरुरी नाही; पण प्रसंगाला योग्य, स्वच्छ, न चुरगळलेले, व्यवस्थित कपडे आणि साध्याच स्टाइलमध्ये, पण नीटनेटके विंचरलेले केस असं आपण दिसलो तर नक्कीच आपली छाप 'एक चांगली व्यक्ती' अशी पडते. तशी ती पडली आहे, हे आपल्याला जाणवतंच आणि मग कसं छान वाटतं!

९. एक चांगली, सभ्य, चांगल्या लोकांशी संगत ठेवणारी व्यक्ती म्हणून समाजात आपली प्रतिमा निर्माण करा आणि ती प्रतिमा कायम ठेवा. संपूर्ण आयुष्यात तुमच्याबद्दल बोलताना लोक नेहमी 'सभ्य, सुसंस्कृत' असं म्हणतील, तर किती छान वाटेल ना? आणि त्याचा फायदाही होईलच तुम्हाला, नक्कीच!

१०. चांगला छंद जोपासा – आपल्याला ज्यात रुची आहे, असा एखादा चांगला छंद जोपासा. कुठलाही खेळ, कुठलंही संगीत, वाचन, लेखन, चित्रकला, नृत्यकला, वक्तृत्वस्पर्धा, लहान-मोठं समाजकार्य (उदा. पर्यावरणसंरक्षण, वृद्धाश्रमात नियमित जाणं, अनाथाश्रमात जाणं, सार्वजनिक रुग्णालयातील रुग्णांना भेटून मदत करणं). तुमच्या व्यक्तिमत्त्वाचा आपोआपच विकास होईल. व्यक्तिमत्त्वातले कंगोरे कमी होत जाऊन त्याला छान आकार येईल, इतरांना तुम्ही एक व्यक्ती म्हणून जास्त आवडाल.

११. सकारात्मक विचार करायला शिका – हे शिकण्यासाठी अडचणी, संकटं येतात, तेव्हा विशेष आणि सातत्यानं प्रयत्न करत राहावं लागतं. घडून गेलेला, मागे राहिलेला अपयशाचा काळ विसरा. पूर्णत्वानं वर्तमानात जगा आणि स्वप्नं बघायला आवडत असेल, तर ती यशस्वी भविष्यकाळाची बघत, खरी करण्यासाठी आजच कामाला लागा.

∎

तुमच्या जीवनाचे शिल्पकार तुम्हीच!

शिक्षण संपतं किंवा संपत येतं आणि नोकरी-धंद्याचे वेध लागतात. इथून पुढचा काळ तरुण पिढीच्या आयुष्यातला अत्यंत महत्त्वाचा, चढाओढीचा, स्पर्धेचा, ताणतणावांचा आणि त्याच वेळी उमेदीचा, सुखाचा, स्वप्नं खरी करून दाखवण्याचा असतो. काहींनी तर एव्हाना आपल्या आयुष्याचा जोडीदार निवडलेलाही असतो, म्हणून मग स्वप्नं दुहेरी असतात! काहींनी मित्रमैत्रिणी असल्या, तरी विवाहाचा विचार पक्का केलेला नसतो. 'पुढे बघू' असा दृष्टिकोन असतो आणि काहींनी अजून काही वर्षं, नीट स्थिरावेपर्यंत लग्नाचा विचारच न करायचं ठरवलेलं असतं. घरच्या मंडळींच्या सहकार्यानं 'योग्य वेळी' लग्न करायचा त्यांचा विचार असतो. अर्थात, म्हणजे जोडीदार नेमका कसा हवा, याचा फारसा विचार त्यांनी केलेलाही नसतो!

या टप्प्यावर या सर्वांच्याचसाठी प्रथम महत्त्व असतं, ते नोकरी मिळवण्याला, त्यात स्थिरावयाला किंवा व्यवसाय सुरू करण्याच्या दृष्टीनं अनुभव मिळवण्यासाठी नोकरी शोधायला. आवश्यकता असते, ती शिस्तबद्ध आखणी करून आपल्या ध्येयाच्या मार्गावर चालू लागण्याची. एक सुंदर वाक्य एकदा वाचलं होतं–

No horse gets anywhere until it is harnessed
No steam of gas drives anything until it is confined
No Niagara is ever turned into light and power,
until it is tunneled and
No life ever grows great until it is
focused, dedicated, disciplined.

तेव्हा तुमच्या असीम सळसळत्या उत्साहाला, उसळत्या तारुण्याला, मिळवलेल्या ज्ञानाला योग्य तिथे बांध घालून, योग्य ते वळण देऊन तुमचं कर्तृत्व दाखवण्याच्या संधीचा काळ आता आला आहे!

इथून पुढे, नोकरी-व्यवसाय सुरू केल्यावर सारं काही छान सोपं आहे, असं मात्र मुळीच मानू नका! अडचणी येणारच आहेत, त्यातून मार्ग काढायचं आव्हान पेलायचं आहे. झुंज देण्याचाच हा काळ आहे, वेगळ्या प्रकारची, एवढंच. तणावांचं स्वरूप इथून पुढे बदलतं, तणाव संपत नाहीत. पण काय आहे, वृत्ती झुंजार ठेवणं अत्यंत महत्त्वाचं आहे. रस्ता तोच असतो, चढाचा किंवा उताराचा नाही. आपल्या मनोवृत्तीप्रमाणे ती आपल्याला चढण किंवा उतरण वाटते. आणखी एक आहे, वाटेत पाय ज्याच्यावर अडखळतात त्या दगडांवरच चढण्याकरता पायऱ्या करता येतात!

तेव्हा चला, उठा! कामाला लागा! नोकरी मिळेल की नाही म्हणून घाबरून हातपाय गाळून बसू नका! जशी पक्ष्यांनासुद्धा खायला मिळेल अशी योजना देवानं केलेलीच असते; पण पक्ष्यांना ते शोधावं लागतं (आयतं खायला मिळतं फक्त पिल्लांना, तेही ती मोठी होईपर्यंतच!), तशीच धडपड तुम्हालाही करावी लागणार. तर मग असं करा की, जे करणं जरुरीचं आहे– नोकरी शोधणं, ते प्रथम करायला लागा. मग जे करणं शक्य आहे, ते करायला सुरुवात करा आणि बघता बघता तुमच्या लक्षात येईल की, अशक्य वाटणाऱ्या गोष्टीही तुम्ही करत आहात!

असे काही अभ्यासक्रम असतात की, जे घेऊन पास होणाऱ्यांना पास होता होताच, शेवटच्या वर्षाला असताना नोकऱ्या मिळून जातात. आय.आय.एम. सारख्या प्रतिष्ठित संस्थांमधून पास होणाऱ्यांना आपल्याकडे किंवा परदेशातही महिना लाखो रुपये पगाराच्या नोकऱ्या मिळाल्याचं आपण वाचतो-ऐकतो. बऱ्याच शिक्षणसंस्थांमध्ये एवढाल्या पगारांच्या नसल्या, तरी चांगल्या नोकऱ्या मिळतात हे खरं आहे; पण अशा अभ्यासक्रमांमध्ये, अशा शिक्षणसंस्थांमध्ये प्रवेश मिळू शकणारी मुलं एकूण शिक्षण संपून नोकरी शोधणाऱ्या मुलांपैकी किती टक्के? फार थोडी. बाकीच्यांना नोकऱ्या शोधायच्याच असतात, आपल्या आपण. अर्ज करून किंवा नोकरी मिळवून देणाऱ्या संस्थांमध्ये नावं नोंदवून. तुमचं शिक्षण जर कुठल्याही अभ्यासक्रमातील एक डिग्री– बी.ए., बी. एस्सी., बी.कॉम., बी. ई. किंवा इंजिनिअरिंग डिप्लोमा, बी.ए. एम. एस., बी. फार्म., बी. एच. एम. एस. वगैरे मिळवण्याइतकं झालं असेल, तर नोकऱ्या शोधणाऱ्या अगणित मुलांमधले तुम्ही एक असता.

हातात डिग्री आहे पण नोकरी नाही, ही स्थिती तरुणांना अत्यंत नाउमेद करणारी, चिंतेत टाकणारी आहे. वर्तमानपत्रात भरपूर जाहिराती असतात, मुलं अर्ज करत राहतात पण यश मिळत नाही. नोकरी शोधणारे शिक्षित तरुण आणि उपलब्ध

संधी यांचं प्रमाण व्यस्त आहे, हे भयानक वास्तव आहे. तरुण मनांवर कडवटपणा, निराशा, असहायता यांचं सावट येईल अशीच परिस्थिती आहे; पण प्रयत्न करणं फक्त आपल्या हातात असतं, होय ना? दहावी-बारावीचे गड आपण सर केले आहेत, कॉलेजमधून डिग्री मिळवून बाहेर पडलो आहोत, आता पुढचं शिखर गाठायचं आहे. हिंमत हरून बसलो, तर बसल्या जागी काय मिळवू शकणार आपण? एका जुन्या कवितेची ओळ आठवते– standing at the foot boys, gazing at the sky, how can we go up boys, if we never try? चला तर मग, व्यवस्थित विचार करू या, काय करता येईल आपल्याला?

आधी याचा विचार करावा की, आपले plus points – जमेच्या बाजू, बलस्थानं काय आहेत? आपली डिग्री, त्यात मिळालेले मार्क, तत्पूर्वीच्या दहावी व बारावीत मिळालेले मार्क हे झालं मुख्य. त्याखेरीज आपण काही दुसऱ्या छोट्या-मोठ्या परीक्षा दिलेल्या आहेत का? मिडल स्कूल, हायस्कूल स्कॉलरशिप, स्टेट टॅलंट सर्च, नॅशनल टॅलंट सर्च अशा परीक्षा, ड्रॉईंग, नृत्य, संगीत, इंग्लिशखेरीज इतर परदेशी भाषा या कुठल्या परीक्षा, आंतरशालेय किंवा आंतरमहाविद्यालयीन वक्तृत्वस्पर्धा किंवा कुठलाही खेळ, स्काऊट, एन. सी. सी. मध्ये भाग यापैकी ज्या काही आपल्या जमेच्या बाजू असतील, त्या सर्व गोष्टींची यादी करा व त्यांची सर्टिफिकिटं जपून ठेवा. कुठल्या भाषा आपल्याला चांगल्या बोलता येतात? आपलं सामान्यज्ञान किती आहे? आपली प्रकृती किती दणकट आहे? हे सर्व मुद्दे लिहून काढल्यावर प्रामाणिकपणे स्वत:शी विचार करा की, कसं वाटतंय वाचल्यावर? कुठल्या बाबतीत उणिवा वाटतायत? त्यातल्या कुठल्या भरून काढता येतील?

एक गोष्ट आजच्या घटकेला नक्की आहे की, कुठलीही नोकरी करायची असेल, तर इंग्लिश समजणं आणि बोलता येणं याचा फायदा होतोच. मातृभाषेचा अभिमान असावा, मातृभाषा चांगली बोलता, लिहिता, वाचता येण्यानं तुमच्या व्यक्तिमत्त्वात नक्कीच चांगली भर पडते. परंतु आज भारतातल्या कुठल्याही शहरात अनेक प्रांतांमधले व देशांमधले लोक एकत्र काम करत असतात. त्यामुळे इंग्लिशचं महत्त्व नक्कीच आहे, ते चांगले न येण्याचा तोटा होतोच होतो. तेव्हा आपल्यामध्ये या बाबतीत जर उणीव असेल, तर ती भरून काढण्याचं काम प्रथम करावं. इंग्लिश संभाषण करायला शिकवणारे बरेच क्लासेस सध्या चालू असतात. त्यातला एखादा आपल्या सोयीचा निवडावा व मन लावून इंग्लिश बोलण्याचा, बोललेलं समजून घेण्याचा सराव करावा. एक सूचना करावीशी वाटते. बऱ्याच जणांना विनाकारण ॲक्सेंट मारायचा प्रयत्न करत 'Yaa! yaa!' म्हणत राहिलं म्हणजे ऐकणाऱ्यावर 'याला इंग्लिश येतंय' अशी छाप पडते, असं वाटतं. वास्तविक तसं होत नाही. विशेषत: इंटरव्ह्यूसाठी गेलेलं असताना किंवा सर्व

भोवतालची माणसं आपल्यापेक्षा ज्येष्ठ व वरिष्ठ असताना, नम्रपणानं, न बिचकता, साध्या स्वच्छ भाषेत इंग्लिश बोलावं, 'yes sir', 'no sir' असे शब्दप्रयोग वापरावेत. इंटरव्ह्यू देण्याबद्दल पुढे आणखी बघू.

इंग्लिश शिकणं झालं, त्याखेरीज बरंच काही करण्यासारखं आहे. कॉम्प्युटरचे जेवढे वेगवेगळे कोर्सेस करता येण्यासारखे असतील तेवढे करावे. रोजची मराठी व इंग्रजी वर्तमानपत्रं नियमितपणे वाचून जगात काय चाललं आहे त्याबद्दल आपलं ज्ञान वाढवावं, मात्र येता-जाता अकारण मतप्रदर्शन करण्याची जरूर नाही! ऊर्जेची नवी साधनं, जागतिकीकरण, अणुशक्तीचे प्रयोग, पर्यावरण, नर्मदा बचाव आंदोलन व धरण, वेगवेगळे खेळ, शिक्षणात व नोकऱ्यांमध्ये आरक्षण इ. सध्याच्या ज्वलंत प्रश्नांवर माहिती असावी. कॉम्प्यूटरखेरीज अकाऊंट्स, मार्केटिंग, जपानी, स्पॅनिश इ. भाषा (ज्यांचं हल्ली महत्त्व आहे-) सेल्समनशिप इ. ज्या कुठल्या क्षेत्रात आपल्याला गती व आवड असेल, त्याचे लहान-मोठे कोर्सेस करत राहावं. महत्त्वाचं हे की, घरी स्वस्थ झोपा काढत बसू नये! कुठलीही शिकलेली गोष्ट वाया जात नाही, हे लक्षात ठेवावं.

सुरुवातीला अमुकच तऱ्हेची, अमुकच पगाराची, अमुक वेळा असलेली नोकरी हवी, नाहीतर अर्जच करायचा नाही, असा आग्रह धरू नका. पहिलीच नोकरी असल्यानं 'अनुभव' या रकान्यात जागा रिकामीच असते ना आपल्या अर्जातली! जी मिळेल ती घेऊन उरलेला वेळ वर सांगितल्यासारखा आपल्या जमेच्या बाजू वाढवण्यात घालवा. नवी नोकरी शोधाल, तेव्हा तुमचा मेहनत व धडपड करण्याचा स्वभाव सर्व संबंधितांच्या लक्षात आल्याखेरीज राहणार नाही. अर्थात तुम्हाला खरोखर ज्या क्षेत्रात काम करण्याची इच्छा असेल, त्या दिशेनं आपलं गाडं वळवत राहायचं, पण यश मिळायला वेळ लागला, तरी खचून जायचं नाही. आपल्या देशाला भूषणास्पद अशा व्यक्तींपैकी एक स्व. शंतनुराव किर्लोस्कर म्हणत असत, "शक्य तितका प्रयत्न करणं, हेच एक बक्षीस आपण स्वतःला दिलंय असं समजावं. स्वतःवर, स्वतःच्या कर्तृत्वावर विश्वास ठेवा, स्वतःच्या पायांवर उभं राहून स्वतःच्या श्रमांनी वर या. धोका पत्करून, श्रम करून, स्वतःचं कर्तृत्व सिद्ध करून दाखवावं लागतं. यश मिळालं की, लगेच हुरळून जाऊ नका आणि अपयश आलं म्हणून हातातलं काम सोडून देऊ नका. नव्या जोमानं पुन्हा कामाला लागा. प्रगती करण्याचा हाच एक मार्ग आहे. त्याला शॉर्टकट्स, बायपास नसतात!"

चांगली मनासारखी नोकरी मिळेपर्यंत छोटी-मोठी कामं करत राहण्यात आणखी एक लगेच लक्षात न येणारा फायदा असा असतो की, वेगवेगळी माणसं भेटत राहतात. प्रत्येक जण काही ना काही करत असतोच. त्यांच्याकडून माहितीही मिळते. काही ना काही शिकायला मिळतंच- कान आणि डोळे उघडे ठेवून बघत,

ऐकत राहावं. हळूहळू आपल्या एकूण व्यक्तिमत्त्वात भर पडत राहते, कंगोरे कमी होत जातात. 'पॉलिश' येत जातं आणि खरं म्हणजे 'आदर्श' नोकरी तर कुठलीच नसते. अगदी स्वत:चा व्यवसाय सुरू केला, तरीही भरपूर अडचणींचा सामना करावाच लागतो, करतच राहावा लागतो.

धनंजयनं शिक्षण संपल्यावर, सर्वसामान्यपणे मुलं करतात त्यापेक्षा खूपच जास्त विचारपूर्वक बेत केले होते. त्याला इंजिनिअरिंग क्षेत्रात स्वत:चा लहानसा कारखाना सुरू करायचा होता. त्यासाठी कशाचा कारखाना काढायचा, हे ठरवण्यापूर्वीही, कच्च्या मालाची खरेदी, उत्पादनासाठी आवश्यक ते सामान्य तंत्रज्ञान, कामगारांकडून संबंध चांगले ठेवून काम करून घेणं, प्रत्यक्ष उत्पादन, मालाचा दर्जा सांभाळणं, पॅकिंग, गिऱ्हाइकं मिळवणं, किमती ठरवणं, प्रत्यक्ष विक्री व शेवटी पैसे वसूल करणं इ. अनेक गोष्टी शिकणं गरजेचं होतं, हे त्याच्या लक्षात आलं. मध्यमवर्गीय कुटुंबातल्या धनंजयच्या गाठी पैसा तर नव्हताच, बँकेकडून कर्ज कसं मिळतं, ही माहितीही काढायची होती. धनंजयनं अगदी व्यवस्थित प्लॅनिंग करून पायऱ्या पायऱ्यांनी हे सर्व शिकायला सुरुवात केली. प्रत्येक नोकरीत पडेल ते सर्व काम तो करायचा, आखून दिलेल्या कामापेक्षा थोडं जास्तच; पण कमी कधीच नाही! बारकावे शिकून घ्यायचा, प्रश्न विचारून माहिती गोळा करत राहायचा. जमेल तेव्हा एकाच कंपनीत खाती बदलून घ्यायचा किंवा मग दुसरी नोकरी शोधायचा. नोकरीवरून घरी आल्यावर टिपणं करून ठेवायचा. असं करता करता जेव्हा त्याला खात्रीपूर्वक वाटू लागलं की, अमुक तऱ्हेच्या मालाची बाजारात मागणी आहे आणि लहानशा कारखान्यात ती करणं शक्य आहे, तेव्हा त्यानं प्रोजेक्ट रिपोर्ट तयार केला. प्रोजेक्ट रिपोर्ट कसा लिहावा, याचं ज्ञान असणाऱ्यांकडून तो जास्त चांगला लिहून घेतला. या सर्व वर्षांमध्ये अत्यंत काटकसरीनं राहत त्यानं थोडीफार बचत केली होती. कारण आपले स्वत:चे अमुक टक्के पैसे घालता आले, तरच प्रोजेक्ट रिपोर्ट पास झाल्यावर बँक कर्ज देते, हे त्याला माहीत होतं. हे सगळं झाल्यावर बँकेनं कर्ज मंजूर केलं, तेव्हा गावाबाहेरच्या नव्यानं झालेल्या औद्योगिक वसाहतीत त्यानं छोटीशी शेड घेतली आणि नोकरीचा राजीनामा देऊन काम सुरू केलं. या सर्व वर्षांमध्ये त्याच्या पत्नीचा– वसुधाचा– संपूर्ण, सक्रिय सहकार होताच. रोज सकाळी उजाडताच पोळी-भाजीचा डबा घेऊन दोघं शेडवर पोहोचायची, ती दिवसभर काम करून दिवस मावळायला घरी यायची. चार-पाचच लोक कामावर घेतले होते. अशी सुरुवात केल्यावर पुढील काही वर्षांत भराभर प्रगती झाली, माल छान खपू लागला. स्कूटर, रिक्षा इ. साधनं आली, मग गाडीही आली; पण औद्योगिक व्यवसायात खाली-वर होतच राहतं, तसं होऊन काही वर्षांनी त्या मालाची मागणी कमी होऊ लागली! पुन्हा प्रश्न, पुन्हा अडचणी! पण धीर खचणारे असते धनंजय आणि वसुधा, तर

इथपर्यंत पोहोचलेच नसते ना! पुन्हा नवी कोणती वस्तू बनवता येईल, त्यासाठी काय काय यंत्रसामग्री लागेल, याचा अभ्यास सुरू झाला– पुन्हा कर्ज– पुन्हा काटकसर– पुन्हा अथक परिश्रम– अनेक तणावांशी झुंज देत आहेत. उमेद शाबूत ठेवून श्रम चालू आहेत! स्वत:वर अढळ विश्वास आणि अंगात धमक, श्रम करण्याची तयारी, हेच मुख्य आणि एकमेव भांडवल!

हे एकच उदाहरण विस्तारानं अशासाठी दिलं की, अनेक तरुण-तरुणींचं स्वप्न असतं स्वत:चा धंदा सुरू करण्याचं, नाव आणि पैसा कमावण्याचं. फार चांगली गोष्ट आहे. परंतु स्वत:चा साहजिक कल नोकरी करण्याकडे आहे की व्यवसाय सुरू करण्याकडे, याचा प्रामाणिक विचार करावा. भरपूर मेहनत करण्याचा स्वभाव असला, तरी आर्थिक स्थैर्य, दरमहा नियमित कमाई हे नसल्यानं तुम्हाला मानसिक स्वास्थ्य वाटणार नसेल, तर व्यवसाय करण्यात तुमच्या मनाला स्वस्थता, शांती असणार नाही. आजच्या भारतात उद्योग उभा करायचा म्हणजे सरकारी व बिनसरकारी अक्षरश: अगणित व्यक्तींना पैसे चारावे लागतात, अनेक तडजोडी आपल्या सदसद्विवेकबुद्धीला मुरड घालून स्वीकाराव्या लागतात, खरेदी, विक्री, उत्पादनाची खोटी कागदपत्रं तयार करावी लागतात! हे सर्व न करताही यशस्वी होणारे भाग्यवंत क्वचित कोठे असतही असतील; परंतु एकूण चित्र हे असं आहे. धनंजयनं केलं तितकं सुरुवातीपासूनच वर्षानुवर्षं आखणी करून, धोके पत्करून उद्योग उभा

करण्याचं मनोबल असेल, टक्केटोणपे खाण्याची साऱ्या कुटुंबाची तयारी असेल, तर अवश्य पुढे जावं. नाहीपेक्षा चांगल्या नोकरीच्या शोधात राहत काही ना काही काम करत राहावं.

नोकरीसाठी अर्ज पाठवताना, तो चांगली छाप पडेल असा कसा लिहावा, सोबत बायोडेटा (स्वत:च्या शिक्षण व अनुभवाबद्दलची सर्व माहिती) जोडावा लागतो. तो कसा लिहावा, याचीही माहिती असली पाहिजे. वर लिहिल्याप्रमाणे आपल्या बायोडेटात चांगली भर पडेल, असं सदैव काही ना काही शिकत राहावं. अर्ज, बायोडेटा कसा लिहावा, हे एखाद्या अनुभवी हितचिंतकाकडून शिकून घ्यावं. तुमची गुणवत्ता आणि अनुभव चांगला असूनही कसल्यातरी कागदावर, गिचमिड अक्षरात, चुकीच्या इंग्लिशमध्ये, अव्यवस्थित लिहिलेल्या अर्ज व बायोडेटाचा— वाचणाऱ्यावर चांगला परिणाम होत नाही. याउलट उत्तम कागदावर, स्वच्छ, सुबक अक्षरांत, शक्यतो कॉम्प्युटर किंवा इलेक्ट्रॉनिक टाइपरायटरवर टाईप केलेला, चांगल्या इंग्लिशमध्ये लिहिलेला तोच मजकूर कितीतरी जास्त चांगली छाप पाडतो. अर्ज लिहायचा म्हटलं की, खूप जण गोंधळून, बावचळून जातात, त्यांच्यासाठी हे महत्त्वाचं!

पुढची पायरी असते प्रत्यक्ष इंटरव्ह्यू देण्याची. प्रत्येक लढ्याची तयारी शक्य तितकी चांगली करणं, हे आजच्या पदोपदी लढे द्यावे लागणाऱ्या जगात फार महत्त्वाचं. इंटरव्ह्यू कसा द्यावा, हे शिकवणारे लोकही असतात. शक्य असेल, तर त्यांची मदत घ्यावी. नोकऱ्या मिळवून देणाऱ्या, कोठे, कोणत्या जागा खाली आहेत, याबद्दल माहिती देणाऱ्या बऱ्याच संस्था असतात, तेथे पैसे भरून आपलं नाव नोंदवावं लागतं. सर्वच गावांमध्ये या सगळ्या सुविधा नसतात, म्हणून काही महत्त्वाच्या सूचना :-

१. दिलेल्या वेळेच्या दहा-पंधरा मिनिटं तरी आधी पोहोचावं. यानं दोन गोष्टी होतात. काही अनपेक्षित कारणानं उशिरा पोहोचण्याची भीती राहत नाही, हे एक आणि आपल्या मनाला स्थिरावायला, स्वस्थ, शांत-चित्त व्हायला वेळ मिळतो. रोहितची हकीकत मला नेहमी आठवते. एका पावसाळ्यात त्याला मुंबईच्या एका कंपनीत इंटरव्ह्यूसाठी कॉल आला. तो मुंबईला आदल्या दिवशी पोहोचला खरा; पण रात्रीपासून मुंबईचा पाऊस सुरू झाला! काही अंतर तो लोकलनं जाणार होता आणि मग टॅक्सीनं; पण गाड्या आणि टॅक्सी चालू राहिल्या तरी कपडे तर विस्कटणार, भिजणार तर नक्कीच होते. रोहितनं इंटरव्ह्यूसाठी घालायला जे कपडे आणले होते, ते एका छोट्या सूटकेसमध्ये भरले आणि एरवी निघाला असता, त्याच्या एक तास आधी निघाला. पाऊस फार आहे म्हणून जाऊ नये, असं मात्र त्यानं मनातही आणलं नाही. जितकं अंतर लोकलनं, टॅक्सीनं जाता आलं, तेवढं

गेला आणि मग रस्त्यातल्या गुडघाभर पाण्यात उतरला, छोटी सूटकेस डोक्यावर ठेवली आणि कंपनीच्या ऑफिसच्या दिशेनं चालू लागला! वेळेच्या आधी अर्धा तास पोहोचला, तो थेट बाहेरच्या प्रतीक्षाकक्षात असलेल्या बाथरूममध्ये घुसला! तिथं त्यानं सूटकेसमधल्या टॉवेलनं अंग, केस पुसले आणि कपडे बदलून केस विंचरून व्यवस्थित बाहेर आला! ओले कपडे भरलेली सूटकेस तिथल्या रिसेप्शनिस्टजवळ ठेवून तो कोरड्या, नीटनेटक्या कपड्यात इंटरव्ह्यूसाठी आत पोहोचला, तेव्हा इंटरव्ह्यू घेणारे तीन-चार वरिष्ठ बसले होते, ते थक्क झाले! अशा पावसात बहुतेक कोणी येणारच नाही, असं वाटत होतं आणि हा मुलगा इतका व्यवस्थित, इतका वेळेवर हजर होता! बोलण्या-चालण्यात रोहित त्याच्या या वागण्याइतकाच स्मार्ट होता. त्याला ती नोकरी मिळाली, हे सांगायला नकोच! त्याच कंपनीच्या विक्री खात्याचा रोहित आज प्रमुख आहे!

२. कपडे स्वच्छ, इस्त्रीचे व नीटनेटके असावेत. केस व्यवस्थित कापलेले, नीट विंचरलेले असावेत. तेलकट किंवा विस्कटलेले, वाढलेले तथाकथित 'आधुनिक स्टाइल'चे नसावेत. कपडे भडक, भपकेदार, झगमगीत नसावेत. चपला घालून मळक्या पायांनी जाऊ नये, व्यवस्थित पॉलिश केलेले बूट व मोजे घालावेत. स्पोर्ट्स शूज, फ्लोटर्स इ. टाळावेत. कोट व टाय नोकरी कसली आहे व हवा कशी आहे, यावर अवलंबून आहे. परंतु नेहमी टाय, कोट घालण्याची सवय नसेल, तर ते घातल्यावर हालचालीत मोकळेपणा नसेल आणि बघणाऱ्याला तो जाणवेल, म्हणून घालणे जरूर असेल, तर चार-आठ दिवस आधीपासून सवय करावी आणि जरूर नसेल, तर घालू नये. टी-शर्ट, जीन्स असल्या कपड्यात जाऊ नये. शर्ट-पँट असा नीटनेटका पोशाख असावा. आपण छान छाप पडेल असे दिसत आहोत, असं तुम्हाला वाटणं महत्त्वाचं आहे.

मुलींनी व्यवस्थित सलवार, खमीस, ओढणी घालावी. जरा मोठ्या वयाच्या, वरिष्ठ जागेसाठी इंटरव्ह्यूसाठी जाणाऱ्या मुलींनी साडी नेसली, तरी छान दिसेल. साडी झगमगीत, भपकेदार मात्र नसावी! केस व्यवस्थित कापलेले किंवा बांधलेले असावेत, सारखे चेहेऱ्यावर येणारे नसावेत. मेकअप बेताचा असावा, दागिने अगदी थोडे व साधे असावेत– बटबटीत नसावेत.

३. इंटरव्ह्यूला आलेल्या इतरांना बघून स्वत:चा आत्मविश्वास डगमगू देऊ नये. ज्याअर्थी तुम्हाला बोलावलं आहे, त्याअर्थी तुमची लायकी ती नोकरी मिळण्याची आहेच– तुम्हीच सगळ्यात चांगले कशावरून नसाल? असालच!

४. असा आत्मविश्वास मनात जागा ठेवला की, आपली देहबोली आपोआपच छाप पाडेल. आपला आत्मविश्वास आपल्या देहबोलीतून जाणवतो. आपल्या बसण्या-बोलण्यातूनही आपला आत्मविश्वास कळतो. सुरात नवलाई, लाचारी नसावी,

त्याचबरोबर नम्रता, सभ्यता असावी. वरिष्ठांनी 'बसा' असं सांगेपर्यंत बसू नये. 'बसा' म्हटल्यावर 'Thank you' म्हणून व्यवस्थित, नीट बसावं. हात-पाय पसरून बसू नये. तोंडात पान, च्युईंगम इ. काहीही नसावं.

५. खोलीत गेल्या गेल्या, दिवसाची जी वेळ असेल, त्यानुसार 'good morning', 'good afternoon' म्हणावं. इंटरव्ह्यू संपल्यावर– तो तुमच्या मते कसाही झाला असला, तरीही– 'Thank you sir/Ma'm, GoodDay' म्हणून अदबीनं बाहेर पडावं. इंटरव्ह्यू घेणारी एकाहून जास्त माणसं असतील, तर ज्यानं जो प्रश्न विचारला असेल, त्याच्याकडे बघून त्या प्रश्नाचं उत्तर द्यावं. उत्तर माहीत नसल्यास न घाबरता, स्पष्ट, पण नम्रपणे तसं सांगावं. थापा मारू नयेत. एरवी सर्व व्यक्तींपैकी प्रमुख कोण आहे, हे ठाऊक असेल, तर त्या व्यक्तीकडे बघून बोलावं. इंटरव्ह्यू देण्याचा थोडा सराव झाला, म्हणजे एक छोटीशी युक्ती करता येते. जे प्रश्न विचारले जातील अशी अपेक्षा असेल, त्यापैकी ज्यांच्याबद्दल आपल्याला चांगली माहिती असेल, त्या विषयाकडे संभाषण वळवण्याचा प्रयत्न करावा, म्हणजे आपला आत्मविश्वास वाढत जाईल आणि मग इतर प्रश्नांची उत्तरंही पटापट सुचतील.

दृक-श्राव्य माध्यमाच्या (Audio-Visual Production) कोर्सच्या इंटरव्ह्यूसाठी गार्गी गेली होती, तेव्हा एकाएकी पॅनेलवरच्या एकानं "रंग दे बसंतीच्या पार्श्वसंगीताबद्दल तुम्हाला काय वाटतं?" असा अनपेक्षित प्रश्न विचारला. जराही विचलित न होता गार्गी म्हणाली, "रंग दे बसंती बघायला मला अजून जमलं नाहीये; परंतु ए. आर. रेहमानच्या मी बघितलेल्या इतर चित्रपटांच्या व 'रंग दे बसंती'च्या टीव्हीवरील प्रोमोज्मधील पार्श्वसंगीतावरून मी असं म्हणू शकते..." परीक्षकांना तिचं खचितच कौतुक वाटलं असावं, असं त्यांच्या चेहऱ्यावरून तिला वाटलं!

आपल्याला पगार किती मिळावा याबद्दल आपली अपेक्षा, जो पगार प्रत्यक्षात देऊ केला जातो, त्यापेक्षा साधारणपणे नेहमीच जास्त असते! जे लाखो-हजारो रुपयांचे पगाराचे आकडे कोणाकोणाला मिळालेले आपण वाचतो, ऐकतो तसे फारच थोड्या भाग्यवंतांना मिळत असतात आणि एक मेख अशी आहे की, जितका पगार जास्त देऊ केला जातो, तितक्या तुमच्याकडून अपेक्षाही जास्त असतात! सौरिन पहिल्याच प्रयत्नाला सी.ए. झाला आणि त्याच्याच शहरात मोठ्या कंपनीत त्याला ताबडतोब नोकरीही मिळाली. मोठ्या उत्साहानं तो कामाला लागला. ऑफिसमधून परत यायला ठरलेल्या वेळेपेक्षा दोन-तीन तास तर रोजच जास्त लागायचे आणि जे लहान लहान कंपन्यांचं ऑडिटचं काम ही मोठी कंपनी करून देत असे, त्या कामावर प्रांतातल्या वेगवेगळ्या लहान शहरांमध्ये त्याला पाठवण्यात यायचं. अशा तऱ्हेच्या कामात त्याला फारशी रुची नव्हती.

नोकरीला लागल्यावर ज्या अनेक गोष्टी नव्यानं समजतात, त्यातली ही एक आहे की, तुम्हाला करायला आवडेल असंच काम नेहमी करायला मिळेल, असं मुळीच नसतं! कधी कधी तर तुमच्या शिक्षणाशी काहीच संबंध नसलेली कामंही तुमच्यावर सोपवली जातात आणि तुमची पात्रता तुम्ही अशी कामं किती खुबीनं पार पाडता, हे बघून जोखली जाते! इथं तर सौरिन ऑडिटचं काम हे त्याच्या शिक्षणचा भाग असल्यानं तक्रार करूच शकत नव्हता! बसनं, टॅक्सीनं, ट्रेननं– मिळेल त्या वाहनानं त्याला त्या शहरात पोहोचावं लागे आणि नेमून दिलेल्या वेळात तिथल्या कंपन्यांचं ऑडिटचं काम पुरं करून परत यावं लागे. रात्री दीड-दोन वाजेपर्यंतही काम करत बसावं लागे. या लहान कंपन्या अर्थात त्यांना हवं तसं ऑडिट करून देण्यासाठी, पैशाची व इतर प्रलोभनं दाखवायला कमी करत नसत. पण प्रश्न त्याच्या सुसंस्कृत, नेक स्वभावाचा आणि त्याच्या कंपनीच्या कीर्तीचा होता. तेव्हा त्या लहान शहरांमध्ये असल्या प्रलोभनांना बळी न पडता, रात्रीचा दिवस करून, चोख काम करून सौरिन थकला-भागला परत यायचा आणि पुन्हा ऑफिसमध्ये कामाला लागायचा. आठ-दहा दिवसांनी पुन्हा दुसऱ्या गावी जायचं असे!

अलीकडेच एका मुलीच्या प्रेमात पडलेल्या तेवीस-चोवीस वर्षांच्या सौरिनला किती मानसिक आणि शारीरिक तणाव असायचा ते तोच जाणे! आजच्या उद्योगजगतात असे हजारो तरुण-तरुणी आहेत. एकदा नोकरी पत्करली की, त्यांचा वेळ हा त्यांचा नसतोच! सकाळी आठ ते रात्री आठ ही सगळी कामाला जुंपलेली असतात. त्यांचे प्रेमी/प्रेमिका, पती/पत्नी, मुलं, आई-वडील यांना हे खूप जड जातं हे उघडच आहे. कारण घरातली कामं, अडचणी, आजारपणं, मुलं झाल्यावर त्यांच्याकडे लक्ष देणं– कशालाच त्यांना वेळ राहत नाही! परिणाम काय? सदैव सगळ्यांची कुरबूर किंवा गप्प बसून मनावर ताण येणं! तात्पर्य हेच दिसतंय की, अशाच आयुष्याची सवय या पिढीला करून घ्यायलाच हवी आहे आणि यातून ज्यानं त्यानं आपापल्या परीनं मार्ग शोधायला हवा आहे!

आजचं औद्योगिक क्षेत्रातलं वातावरण असं आहे, शिक्षित बेरोजगार इतके आहेत की, तुम्ही या कसोट्यांना उतरला नाहीत तर तुमची जागा घ्यायला अक्षरश: शेकडो दुसरे उभेच असतात. बऱ्याच कंपन्यांमधून तुम्ही किती काम करू शकता, किती ताण घेऊ शकता, न कुरकुरता किती जास्त तास कामासाठी थांबू शकता, कशा तऱ्हेच्या अडचणींना तोंड देऊ शकता, हे सुरुवातीची एक-दोन वर्षं मुद्दाम अशा परिस्थितीला तुम्हाला तोंड द्यायला लावून बघितलं जातं. तेव्हा तुम्हाला तुमची लायकी सिद्ध करण्यासाठी ही उत्तम संधी आहे, असं समजून अशा ताणतणावांशी झुंज द्या. तुम्ही स्वत: होऊनच जितकं नेमून दिलेलं काम असेल, त्याहून जास्त काम मनापासून, हौसेनं करा, नवं जे काही असेल, ते शिकण्यासाठी उत्सुकता दाखवा

आणि तुमची प्रगती होते का नाही बघा.

वर सौरिनबद्दल लिहिलं आहे. हा मुलगा कामाचा इतका ताण असतानाही आणखी एक परीक्षा देण्यासाठी अभ्यास करत आहे. परीक्षा अतिशय अवघड असते; पण तुकड्यातुकड्यांनी देता येते. सगळे मिळून जे दहा पेपर असतात, त्यातले प्रत्येक वर्षी तो दोन देतो. त्याच्या मैत्रिणीलाही त्यानं सांगितलं आहे की, या सगळ्यात तिची साथ त्याला हवी, अगदी मध्ये केव्हा लग्न केलं तरी. तिनंही ते मनापासून स्वीकारलं आहे. ती स्वत:ही एम.ए.ची परीक्षा बाहेरून देत आहे आणि एक्स्पोर्ट-इंपोर्टचा पोस्टग्रॅज्युएट एक्सटर्नल डिप्लोमाही करत आहे. आपली कुवतच वाढवणं, दुप्पट काम करणं, मनात आणलं तर शक्य आहे आणि ते करायला दोघंही तयार आहेत.

नोकरी करणाऱ्या मुलींचे खास त्यांचे असे अनेक प्रश्न असतात. स्मार्ट दिसणाऱ्या, चटपटीतपणे ऑफिसला जाणाऱ्या मुली बघणाऱ्यांना त्यांचं कौतुक वाटतं, अनेकांना हेवाही. पण या स्मार्ट चटपटीत मुली प्रत्यक्षात किती आघाड्यांवर लढे देत असतात, याची फारच थोड्यांना कल्पना असते.विशेष उच्च शिक्षण झालेलं नसेल, तर त्यांना ज्या नोकऱ्या मिळालेल्या असतात– रिसेप्शनिस्ट, सेल्सगर्ल, ज्युनियर क्लार्क, ब्यूटी पार्लर असिस्टंट इत्यादी. तिथे पगार अगदी बेताचे असतात आणि काम मात्र अगदी पिळून काढल्यासारखं करून घेतलं जातं.

घरून करून आणलेला पोळी-भाजीचा डबा आणि एक-दोन कप चहा यावर दिवस काढायचा असतो. ओठ ताणून हसरा आणि प्रसन्न ठेवलेला चेहरा, महिन्यातल्या अवघड दिवसांमध्येही तासन्‌तास उभं राहणं किंवा मान मोडून लिहित राहणं, ही परिस्थिती हेवा करण्यासारखी निश्चितच नाही! जास्त पगार मिळणाऱ्या नोकऱ्या

अलीकडे कॉल सेंटरवरच्या. अमेरिकन ॲक्सेंटमध्ये, पाश्चिमात्य नाव धारण करून रात्र-रात्र बोलत राहणं, काही सेकंदही उत्तर द्यायला उशीर झाला, तरी 'निगेटिव्ह पॉइंट्स' मिळण्याचा धाक, अपरात्री घरी येऊन दिवसा झोपणं, जे कधीही रात्रीच्या नीरव शांततेतल्या झोपेइतकं आरोग्यदायक असू शकत नाही– ही किंमत मोजल्यावर मात्र तुम्हाला चांगला पगार मिळतो. आय.टी. क्षेत्रात नोकऱ्या करणाऱ्या मुली उच्चशिक्षित असतात, त्यांना हजारो रुपये पगार मिळतो; मात्र किती तास काम करावं लागेल, याची रोज अनिश्चितता असते, त्यामुळे घरी अनेक प्रश्न उभे राहत असतात. मेडिकल, इंजिनिअरिंग इ. क्षेत्रांत तर आता मुली सर्रासच असतात. आर्मी, नेव्ही, एअरफोर्स, पोलीस खाते या खात्यांमध्येही असतात.

सरकारी नोकऱ्यांमध्येही मोठमोठ्या पदांवर आय.ए.एस., आय.पी.एस., आय.एफ.एस. मधील स्त्रिया असतात. असं क्वचितच एखादं क्षेत्र उरलं असेल, जिथं मुली काम करत नाहीत. या सर्व जणी माहेरच्या किंवा सासरच्या घरखर्चाला हातभार लावत आहेत. त्याचबरोबर त्यांच्या स्वाभिमानात आणि आत्मविश्वासातही भर पडत चालली आहे. गृहिणी, पत्नी, आई या सर्व जबाबदाऱ्या सांभाळत नोकरी करताना जे प्रश्न उभे राहतात, त्याबद्दल पुढे विचार करू; परंतु एकूणच नोकरी किंवा व्यवसाय करणाऱ्या तरुण स्त्रियांच्या बाबतीत समान स्वरूपाचे असणारे दोन मोठे

प्रश्न, म्हणजे लैंगिक शोषण आणि तिनं मिळवलेल्या पगारावर तिचा हक्क किती? हे. तरुण मुलगी जेथे काम करत असेल, तेथील काही वरिष्ठ किंवा सहकारी, तिच्या स्त्रीत्वाचा जणू कोणीही लाभ घ्यावा असं वाटत असल्यासारखं वागतात. आश्चर्य याचं वाटतं की, यांच्या घरच्या तरुण मुलींशी इतर पुरुष असंच वागले, तर यांना

त्याचंही काहीच वाटणार नाही का? मुली नोकरी सोडून देण्याच्या परिस्थितीत नसतील, तेव्हा त्यांच्या असहायतेचा गैरफायदा घेऊ बघण्याचा नीचपणाही काही पुरुषश्रेष्ठ करतात! ऑफिस सुटल्यानंतर जास्तीचं काम सांगून बसवून ठेवणं व मग ती एकटी असण्याचा फायदा घेणं, पैसे देऊ करणं, सहकारी असेल, तर स्वतंत्र, कमावत्या स्त्रीनं अशी 'मैत्री' ठेवायला काय हरकत आहे? असं निर्लज्जपणे म्हणणारेही भेटतात. घरातल्या अनेक समस्यांना तोंड देत देत नोकरीही करणाऱ्या स्त्रीला केवळ ती स्त्री आहे, म्हणून या गलिच्छ, निंद्य प्रकाराला आज तोंड द्यावं लागत आहे. रस्त्यातून जाता-येता, ट्रेन किंवा बसमध्ये धक्के मारणारे, अंगाला कोठेही हात लावू बघणारे, गलिच्छ बोलणारे अशा अनेक सडलेल्या मनाच्या नरदूषणांचं वागणं सहन करावं लागतं ते वेगळंच!

घरातल्या समस्यांमध्ये तिला मिळणाऱ्या पगारावर तिचा हक्क किती, हा विचित्र, हास्यास्पद प्रश्न अनेक घरांतून उभा राहतो. जिचं लग्न झालेलं नसेल, अशा मुलीचा पगार हा नव्वद टक्के कुटुंबामधून घरखर्चासाठी तिनं द्यावा हीच पद्धत असते. वडील हयात नसतील किंवा निवृत्त, आजारी असतील, तर साहजिकच तिच्याच पगारावर घरचा बराच खर्च चालत असतो व त्यात गैरही काही नाही. परंतु परिस्थिती अशा टोकालाही जाऊ शकते की, घरातली धाकटी भावंडं व वृद्ध मंडळी यांना मग या मिळवत्या मुलीचं लग्न झालं, तर आपलं कसं होणार, अशी धास्ती असते आणि तिचं लग्न करून देणं लांबणीवर पडू शकतं! तिच्या पगारावर घर अवलंबून नसलं, तरीही तिनं आपला पगार घरच्या वडील मंडळींच्या स्वाधीन करावा, अशी अपेक्षा असते. विवाहित तरुणीलाही हा अनुभव येतोच, शिवाय पतीच्या बरोबरीनं किंवा कधी जर तिचा पगार जास्त असेल, तर त्याचा अहंगंड दुखावलाही जातो. घरात येतील ते पैसे घरातल्या सर्वांचे, त्याचं व्यवस्थित नियोजन करून घरखर्च, बचत, मासिक हप्ते या सगळ्यांची नीटपणे सोय करता येईल. परंतु जितकी कदर मिळवत्या पुरुषाची केली जावी असं त्याला वाटतं, तितकीच मिळवत्या स्त्रीचीही व्हायला नको का?

खूप पैसे, ग्लॅमर, प्रसिद्धी मिळू शकणारं अलीकडे खूप विस्तारत चाललेलं क्षेत्र मॉडेलिंगचं. टीव्ही, चित्रपट या क्षेत्रांच्या मोहात खूपच तरुण-

तरुणी पडताना दिसतात. टीव्ही मालिका, जाहिराती यांमधील चमकदमक, ऐटबाज कपडे, अंगभर दागिने, भरजरी साड्या, मोठमोठाले ऐटबाज बंगले, गाड्या हे सगळं बघून बघून आपण या क्षेत्रात जावं, नाव कमवावं, प्रचंड श्रीमंत व्हावं, असं अनेक तरुण-तरुणींना वाटायला लागतं. त्यांना भुलवणाऱ्या, अर्ज करायला, फोटोंच्या पोर्टफोलिओ पाठवायला सांगणाऱ्या खूप जाहिरातीही वृत्तपत्रातून येत असतात. त्यांच्या खरे-खोटेपणाची शहानिशा करण्याचंही मुला-मुलींना सुचत नाही. अर्ज, तऱ्हेतऱ्हेचे फोटो पाठवून मोकळे होतात आणि कधी कधी भयंकर जाळ्यात अडकतात.

ज्यांना खरोखरीच कुठूनतरी एखाद्या मालिकेत, जाहिरातीत किंवा चित्रपटात संधी मिळते, त्यांना स्वर्ग ठेंगणा होतो! पालकांनी हुरळून न जाता, वेळेवर वास्तवाचं भान त्यांना करून दिलं पाहिजे. या क्षेत्रात पाऊल टाकण्यापासून परावृत्त केलेलंच बरं! कारण एका यशस्वी व्यक्तीमागे, सर्वस्व गमावून फसलेल्या, भोवऱ्यात अडकलेल्या कितीतरी असतात! आजचं भयंकर वास्तव हेही आहे की, मुलीच कोणाच्या तरी वासनेच्या बळी होतात असं नाही, तरुण मुलगेही एखाद्याच्या विकृत वासनेचे बळी होतात! तेव्हा प्रयत्न करणाऱ्यांपैकी खरोखर किती टक्के मुले-मुली या क्षेत्रात पुढे येतात, नाव कमावतात, कोणती किंमत मोजतात आणि शेवटी ही मिळणारी कीर्ती किती क्षणभंगुर असते, (कारण रोज नवेनवे चेहरे येतच असतात!) हे मुला-मुलींच्या लक्षात आणून द्यावं. मिळालेली थोडी प्रसिद्धी कामं मिळेनाशी झाली की, लोक विसरून जातात आणि एरवीही कामं मिळण्याचा ताण अतिशय मोठा असतो, जो माणसांना बऱ्याचदा व्यसनांच्या गर्तेत ढकलतो. त्यामुळे या क्षेत्रांतील व्यक्तींचं एकूण आयुष्य पोकळ, एकाकी, मानसिकदृष्ट्या असुरक्षित असतं हे समजवावं.

तुमच्या व्यक्तिमत्त्वात शारीरिक आकर्षणाखेरीज, जास्त टिकाऊ असं बरंच काही असतं, हे लक्षात आणून द्यावं आणि समजा, तुम्हाला यश मिळालं असलं, त्याचबरोबर पैसाही, तर तो निदान नीट गुंतवून ठेवावा, त्याचाच आधार राहील. एरवी नाव आणि पैसा आला की, अनेक तथाकथित मित्र, चमचे या जळवा तुम्हाला येऊन चिकटतील, तुमचा फायदा घेतील. तुमचा चलतीचा काळ संपला की, ही मंडळी गायब होतात. नव्या चेहऱ्याला जाऊन चिकटतात आणि मग तुम्ही अशा परिस्थितीला येऊन पोहोचता की, शिक्षण अर्धवट सोडलेलं तरी असतं किंवा असली डिग्री, तरी त्या आधारावर नोकरी मिळणं अवघड असतं. तुमच्या पदरी 'अनुभव' काहीच नसतो आणि जास्त तरुण, जास्त शिकलेली मुलं स्पर्धेत असतातच की!

आपण दर थोड्या दिवसांनी एखाद्या जवळजवळ विस्मृतीत गेलेल्या मॉडेल

किंवा नट-नटी यांच्या 'पुनरागमना'बद्दल वाचतो. खूप शूर आणि धाडसी प्रयत्न असतात हे; परंतु क्वचितच यशस्वी होणारे. एखाद्या मालिकेत, चित्रपटात, जाहिरातीत ही मंडळी दोन-तीनदा दिसतात किंवा एखाद्या वाहिनीवर एखाद्या कार्यक्रमाचं संचालन करण्याचा प्रयत्न करतात आणि पुन्हा एकदा दूर, बाजूला जाऊन पडतात. पुनरागमनात पहिल्या इतकाच यशस्वी होणारा अमिताभ बच्चन एखादाच असतो, हे लक्षात घ्या!

तेव्हा सर्वसामान्य कुटुंबातल्या मुला-मुलींनी रूप असलं, तरी ते फार थोडी वर्षं टिकणारं आहे, या क्षेत्रात यशस्वी होण्याला इतरही बरंच काही असावं लागतं, हे लक्षात घेऊन या भुलभुलैय्यापासून दूर राहून आपल्या अंगचे इतर गुण जोपासावेत, जास्त टिकाऊ, स्थैर्य असलेलं क्षेत्र निवडावं आणि सुखानं, शांत चित्तानं जगावं, असं कळकळीनं सांगावंसं वाटतं.

खूप वर्षांपूर्वी पंतग उडवण्याच्या खेळाबद्दल एक छोटासा सुंदर गुजराती लेख वाचला होता. पुस्तकात या ठिकाणी त्याचा स्वैर अनुवाद देत आहे. पंख फुटलेली तरुण पिढी स्वत:च्या बळावर बाहेरच्या जगात उडू बघण्याचा प्रयत्न करू लागते ती या वयात. त्यांना हा रूपकात्मक उतारा पटेल, रुचेल असं वाटतं–

मकरसंक्रांतीच्या सुमाराला गुजरातमध्ये पतंगांचा उत्सव साजरा होतो. शुभ दिवस साजरा करण्याचं एक उत्तम साधन, पतंग! छोटीशी, पण कल्पक वस्तू, एक सुंदर प्रतीक!

आज तुम्ही उभे आहात तुमच्या घराच्या गच्चीवर. हातात पतंगाची दोरी आहे. हात दोन-तीन जागी काचून कापले आहेत. केस वाऱ्यावर उडत आहेत आणि दृष्टी तर हवेत खूप दूर दूर उंच चढलेल्या, इवल्याशा दिसणाऱ्या तुमच्या पतंगावर आहे. शाब्बास रे माझ्या पतंगा! उंच, उंच उड. दूर दूर जा, मजेत विहार कर आकाशात. तुझा दोर कोणी कापू नये, या माझ्या शुभेच्छा घेऊन विजयकूच कर!

तर मग, आता विचार करा या पतंगाचा, या दोरीचा, या इवल्याशा जीवनप्रतीकाचा. हा एवढासा पतंग– एक कागदाचा तुकडा, त्याची किंमत ती काय? पण तो इतका उंच उडू शकतो? आणि हा गुंता झालेला दोरा– असा सरळ वर जाऊन, ताठ राहून, पतंगाचं संचालन करू शकतो? होय! कारण? कारण पतंगाला उडता येतं आणि दोऱ्याला त्याचं संचालन करता येतं; पण एकएकटे दोघंही काहीच करू शकणार नाहीत! दोघं एकत्र आले, म्हणजेच उंच उंच उडू शकतो पतंग! पतंग हे जणू आपलं ध्येय, दोरा म्हणजे संयम. पतंग जणू भावना, तर दोरा हे मनोबल. पतंग म्हणजे आशा, तर दोरा म्हणजे साधना. आपलं ध्येय उमदं असावं, उच्च असावं. त्यासाठी प्रदीर्घ साधना करायला हवी, मनोबळ हवं, स्थिर मन हवं. दोन्ही एकमेकांना पूरक असेल, तर तुमचा पतंग छान उडेल.

पण वारा हवा ना? वाराच नसला, तर उत्तम पतंगही तसाच जमिनीवर पडून राहील. दोऱ्याचा गुंडाही तसाच पडून राहील. भोवतालचं वातावरण पोषक असलं पाहिजे. तसं ते नसलं, तर त्याच्याशी सामना करून ते बदलण्याची हिंमत हवी. नाहीतर आपली स्वप्नं ही स्वप्नंच राहतील; पण योग्य वातावरण मिळालं, तर मग ध्येयाचा पतंग उंचच उंच जाईल.

संक्रांतीचा दिवस आपल्याला उंच, वर बघायला शिकवतो. आशेचा, जागृतीचा संदेश देतो. जीवनपरिवर्तनाचा सल्ला देतो आणि परिवर्तनाचा मार्ग दाखवायला आपल्या हातात पतंगाचं प्रतीक देतो. हलका-फुलका, य:कश्चित किमतीचा, एखाद्या दिवसाचं आयुष्य असलेला हा कागदाचा तुकडा जर इतका उंच जाऊ शकतो, तर आपण काय नाही करू शकणार?

म्हणून पुन्हा कधी पतंग उडवाल किंवा उडताना बघाल, तेव्हा आपल्या ध्येयांचा, योजनांचा विचार करा. शेवटी पतंगाचा खेळ म्हणजे थोडा कागद, थोडा दोरा, थोडी कला, थोडी युक्ती, थोडा धीर, थोडं साहस आणि थोडी ईश्वराची कृपा– आणि– तोऽ पहा! कुठे पोहोचला तुमचा पतंग! हात काचलेत ना थोडेसे? काचतीलच, दमतीलही, डोळेही थकतील; पण अखेर तुमचा पतंग ऊंच उडेलच!

साधनेची सुरुवात अवघड असते. आयुष्याचं परिवर्तन करायचं ठरवणं अवघड असतं; पण एकदा ठरवलं, म्हणजे रस्ता आपोआप सरळ होत जातो. पतंग नाही का प्रथम कसाबसा हवेत उडता करावा लागतो, कधी दुसऱ्यांची मदत घ्यावी लागते, धावाधाव करावी लागते, रस्सीखेच होते– पण एकदा का तो उंच उंच गेला की, मग? मग मुक्त विहार!''

–म्हणूनच मित्रमैत्रिणींनो, हिंमत ठेवा आणि करा सुरुवात. टाका ते पहिलं पाऊल अन् मग पोहोचा थेट आपल्या ध्येयापर्यंत!

■

सुखाच्या कल्पना विचारपूर्वक ठरवा

पुस्तकाच्या या भागात ज्या वयोगटाच्या ताणतणावांचा आपण विचार करणार आहोत, त्यात नोकरी/व्यवसाय, विवाह, अपत्यप्राप्ती, त्यांचं संगोपन आणि शेवटी घरातल्या ज्येष्ठ पिढीमुळे निर्माण होऊ शकणारे ताणतणाव, या सर्वांचा समावेश आहे. दहावी, बारावी आणि मग पुढील शिक्षण यासारखे हे प्रश्न वेगवेगळे भाग करून विचारात घेणं अवघड आहे. कारण नोकरी/व्यवसाय सुरू झाल्यावर विवाह लगेच होईल की दहा वर्षांनी, हे सांगता येत नाही. तेच अपत्यप्राप्तीच्या बाबतीत. ज्येष्ठ पिढी हयात असली, म्हणजे एकत्र कुटुंब असलं किंवा नसलं, तरी त्यांच्या बाबतीत छोटे-मोठे प्रश्न उभे होतच असतात, त्यामुळे इथून पुढे वेगवेगळ्या उदाहरणांमधून आणि विचारविमर्षातून आपल्याला हे प्रश्न एकत्रच विचारात घ्यावे लागतील; पण तरीही शक्यतो हे विभाग ओळीनं, वेगवेगळे घेण्याचा प्रयत्न करते.

नोकरीची सुरुवातीची वर्षं जवळजवळ सर्वांसाठीच खूप श्रमाची ताणतणावांची असतात आणि सदैव तणावाखाली राहून कोणीच जगू शकत नाही. म्हणून प्रत्येकजण ताणतणावांमधून थोडा वेळ मुक्त होण्यासाठी आपापला मार्ग काढतो, शिवाय कुठलंही काम– नोकरी असो, धंदा असो की, गृहिणीचं घरकाम असो, सदैव तणावाचं असतही नाही. कारण तणाव येणं ज्याच्या त्याच्या मानसिकतेवर अवलंबून असतं. आवडतं काम करण्यात आनंद असतो, समाधान असतं, आणखी जास्त प्रगती करण्याची महत्त्वाकांक्षा असते. महत्त्वाकांक्षा असेल, तर एका नोकरीत स्थिरावल्यावर वरची जागा मिळावी किंवा मग दुसरीकडे याहून जास्त चांगली नोकरी मिळावी, अशी धडपड सुरू होते. स्वत:चा व्यवसाय असला, तर आणखी ऑर्डर्स

मिळवाव्यात, आणखी वेगवेगळ्या वस्तू बनवाव्यात, मोठी जागा घ्यावी, अशी धडपड सुरू होते. गृहिणीला तिच्या कामातून उत्पन्न मिळणार नसलं, तरी तिचं काम ती आनंदानं, हौसेनं करत असेल, तर ते कमी वेळात, जास्त चांगलं कसं करता येईल, जो वेळ वाचेल, त्यात दुसरं काय करता येईल? नवे पदार्थ शिकणं, घर जास्त चांगलं सजवणं, स्वयंपाकाखेरीज वेगळं काही शिकणं अशा गोष्टींचा विचार करू शकेल.

अर्थातच महत्त्वाकांक्षा आणि ती पूर्ण करण्यासाठीची धडपड वाढली की, श्रम वाढणारच, वेळ कमी पडणारच, थकवा जास्त येणारच, इतर कामांसाठी, घरच्या इतर जबाबदाऱ्यांसाठी वेळ आणि शक्ती राहणार नाहीच आणि हे सर्व सहन करण्याचा स्वतःमध्ये आणि घरच्या माणसांमध्ये समजूतदारपणा, सोशिकपणा नसेल, घरातलं वातावरण पोषक नसेल, तर स्वतःवर चिडचिड होणार आणि घरातल्यांबरोबर खटके उडणार. परिणाम सर्वांच्या मनावरील ताण वाढण्यात होणार. जितकी महत्त्वाकांक्षा जास्त, तितका ताण जास्त. जर श्रमाचं ओझं आणि वेळाचं व्यस्त गणित पेलता आलं नाही, तर?

मात्र अगदी कोणतीही महत्त्वाकांक्षा न बाळगता आठ ते पाच किंवा अकरा ते सहा मुकाट्यानं नेमून दिलेलं काम करून घरी येणाऱ्या, 'ठेविले अनंते तैसेचि राहावे' अशी वृत्ती असणाऱ्यांचीही ताणतणावांमधून सुटका असते असं नाही. ठरलेल्या मोजक्या कमाईत महिन्याचा खर्च (जो वाढत असतो, वाढता संसार आणि महागाईदेवीच्या कृपेनं!) भागवणं, ही प्रचंड कसरत त्यांना जन्मभर करत राहावी लागते आणि महत्त्वाकांक्षा फक्त स्वतःचीच असते, असं नाही.

मनीष आणि अखिल शाळेपासून बरोबर शिकत होते. अखिल प्रथमपासून मनीषपेक्षा जास्त हुशार; पण ती हुशारी त्यांच्या मैत्रीच्या आड आली नाही. मनीषची आई मात्र प्रत्येक वर्षीच्या वार्षिक परीक्षेनंतर त्याचे आणि अखिलचे मार्क यांची तुलना करून मनीषला "तूसुद्धा अखिलसारखे मार्क मिळवून दाखव की— ट्यूशनला तर जातोस ना?" म्हणायची. ती अशिक्षित होती असंही नाही; पण तरीही केवळ ट्यूशनला जाण्यानं चांगले मार्क मिळत नाहीत, हे मात्र तिला उमजत नसे! होता होता शिक्षण संपून दोघांना नोकऱ्या लागल्या. अखिल जास्त नामांकित कॉलेजमध्ये जास्त नावाजल्या गेलेल्या कोर्सला गेला होता, तेव्हा साहजिकच त्याला जास्त चांगली नोकरी मिळाली. मनीषची नोकरीही चांगली होती आणि तो मनापासून, खूप काम करत होता. त्याच्या कामाचं चीज नक्कीच झालं असतं— जे पुढं झालंही; पण त्याची आई मात्र प्रत्येक वेळी अखिलला प्रमोशन मिळालं, त्याला कंपनीतर्फे ट्रेनिंगसाठी परदेशात पाठवलं गेलं. कंपनीनं त्याला गाडी दिली, वगैरे ओघानं होणाऱ्या प्रगतीच्या प्रत्येक टप्प्यावर मनीषला टोकत राहायची— "काय तू मनीष?

तो अखिल बघ– किती पुढे गेला!''

मनीषच्या मनात अखिलबद्दल असूया नव्हती, तोही हळूहळू प्रगती करतच होता. पण आईच्या या तुलना करून त्याला हिणवायच्या स्वभावाचा त्याला वैताग आला. आईशी त्याची भांडणं होऊ लागली आणि त्यानं दूर लांबच्या शहरात नोकरी शोधली! एकुलत्या एक मुलापासून ही महत्त्वाकांक्षी, मत्सरी आई विनाकारण दुरावली. मनीष आणि अखिलची मैत्री अजूनही टिकून आहे, दोघांचंही आता छान चाललं आहे, मात्र मनीष आईपासून दुरावला आहे.

एका पिढीपूर्वी होतं, त्यापेक्षा आताच्या पिढीचं नोकऱ्या बदलण्याचं प्रमाणही खूपच वाढलं आहे. शिक्षण जितकं जास्त चांगल्या संस्थेतून, विशेष मागणी असलेल्या क्षेत्रातलं झालेलं असेल, तितकं हे प्रमाण जास्त! असं आढळतं की, शिक्षण संपता संपता या तरुण/तरुणींना नोकऱ्या मिळतातच; पण तरीही मनानं ती अस्वस्थ, अधीर असतात, जास्त मोठी, जास्त चांगली नोकरी मिळवण्यासाठी. दोन-तीन वर्षांत ती नोकरी बदलतातच. अशा रीतीनं साधारपणे चार-पाच नोकऱ्या पहिल्या दहा-बारा वर्षांत बदलून मग ती स्थिरावतात. कदाचित तोपर्यंत कौटुंबिक जबाबदाऱ्या वाढतात, मुलांच्या शाळा सुरू होतात वगैरे कारणंही असू शकतील! उघडच आहे की, या सगळ्या वर्षांमध्ये नवी नोकरी, नवं गाव, नवे मित्र या सगळ्याची मजा, उत्साह असतो आणि बहुतेकांच्या बाबतीत अजून संसारात पडलेले नसल्यानं घरगुती अडचणीही कमी असतात; पण असंही होऊ शकतं की, अशा फार भराभरा नोकऱ्या बदलणाऱ्या माणसाला नोकरीला ठेवणाऱ्यांनाही भरवसा वाटत नाही. 'हा इथे तरी किती टिकेल कोण जाणे!' असं वाटतं आणि त्या कंपनीतल्या त्याच्या करिअरच्या आड ते नक्कीच येऊ शकतं. तेव्हा 'सगळी असंच करतात हल्ली' म्हणून सदैव नव्या नोकरीच्या शोधात राहण्यापूर्वी आपली चालू नोकरी, कंपनी, कंपनीची कामकाजाची पद्धत, कंपनीची विश्वासार्हता इ. गोष्टींबद्दल विचार करावा, माहिती काढावी आणि आपल्या कौटुंबिक गरजा, ज्या शहरात राहावं लागेल ते शहर, (उदा. बऱ्याच जणांना मुंबई नको असते!) आपली त्या कंपनीत प्रगती होण्याची शक्यता, या सर्वांचा नीट विचार करून निर्णय घ्यावा. म्हणजे नंतर पश्चात्ताप करण्याची वेळ येणार नाही, जी वरचेवर नोकऱ्या बदलणाऱ्यांवर येऊ शकते.

अर्थात, या उलट परिस्थिती असेल म्हणजे असलेली नोकरी टिकण्याची शाश्वती नसेल, तर परिस्थिती नक्कीच जास्त तणावपूर्ण होते. बहुसंख्य तरुणांच्या बाबतीत आज असं होतं आहे. आधी मुळात जे शिक्षण झालेलं असतं, तेवढं किंवा तसलंच शिक्षण झालेले हजारो असतात आणि नोकऱ्यांची संख्या शेकडोंमध्ये असते! अशी परिस्थिती असल्यामुळे देऊ करण्यात येणारी नोकरी कायम स्वरूपाची

नसते– सहा महिन्यांपुरतं नोकरीवर घेण्यात येतं, पुन्हा बाहेर! तुमचा नंबर पुन्हा केव्हा लागेल, याची शाश्वती नसते! प्रत्येक वेळी नवी नोकरी शोधताना जी मिळेल ती नोकरी घेतली, तर तुमचा कोणत्याही एका तऱ्हेच्या कामातला अनुभव नेहमीच अपुरा गणला जातो आणि जी मिळेल ती नोकरी नाही घेतली, तर उत्पन्न काय? बहुसंख्य मध्यमवर्गीय आणि कनिष्ठ मध्यमवर्गीय, ज्यांचं शिक्षण फार चांगल्या डिग्रीपर्यंत झालेलं नसेल, ते आज अशा कात्रीत सापडलेले असतात.

इथे एक स्पष्ट करायला हवं की, आज स्वत:चं घर, गाडी असणारी, मुलं चांगल्या शाळेत शिकत असणारी, पती-पत्नी दोघंही कमावती असलेली कुटुंबं स्वत:ला उच्चमध्यमवर्गीय म्हणवून घेतात, कारण श्रीमंत व अतिश्रीमंतांच्या तुलनेत ती मध्यमवर्गीयच असतात; परंतु नोकरीच नाही ही भ्रांत या मंडळींना नसते. ज्यांच्याबद्दल मी बोलते आहे, त्या तरुण पिढीचे आई-वडील अजून नोकरीत असतात; पण शिकून बाहेर पडलेल्या मुला/मुलीला नोकरी मिळत नसते आणि सर्व बोजा घरातल्या मिळवत्या एकदोघांवर असतो.

सुभाष हा असाच एक मुलगा. मेकॅनिकल इंजिनिअरिंगचा डिप्लोमा कोर्स त्यानं केला आणि मग कॉम्प्युटरचे लहान लहान दोन कोर्सेस केले. वडिलांना बऱ्यापैकी नोकरी होती. बऱ्याच खटपटींनंतर सुभाषला एक नोकरी मिळाली. नोकरी टेंपररीच; पण त्याला असं सांगण्यात आलं की, घेतल्या गेलेल्या वीस जणांपैकी ज्यांचं काम चांगलं असेल, अशा पाच जणांना पुढे जास्त दिवस पुन्हा घेण्यात येईल.

सुभाष मन लावून काम करत असतानाच एक दिवस त्याच्या वडिलांना काही दुखणं झालं आणि दुखण्याचं निदान धड झालंच नाही; पण त्यांना चालता येईनासं झालं. काठीचा आधार घेऊन, लाकडासारखी टणक पोटरी झालेला पाय फरफटत ते घरातल्या घरात कसेबसे चालू लागले; पण मग नोकरी सोडावीच लागली. आईनं उत्पन्नात भर टाकायला शिवणकाम, विणकाम, क्रोशे याच्या ऑर्डर्स मिळवत काम सुरू केलं. वडिलांचे फंडाचे, ग्रॅच्युइटीचे पैसे पोस्टात गुंतवले, त्याचं महिना येणारं व्याज, सुभाषचा पगार आणि आईची कमाई, असे सगळे पैसे गोळा करून महिना जातो. सुभाषची धाकटी बहीण मीता नुकतीच बारावी पास झाली, तरीही काहीतरी मिळवू लागण्याच्या दृष्टीनं कॉम्प्युटरचा कोर्स, ब्यूटी पार्लरचा कोर्स असं काहीतरी दिशाहीन करते आहे. वाटतं दिशाहीन; पण जिथं जी नोकरी मिळेल ती धरायची आणि पुढेमागे लग्नाचं बघायचं एवढीच अत्यंत माफक 'महत्त्वाकांक्षा' असताना स्वत:च्या आवडीचा, मनाच्या कलाचा प्रश्नच कुठे येतो?

सुभाषचं वय आहे तेवीस-चोवीस! या वयात डोक्यावर एवढ्या काळज्या आणि मनावर इतका ताण असताना तरुणाईचे दिवस मजेत घालवायचा विचार तरी कसा येणार? वडील आजारी पडण्यापूर्वी त्यांनी सुभाषला मोटारबाईक घेऊन दिली

होती, म्हणून सुभाष दूर असलेल्या कंपनीत वेळेवर कामाला तरी जाऊ शकतो. ही टेंपररी नोकरी सुटल्यानंतर पुढे काय? हा विचार तो सध्या तरी करतच नाही आणि घरात कोणी त्याबद्दल बोलतही नाही. जो तो आपल्याकडून हसरा चेहरा ठेवून वावरत असतो. सकारात्मक मनोवृत्तीनं झुंजत राहिलं, तर कोणी सांगावं, कदाचित सुभाषचे वडील बरे होतील किंवा आईचा व्यवसाय छान चालू लागेल किंवा मीताला ब्यूटी पार्लरमध्ये नोकरी मिळेल किंवा मग सुभाषला कायम स्वरूपाची नोकरी मिळून जाईल! परिस्थिती बदलली नाही, तर मीताचं लग्न कसं होईल? तो लग्न केव्हा करू शकेल, याचा विचार मनात आला, तरी सुभाष तो झटकून टाकतो.

नीलेशची आयुष्याकडे बघण्याची दृष्टीच वेगळी. त्याला मुळी 'या देशात' राहण्यात अर्थच वाटत नव्हता! कसंही करून, कुठेही; पण परदेशात जाऊन खूप पैसे मिळवणं, हे त्याचं आयुष्यातलं एकमेव ध्येय होतं. शैक्षणिक लायकी जेमतेम बी.कॉम. पास एवढीच, तेव्हा अमेरिकेत कोणी स्पॉन्सर करणारं नसेल, तर जाता येणं जवळजवळ अशक्यच. मग नीलेशनं मोर्चा मध्यपूर्वेतील देशांकडे वळवला. तेथील कुठल्याही देशात, कुठल्याही नोकरीसाठी जाण्याची त्याची तयारी होती. आई-वडिलांनी त्याला सांगून बघितलं होतं; पण त्या बिचाऱ्या लहान गावात राहणाऱ्या अर्धशिक्षित लोकांना, तिकडे किती सुबत्ता असते, तो किती पैसे घरी पाठवू शकेल इ. ऐकीव गोष्टी सांगून त्यानं गप्प बसवलं होतं.

आता अशा मंडळींना नोकऱ्या मिळवून देण्याचं आमिष दाखवून पैसे उकळणारे एजंट असतातच, तशाच एका एजंटची धन करून नीलेश दुबईला पोहोचला आणि मग त्याला 'लंकेत सोन्याच्या विटा' म्हणजे काय, हे समजलं! त्याचा पासपोर्ट तिथल्या त्याच्या भारतीय मालकानं घेऊन स्वत:जवळ ठेवला. ज्या एका फ्लॅटमध्ये बऱ्याच जणांना राहायला जागा देण्यात आली होती, तिथं एक कॉट त्यालाही मिळाली. ज्या पगाराचा आकडा रुपयांमध्ये केवढा मोठ्ठा वाटत होता, त्याची तिथे खिजगणतीच नव्हती, हेही लक्षात आलं. पण तरी, 'मजा करायला' वगैरे वेळ आणि स्वातंत्र्य नसल्यामुळे आणि परवडणंही शक्य नसल्यामुळे, रुपयाच्या हिशेबात बऱ्यापैकी पैसे तो घरी पाठवू शकतो आणि दोन वर्षांनी एकदा जेव्हा सुट्टीला आला होता, तेव्हा त्याला तिकडच्या गमजा मारायचंही जमलं होतं. खरं तर तिथल्या त्याच्या कंटाळवाण्या, कष्टाच्या आयुष्याला तो वैतागला आहे; पण आता परत कसा येणार? 'तोंड दाबून बुक्क्यांचा मार' अशी अवस्था! मनावरचा फसवलं गेल्याचा, एकाकीपणाचा सगळा ताण सोसत, कधीतरी नशीब उघडेल, जास्त चांगली नोकरी मिळेल, लग्न करून संसार मांडता येईल, या आशेवर तो तग धरून आहे!

शिक्षण पूर्ण झाल्यावर मेहनत करण्याची इच्छा असूनही नोकरीच मिळत नाही,

असं आज अनेक मध्यमवर्गीय तरुण मंडळींच्या बाबतीत होत आहे. परिस्थिती थोडीफार बदलते आहे. उद्योगधंद्यांमध्ये तेजी आली आहे आणि काही वर्षांपूर्वी होतं, त्यापेक्षा उपलब्ध नोकऱ्यांचं प्रमाण वाढलं आहे. तरीही बेरोजगार तरुण-तरुणी आणि उपलब्ध नोकऱ्या यांचं प्रमाण अजूनही व्यस्तच आहे. एकेका जागेसाठी प्रचंड स्पर्धा असते. आपली लायकी असली, तरी वशिला लावून किंवा पैसे चारून आपल्या योग्य असलेली नोकरी दुसरंच कोणीतरी घेऊन जातं. अशा वेळी मनात कडवटपणा दाटून येतो; पण पैसे चारणं किंवा वशिला लावून लायक माणसाची संधी हिरावून घेणं, ही काही नवीन गोष्ट थोडीच आहे? त्याबद्दल वाईट वाटून घेत बसून तेवढ्या वेळात आणखी एखादी संधी हातची कशाला घालवायची? अन्यायाला तोंड तर सदैव द्यावंच लागणार आहे, नोकरी लागल्यावरही, ही खूणगाठ मनाशी एकदा बांधून ठेवावी, म्हणजे कडू घोट गिळायला त्रास कमी होतो.

अन्याय, लबाड्या, विश्वासघात यांना आपण कसं तोंड देतो, हे जास्त महत्त्वाचं आहे. आपलं व्यक्तिमत्त्व असं झुंजत राहण्यानं तावून सुलाखून लखलखीत होतं. आपल्या भोवताली जे काही घडत असतं, ते बरेचदा आपल्या हातात नसतं; पण ते घडल्यावर त्यावर आपण काय करतो, ते नक्कीच आपल्या हातात असतं ना? आणि हो! अशी झुंज देत असतानाही ती आपण हसतमुखानं देत राहणं जर का शिकू शकलो तर? स्वत:च्या अशा ताठ मानेनं, हसतमुखानं चालणाऱ्या, कणखर, झुंजार व्यक्तिमत्त्वाची कल्पना करा! कसे दिसताय तुम्ही? या व्यक्तीमध्ये नक्कीच दम आहे, काही विशेष आहे, असं वाटेल ना बघणाऱ्याला? मग तसं होण्याचं ठरवून टाका आणि केवढा फरक पडतो बघा! म्हणजे आता तुम्हीच विचार करून बघा की, तुम्हाला 'कोणीतरी'– कोणीतरी महत्त्वाची व्यक्ती व्हायचंय ना? अवश्य व्हा, व्हालच तुम्ही! पण त्याचबरोबर तुम्ही 'एक छान व्यक्ती' असणं, हे जास्त महत्त्वाचं नाही? स्वत:मध्ये निर्धारानं हा फरक घडवून आणा.

चांगल्या नोकरीची वाट बघता बघता स्वत:मध्येही सुधारणा घडवून आणण्याचा स्वत:लाच प्रशिक्षण देऊन मनापासून प्रयत्न करा आणि परिणाम बघा! एखाद्या व्यक्तिमत्त्वविकासाच्या क्लासला जाण्यापेक्षा माझ्यामते हे प्रयत्न स्वत: करण्याला जास्त महत्त्व आहे. त्यामुळे तुमच्यामध्ये वरवरचा नाही, आमूलाग्र बदल तुम्हीच घडवून आणू शकता आणि पटलं असेल माझं म्हणणं, तर नुसत्या कल्पना करत त्यात रमत बसू नका! शेतकरी शेत न नांगरता, नुसतं त्यानं ते नांगरल्यावर त्यात काय काय पिकेल, याची स्वप्नंच बघत राहिला तर त्यात काय पिकेल? पटतंय का?

आजच्या तरुण पिढीत झुंजार वृत्ती वाढताना दिसते आहे. त्यांची आयुष्यं, विशेषत: नोकरीला लागून विवाहबद्ध झाल्यावर त्यांना ज्या प्रश्नांना तोंड द्यावं

लागतं, त्याच्या पुढच्या पायरीवर, म्हणजे मुलं झाल्यावर सर्व व्याप सांभाळून त्यांचं संगोपन करताना जे आणखी अवघड प्रश्न उभे राहतात, त्या सर्वांना तोंड देता देताच आयुष्यातला आनंद लुटण्याची, हसत, मजेत जगण्याची जिद्द आज खूप जणांमध्ये दिसते. ताणतणावांनी वेढलेलं असतं त्यांचं आयुष्य. मागच्या कुठल्याही पिढीपेक्षा जास्त– परंतु ज्या धैर्यानं, खचून न जाता ही पिढी झुंज देते आहे, त्याला दाद दिलीच पाहिजे.

इथून पुढे आपण विवाह आणि त्याच्याशी संलग्न प्रश्न, तणाव, यांचा विचार करणार आहोत– नोकऱ्यांमधील प्रश्न चालू असतातच! या टप्प्यावर रामकृष्ण मठाचे स्वामी आत्मविकासानंद यांचे सध्याचे तरुण पिढीबद्दलचे विचार उद्धृत करावेसे वाटतात–

"आजच्या युवकांविषयी नकारात्मक बाजूच पुढे येतात, पुढे केल्या जातात; पण दुसरी बाजू– त्यांची बाजूही लक्षात घ्यायला हवी. या स्पर्धात्मक जगात आपल्यापुढे असणाऱ्या मोठ्या आव्हानांची जाणीव या युवा पिढीला आहे. त्याचबरोबर ज्या गतीनं बाह्य जग बदलत आहे, त्या गतीशी जुळवून घेण्यासाठी करावी लागणारी धडपड, घ्यावे लागणारे श्रम, हे सर्व करण्यासाठीसुद्धा त्यांची तयारी दिसते. उगाच कल्पनाविश्वात न वावरता प्रत्यक्ष परिस्थितीशी दोन हात करण्याची ऊर्मी व त्यासाठी लागणारं धाडस त्यांच्यात खचितच दिसतं. त्यांना योग्य ध्येयांची व धोरणांची जोड मिळाली, तर नक्कीच त्यांचं स्वत:चं जीवन तर उन्नत होईलच, त्याचबरोबर देशाला सुयोग्य नागरिकही मिळतील. मात्र त्यासाठी आजच्या युवकांना समजून घेण्याची खरी गरज आहे."

स्वामीजींचं जे शेवटचं वाक्य आहे– 'आजच्या युवकांना समजून घेण्याची खरी गरज आहे.', यावर वडील पिढीनं विशेष विचार करावा, असं नाही वाटत तुम्हाला?

भ्रष्टाचार! हा राक्षस पूर्वी नव्हताच किंवा तो फक्त आपल्याच देशात आहे, अशी चुकीची विधानं मी करणार नाही; परंतु आज भ्रष्टाचारानं वरपासून खालपर्यंत सरकारी यंत्रणा आणि पर्यायानं समाज अगदी पोखरून टाकला आहे. प्रामाणिक मनुष्याला या चिखलात स्वच्छ राहणं अत्यंत अवघड झालं आहे, ही वस्तुस्थिती आहे. काही ध्येयं उराशी धरून जी मुलं-मुली नोकरीला लागतात, त्यांना अत्यंत जाचक परिस्थितीला तोंड द्यावं लागतं. प्रवाहपतित होऊन आपणही काळ्या पैशांच्या मोहात पडणं फारच सोपं आहे आणि हा मोह होणं साहजिकही आहे. बळी पडण्याचे धोके सर्वांना ठाऊक तर आहेतच!– पकडले जाऊ ही भीती सदैव मन पोखरत राहत असेल, एकदा पैसे खाऊ लागल्यावर नंतर त्या जाळ्यातून बाहेर पडू बघितलं, तर धमक्या मिळत राहत असतील, गुंड लोकांच्या तावडीत एकदा

सापडलं की, कात्रीत अडकल्यासारखं वाटत असेल! परंतु या सर्वांपेक्षा जास्त धोका मला ज्या गोष्टींचा वाटतो त्या या की, मनातून तर सदैव अपराधी वाटत राहीलच ना? आपण सर्व जगाला खोटं सांगू शकू, जगापासून सत्य लपवून ठेवू शकू; पण मन आणि परमेश्वर यांचं काय करायचं? त्यांच्यापासून कसं आणि काय लपवणार?

मंदिरांमधील वाढती गर्दी, मोठमोठ्या प्रमाणावर प्रचंड खर्च करून होणारे धार्मिक उत्सव, पूजाअर्चा ही या अपराधी वाटणाऱ्या मनांचंच द्योतक तर नसतील? आणखी एक. आपल्या घरातल्या पुढच्या पिढीवर– आपल्या मुला-नातवंडांवर आपण अयोग्य संस्कार करणार ते वेगळंच. निष्पाप जिवांना पापाचे भागीदार करण्याचं पाप आपण कुठे फेडणार? एक-एक करत प्रत्येकानं आपल्यापुरतं 'स्वच्छ' राहायचं ठरवलं, तर हा जीवघेणा भ्रष्टाचाराचा रोग बरा नाही होणार? पकडलं जाऊन शिक्षा होण्याच्या भीतीपेक्षा आपलं मन आपल्याला खाऊ लागलं, तर त्यानं मनुष्य सुधारण्याची शक्यता जास्त!

अमरवेल नावाची एक वेल असते. नुसत्या हिरव्या लांब लांब दोऱ्यासारख्या फांद्या असतात. जिथे म्हणून अमरवेलीचा एखादा तुकडासुद्धा पडेल, ते झाड असो, मेंदीचं कुंपण असो, अमरवेल बघता बघता ते झाड किंवा कुंपण आपल्या दोऱ्यांच्या जाळ्यात गुंडाळून टाकते, वेढून टाकते. हळूहळू ते झाड मरून जातं; पण त्याहूनही वाईट म्हणजे अमरवेलीचा एखादा बारीकसा तुकडा खुडून कोणी दुसऱ्या झाडावर टाकला, तर तो तुकडा ताबडतोब तिथं फोफावू लागतो! अमरवेलीचं पूर्णपणे उच्चाटन करणं अतिशय कठीण असतं.

काही वर्षं आम्ही एका औद्योगिक वसाहतीत राहत होतो. तेथील रहिवासी या वेलीच्या त्रासानं हवालदिल झाले होते. आपल्या समाजात आज पसरलेला भ्रष्टाचार अमरवेलीसारखाच नाही का? त्याचं संपूर्ण उच्चाटन करणं कदाचित मनुष्यजातीचा हजारो वर्षांचा इतिहास बघितला, तर अशक्यच वाटतं; पण प्रत्येकानं निश्चय केला, तर तो कमी नक्कीच होऊ शकेल. प्रत्येकानं स्वत:पासून सुरुवात करावी. दुसऱ्यांकडे बोट न दाखवता, भीती किंवा भीड न बाळगता. अवघड आहे, सध्याच्या परिस्थितीत खूप अवघड आहे; पण एक नक्की की, तुमचा तुम्हाला अभिमान वाटेल आणि रोज रात्री शांत, स्वस्थ झोप लागेल!

असो! नोकरी व्यवसायांच्या बाबतीत सर्वांनाच निवृत्त होईपर्यंत ताणतणाव असतातच; परंतु चाळीस ते पन्नास या वयोगटातल्या तरुण पिढीत ते जास्त जाणवतात. जे काही खरं कर्तृत्व दाखवायचं, यशाचं जे शिखर गाठायचं स्वप्न असतं, ते साधारण या वयात पूर्ण होण्याची शक्यता असते, म्हणून त्यांना कामात झोकून द्यायचं असतं. घरातल्या बाल पिढीच्या आणि वृद्ध पिढीच्या त्यांच्याकडे लक्ष दिलं जावं, या अपेक्षा वाढू लागलेल्या असतात– (या प्रश्नांबद्दल पुढे बघू) आणि एकीकडे व्ही.आर.एस.ची तलवार डोक्यावर टांगलेली असते! फारच थोडे जण स्वेच्छेनं व्ही.आर.एस. घेत असावेत. बऱ्याच जणांच्या बाबतीत निर्णय कंपनीच घेत असते. याखेरीज प्रकृती नीट न राहणं, अति ताणामुळे ब्लडप्रेशर, डायबेटिस इ. त्रास सुरू होणं– अपेक्षित असलेलं प्रमोशन न मिळणं, जिथं नोकरी असेल ती कंपनीच बंद पडणं, स्वत:चा धंदा असेल, तर त्यात खोट येणं, ऑर्डर्स मिळणं कमी होणं, एक ना दोन– अनेक संकटं येत असतात किंवा येऊ शकण्याचा मनावर ताण असतो, ज्याचा परिणाम घरातल्या वातावरणावरही होतोच. या सर्व आलेल्या किंवा संभाव्य ताणतणावांना तोंड कसं देता येईल, याचा विचारही करून ठेवावा लागतो.

पण हे सर्व पुढे. अजून आपण आहोत शिक्षण संपून नोकरी/व्यवसाय सुरू होण्याच्या टप्प्यावर. याच टप्प्यावरची दुसरी, महत्त्वाची, आयुष्याला वेगळं वळण देणारी घटना असते विवाहबद्ध होण्याची. तेव्हा आता तिकडे वळू या?

अगदी पौराणिक काळापासून विवाहाच्या अनेक तऱ्हा आपल्याकडे चालत आल्या आहेत. स्वयंवर, गांधर्वविवाह, मुलीच्या कुटुंबाच्या मर्जीविरुद्ध, पण मुलीच्या संमतीनं मुलानं तिला पळवून नेणं, मुलीनंच पुढाकार घेऊन एखाद्या मुलाला लग्नाबद्दल विचारणं, मुलगा-मुलगी प्रेमात पडून त्यांनी वडील मंडळींच्या संमतीनं विवाहबद्ध होणं, वडील मंडळींनी आपल्या कन्येसाठी योग्य वर शोधून तिचा विवाह करून देणं आणि क्वचित एखाद्या मुलाच्या घरच्या लोकांनी एखाद्या मुलीला मागणी घालणं. आजच्या काळातही स्वयंवर सोडून बाकी सर्व तऱ्हांनी लग्नं होत

असतात. जास्त प्रचलित आहेत प्रेमविवाह आणि वडील मंडळींनी स्थळ शोधून ठरवलेला विवाह.

नेहमीच समान वयाची अनुरूप अशीच मुलं-मुली प्रेमात पडतात असं मात्र होत नाही. कोण कोणाच्या केव्हा प्रेमात पडेल, हे सांगता येत नाही! त्यामुळे बऱ्याच दुर्दैवी घटना घडतात आणि त्यांची परिणती अनेक आयुष्यं कायमची दुःखी होण्यात होते. याला जबाबदार संबंधित व्यक्तीच असतात. फुलपाखरी तरुण वयात कधी कधी एखादी व्यक्ती विशेष आकर्षक वाटू लागते. कधी वयात खूप अंतर असलेली; कधी खूप देखणी, पण चारित्र्यहीन; कधी अतिश्रीमंत, परंतु जीवनमूल्यांना महत्त्व न देणारी; तर कधी सामान्य रूपाची किंवा शारीरिक व्यंग असलेली, पण अत्यंत बुद्धिमान, कर्तृत्ववान किंवा मोठी कलाकार.

अशा घटना घडतात की, या दोन व्यक्ती सारासार विचार न करता विवाह करून बसतात; परंतु अशा आकर्षणावर वैवाहिक जीवनाचा दीर्घ, दुर्धर प्रवास एकत्र करत राहणं अतिशय कठीण असतं. वास्तवाच्या झळा लागू लागल्या की, हे आकर्षण करपतं, कोमेजतं, जळून जातं. घरच्या वडील माणसांना वस्तुस्थितीची कल्पना आली, तर वेळीच सावध होऊन त्यांनी सहानुभूतीपूर्वक समंजसपणे आपल्या मुलाशी/मुलीशी मनमोकळेपणानं बोलावं. काही वर्षं नुसती मैत्री ठेवून त्यांच्या भावना किती टिकतात ते शांतपणे तपासून बघायला सांगावं. आधीपासून संतापून आरडाओरडा करण्यानं, भेटायला बंदी घालण्यानं, आपण विरुद्ध पक्षात जाऊन बसण्यानं काहीही साध्य होत नाही. जर काही वर्षं लोटल्यानंतरही दोन्ही बाजूंनी भावना टिकून असतील, तर संमती देण्यावाचून गत्यंतरच नसतं. पुन्हा एकदा सर्व धोके समजावून सांगावेत, एवढंच करता येईल. आपण कायम विरोधातच राहिलो, तर आपण आपल्या मुलाला/मुलीला दुरावून बसतो. तेव्हा पुढे काहीही झालं, तरी दुरावा टाळायचा असेल, तर आपला त्यांना नेहमीच आधार असेल, हे त्यांना ठाऊक असावं. मुलं असूनही आपण त्यांना दुरावून बसलो, तर मग आयुष्याला अर्थ काय राहिला? परंतु वर म्हटलं आहे तशी काही मुलींची अविचारानं आयुष्याची धूळधाणही होते, हे तिचं आणि पालकांचं दुर्दैवं!

कुंदा कॉलेजमध्ये शिकत होती. सुसंस्कृत, सुखी कुटुंबातली मुलगी, साधीसुधी राहणी असलेली; पण एक तऱ्हेची मनस्वी भावनाप्रधानता तिच्या स्वभावात होती. कौटुंबिक ओळखीतल्याच, वयानं तिचे वडील शोभतील अशा एका गृहस्थांच्या ती प्रेमात पडली! सुरुवातीला त्या गृहस्थांच्या हे लक्षात आलं, तेव्हा त्यांनी तिच्यापासून दूर राहण्याचा, तिला परावृत्त करण्याचा प्रयत्न केला. त्यांची पत्नी होती, मुलं होती, संसार विशेष सुखाचा नसला, तरी व्यवस्थित चालू होता. परंतु कुंदा कसलाही विचार करायला तयारच नव्हती. तिची सारासार विचारशक्तीच जणू नष्ट झाली होती!

पन्नाशीला आलेल्या त्या गृहस्थांचा अहम् (ego) कदाचित मनोमन सुखावला असणार. तिच्या वेड्या प्रेमाचा, तारुण्याचा मोहही त्यांना पडला असणार! कुंदासाठी त्यांनी एक लहान फ्लॅट भाड्यानं घेतला आणि कुंदा चक्क त्यांची ठेवलेली बाई म्हणून (दुसरा काय शब्द वापरणार?) तिथं राहू लागली! तिच्या घरच्यांनी, मैत्रिणींनी तर तिचं नाव टाकलंच. गृहस्थांच्या पत्नी व मुलांच्या मनाची अवस्था काय झाली असेल, याची कल्पनाच न केलेली बरी! समाजात खळबळ माजली, बदनामी झाली आणि मग नेहमी होतं तसं काही वर्षांनी लोक त्यांच्याबद्दल बोलेनासे झाले! त्या गृहस्थांची मुलं मोठी झाली, तशी लगेच घर सोडून आपापल्या मार्गांनी गेली. पत्नी मन मारून, दु:ख, संताप गिळत दिवस ढकलत राहिली आणि कुंदा? कुठली तरी नोकरी तिला मिळाली आहे, ते गृहस्थ आता हयात नाहीत, मुलं होऊ देण्याचा प्रश्न नव्हताच– कुंदाचं भविष्य काय? ती सुखी असेल? काय मिळवलं तिनं? वेळीच मन आवरून आपल्या आयुष्याची अशी माती करण्यापासून तिला स्वत:ला वाचवता आलं नसतं? आज तिच्या मनावर किती ओझं, निराशा असेल? किती वैराण आयुष्य असेल तिचं? आपली भयंकर चूक तिला केव्हा उमजली असेल? स्वत:च निर्माण केलेल्या या प्रचंड मनोव्यथा तिला टाळता आल्या नसत्या का?

विवाहित शिक्षक, ऑफिसमधले विवाहित वरिष्ठ किंवा सहकारी अशांच्या प्रेमात पडून स्वत:च्या आणि त्या व्यक्तीच्या कुटुंबाची धूळधाण करून टाकणाऱ्या मुलीही असतात. कधी कधी कुंदासारखी त्यांची परिस्थिती होत नाही, संबंधित पुरुष प्रथम पत्नीपासून घटस्फोट घेऊन नव्या मैत्रिणीशी विवाह करतो. नवं जोडपं चिरकाल टिकणारं सुख कितपत मिळवू शकतं याबद्दल शंकाच आहे, कारण जी स्त्री दुसऱ्या एका स्त्रीचं, तिच्या मुलांचं जीवन अविचारी स्वार्थानं उद्ध्वस्त करते, ती स्वत:पलीकडे कोणाचा आणि किती काळ विचार करू शकेल? आणि जो पुरुष प्रथम पत्नीशी प्रतारणा करून, मुलांच्या हिताचा, भविष्याचा विचार न करता दुसऱ्या स्त्रीच्या मोहात पडतो, तो आणखी तिसऱ्या, चौथ्या स्त्रीच्या मोहात पडणार नाही, याचा काय भरवसा?

सर्व संबंधित व्यक्ती आणि निष्पाप मुलं यांची मनं कायमची दुखावणारं, लग्नसंस्थेवरील लहान मुलांचा विश्वासच उडेल असं वागणं, हा अन्याय आणि गुन्हा नाही का? आज घराबाहेरच्या जगात अविवाहित तरुणी सर्वत्र वावरत, काम करत असतात, त्यांनी प्रथमपासून मनावर निग्रह ठेवून नंतर होऊ शकणारे हे मनस्ताप टाळावेत.

विवाह न करताच एकत्र राहण्याची, पाश्चिमात्य संस्कृतीचं आंधळं अनुकरण करत आलेल्या अनेक अनिष्टांपैकी एक अनिष्ट पद्धत. या Live-in relationshipला

'प्रयोग-विवाह' असा शब्दप्रयोग वापरलेला मध्यंतरी वाचण्यात आला. खरोखर किती हास्यास्पद, घृणास्पद प्रकार आहे हा! हे म्हणजे पोहायला शिकण्यासाठी चालण्याची प्रॅक्टिस करण्यासारखं झालं!

मानसिक ताणतणाव, भविष्याविषयी वाटणारी साशंकता यामुळे जो चंगळवाद, भोगवाद बोकाळतो आहे, तोच या प्रकाराला कारणीभूत आहे. एका वीकएन्डपुरते, एका रात्रीच्या पार्टीपुरते एखाद्या मित्र/मैत्रिणीशी संबंध ठेवणं, ही त्याच्याही खालची पायरी किंवा सरळ खड्डाच म्हणा! ज्या व्यक्तीचा स्वाभिमान थोडाही शिल्लक आहे, ती व्यक्ती स्वत:चीच अशी अवहेलना करून घेणारच नाही.

आपलं मन, आपली बुद्धी, आपलं शरीर, ही इतकी स्वस्त विकाऊ गोष्ट नाही, हे लक्षात ठेवावं. ते वापरण्याचं स्वातंत्र्य प्रत्येकाला निश्चित आहे; पण स्वातंत्र्य आहे म्हणजेच जबाबदारीही आहे. एखाद्या व्यक्तीवर आपलं प्रेम आहे असं आपल्याला वाटू लागलं, तर आनंदाची गोष्ट आहे. परंतु प्रेम म्हणजे परस्परांचा आदर करणं, सन्मान करणंही. खरंखुरं प्रेम शारीरिक संबंधांच्या क्षणिक सुखाच्या मोहाला बळी पडण्यात नाही. खऱ्या प्रेमानं आयुष्याला अर्थ येतो, एकमेकांची पुरती ओळख होऊन, विश्वास वाटू लागतो, मानसिक स्थैर्य येतं. मगच विवाहबद्ध होऊन एकमेकांचं होण्यात अपार सुख असतं. खरं प्रेम बंधनात टाकत नाही, निखळ स्वातंत्र्य देतं; पण त्याचबरोबर पूर्ण वचनबद्धताही येते. कोणत्याही, कशाही अवघड परिस्थितीत, संकटकाळी, शारीरिक आणि मानसिक व्याधी आल्या तरीही. दोघांना एकमेकांचा भक्कम आधार असणं, म्हणजे खरं प्रेम आणि कसलीही वचनबद्धता नसताना एकत्र राहणाऱ्या स्त्री-पुरुषांना असा आधार, विश्वास, मानसिक शांती मिळणं शक्यच नाही. आजच्या युवा पिढीनं आज पसरत चाललेल्या या अनिष्टाच्या जाळ्यात अडकू नये, या गोष्टीवर गंभीरपणे विचार करावा.

ऐन तारुण्याच्या भरात एखाद्या युवक/युवतीबद्दल शारीरिक आकर्षण वाटणं, ही अगदी नैसर्गिक गोष्ट आहे. चित्रपटसृष्टीतील नट-नट्या, त्यांचे फोटो, पडद्यावर दिसणारं (–खरं नव्हे!) रूप आणि प्रसिद्धी व लोकप्रियता मिळवण्यासाठी ही मंडळी छापवून आणतात ती खरी-खोटी माहिती, यांनी भुरळ पडून त्यांच्या 'प्रेमात' पडणारी मुलं-मुलीही असतातच की! सुदैवानं समज येईल तसं हे वेड कमी होत जातं; परंतु प्रत्यक्ष आयुष्यातही मुलं-मुली शारीरिक आकर्षण आणि प्रेम यांची गल्लत करतात. या तरुण-तरुणींनी हे समजून घ्यावं की, धनाढ्य माणसाची मुलगी ड्रायव्हरच्या प्रेमात पडते ती फक्त सिनेमात आणि लक्षाधीशाचा मुलगा गरीब शिक्षकाच्या मुलीच्या प्रेमात पडतो तोही फक्त सिनेमात!

दोन व्यक्तींची जेव्हा खरीखुरी ओळख होते, एकमेकांचे गुणदोष, कौटुंबिक पार्श्वभूमी आणि प्रश्न सर्व काही स्वीकारायची त्यांची तयारी असते, शारीरिक

आकर्षणापलीकडे जाऊन एकमेकांबद्दल ओढ वाटते, तेव्हाच ते खरं प्रेम असतं. तिथं मग बरेचदा रंग, रूप, उंची, जाडी यांचं महत्त्व कमी असतं; पण वैचारिक परिपक्वता, ध्येयं, स्वप्नं समान असतात. जे फरक असतील, उणिवा असतील त्यांचा स्वीकार करण्याची तयारी असते. असं प्रेम असेल, तेव्हा विवाह यशस्वी होऊ शकतो. कधी कधी दोघांपैकी एकावर असणाऱ्या आर्थिक व कौटुंबिक जबाबदाऱ्या इतक्या असतात की, विवाहाचा विचार लांबणीवर टाकावा लागतो; परंतु तोही मानसिक ताण हसतमुखानं सहन करत जबाबदाऱ्यांमधून मुक्त होईपर्यंत एकमेकांसाठी वर्षानुवर्षं वाट पाहणारी आणि मग विवाहबद्ध होऊन उरलेलं आयुष्य सुखात घालवणारी जोडपी मला माहीत आहेत. खऱ्याखुऱ्या प्रेमविवाहांची ही जितीजागती उदाहरणं. नाहीतरी कुठल्याही सुखी विवाहात तुम्हाला काय 'मिळतं' यापेक्षा तुम्ही किती 'देता' हे महत्त्वाचं असतं, ही खूणगाठ मनाशी बांधून ठेवावी.

प्रेमविवाहांना नेहमी येणारी अडचण दोन्ही घरच्यांच्या विरोधाची. कधी कधी केवळ मोठ्यांचा अहं दुखावला, म्हणूनच विरोध नोंदवला जातो. त्यात खरं म्हणजे 'परस्पर, मला न विचारता, मला मुली बघायची/चांगले मुलगे शोधायची संधी न देता, यांचं यांनी ठरवून टाकलं' म्हणून, ही भावना मुळाशी प्रबळ असते. मग त्यांच्याच जातीतली मुलगा/मुलगी असली, तरी– 'इश्श! पण काळी आहे की ती!', 'अगं, पण त्याच्या पाठच्या दोन बहिणी न् एक भाऊ आहे की, शिवाय आई-वडील!', 'शिकलेली आणि गोरी असेल रे; पण अंगानं फारच वाळकुडी बाई!', 'अगं, त्याला पगार बरा असला, तरी असं वाटतं की, घरची काहीच इस्टेट वगैरे नसावी!' वगैरे वगैरे फालतू हरकती घेतल्या जातात आणि ज्या दोघांना लग्न करायचं असतं, त्यांच्या डोक्याला नसता त्रास उभा केला जातो. शेवटी जर लग्न होतातच, तर मग आधी त्यांच्या आनंदावर असली विरजणं घालायची काही जरूर? अशा हरकती बोलून दाखवण्यानं वडिलधाऱ्यांच्या मनाचा कोतेपणा फक्त दिसतो. मला नेहमी वाटतं मोठ्या मनानं, आनंदानं मुलांची पसंती स्वीकारून सुनेला किंवा जावयाला प्रथमपासूनच आपलंसं करून नाही घेता येणार का?

मुलानं किंवा मुलीनं जर परजातीय, परप्रांतीय, परभाषीय, परदेशीय किंवा परधर्मीय जोडीदार निवडला, तर मग दोन्ही कुटुंबांमधून विरोध आणखी तीव्र होऊ शकतो. आजच्या शहरी जीवनशैलीतही अशा घटनांना अजूनही काही घरांमधून अवास्तव महत्त्व दिलं जातं आणि परिणाम तरुण मनावरचा ताण वाढवणं, त्यांचे व वडिलधाऱ्यांचे संबंध दुरावणं एवढाच होतो. वास्तविक शैक्षणिक, आर्थिक पार्श्वभूमीत फार फरक नसेल, सामाजिक स्तरही सारखाच असेल, तर दोन्ही घरच्या वडील मंडळींनी आता बऱ्याच जास्त प्रमाणात होऊ लागलेले असे विवाह मोकळ्या मनानं स्वीकारावेत. असं झालं, तर संबंधित सर्वांनाच सुख, शांती आणि समाधान

लाभेल. निदान वैवाहिक जीवनाची सुरुवातच घरच्यांच्या विरोधात, मनावर दडपण असणाऱ्या, कौटुंबिक वातावरणात तेढ असलेल्या परिस्थितीत होणार नाही. आपल्या मुलांच्या मन:स्वास्थ्यासाठी, कुटुंबातलं ऐक्य, सौहार्द कायम ठेवण्यासाठी, आपली मुलं आपल्यापासून दुरावण्याऐवजी नवी सलोख्याची नाती जोडण्यासाठी वडिलधाऱ्यांनी उदार, मोठ्या मनाने घडत असलेल्या बदलाचा स्वीकार करावा.

या अशा परिस्थितीत घरातल्या स्त्रियांनी खरं म्हणजे पुढाकार घ्यायला हवा. कारण कुठल्याही विवाहात नववधू म्हणून घरी येणाऱ्या मुलीच्या मनाच्या अवस्थेची कल्पना त्यांच्याइतकी कोणाला असणार? अगदी एकाच जाती-पोटजातीतली मुलगी असली, तरी नव्या घरात, नव्या मातीत स्वत:ला रुजवणं सोपं नसतंच. हल्ली तर लग्न होईपर्यंत मुली पंचविशीला आलेल्या असतात. त्यांचे विचार, आवडीनिवडी, राहणी यांना त्या वयात मुरड घालून बदलणं त्यांना जड जाणारच, हे वडील पिढीतल्या स्त्रियांनी जाणावं आणि त्यांना दिलासा देऊन आपलंसं करावं. त्यात मुलगी जर वेगळ्या वातावरणात वाढलेली असेल, तिची मातृभाषा वेगळी असेल, घरच्या राहणीमानात, खाण्या-पिण्यात फरक असेल, तर तिला खूपच जास्त तडजोडी कराव्या लागतात. म्हणून असं लग्न करण्याचं ठरवताना मुलींनी जास्त विचार कराव. कारण माझ्या तरुण मैत्रिणींनी हे सत्य लक्षात ठेवावं की, समाज कितीही सुधारला, लग्न करून त्या त्या घरात जातील तिथली राहणी कितीही पुढारलेली वगैरे असली, तरी लग्नानंतर पतीपेक्षा पत्नीलाच खूप बदलावं लागतं, खूप तडजोडी कराव्या लागतात. मूळ सवयी, आवडीनिवडींना मुरड घालून नव्या स्वीकाराव्या लागतात आणि या सर्वांचा तिच्या मनावर खूप ताण पडतो, खूप दडपण येतं, जे हसतमुखानं स्वीकारत तिला नव्या वातावरणात रुळावं लागतं, ही वस्तुस्थिती आहे.

अनेक उदाहरणं बघून, अनुभवून मी हे लिहीत आहे. वैवाहिक जीवन सुखी होणं, ही एक वेगळीच कथा असते, जी या प्रश्नाखेरीज पती-पत्नींमधल्या इतर अनेक धाग्यांच्या सरळ किंवा गुंतागुंतीचे असण्यावर अवलंबून असते. परंतु या एका प्रश्नानं निर्माण होणाऱ्या ताणतणावासंबंधी मी एवढं म्हणेन की, वधू, वर आणि दोघांच्याही घरची माणसं यांचा उदार दृष्टिकोन, समजूतदारपणा आणि तडजोड करण्याची वृत्ती या गोष्टींवर ताणतणाव कमी होणं, दूर होणं अवलंबून असतं. यामध्ये सर्वांत जास्त योगदान वधूला द्याव लागतं, हे तिनं लक्षात ठेवावं.

या विषयाच्या संदर्भात आमच्या ओळखीत घडलेल्या अनेक प्रेमविवाह आणि आंतरजातीय विवाहांपैकी दोन उदाहरणं देत आहेत.

शिरीष आणि कुमुदची मुलगी प्राची रुढीप्रिय, मध्यमवर्गीय, उच्चवर्णीय घरातली. मेडिकलच्या कोर्सला असताना ती राघवच्या, माळी जातीतल्या मुलाच्या

प्रेमात पडली. राघव फार देखणा नसला तरी सावळा, पण नाकीडोळी नीटस, तरतरीत आणि मनमोकळा, हसतमुख, बोलका. प्राची हुशार आणि स्मार्ट असली, तरी रूढ अर्थानं सुरेख नाही. फायनल इयरला असताना तिनं जेव्हा राघवबद्दल घरी सांगितलं, तेव्हा सर्वांना धक्काच बसला. विशेषत: आजी, थोरले काका, काकू इ. मंडळींना; पण तिचे आई-वडील शांत राहिले, त्यांनी डोक्यात राख घालून घेतली नाही.

राघवच्या घरी वडील पिढीत कॉलेजमध्ये कोणी गेलेलंच नव्हतं. वडील बारावी झाल्यावर वडिलोपार्जित फुलांच्या धंद्यात पडले होते आणि उपजत हुशारीनं आणि परिश्रम करून त्यांनी तो खूप वाढवला होता. पुण्याजवळ त्यांची फुलांची मोठी शेती होती. आई शिकलेली नसली, तरी सुजाण, समजूतदार होती. त्यांनी दोघांनी सांगितलं की प्राचीच्या घरच्यांची हरकत नसेल, तर ती दोघं आडकाठी आणणार नाहीत.

प्राची आणि राघव पुण्यात एका हॉस्पिटलमध्ये काम करणार असल्यानं कायम एकत्र राहण्याचा प्रश्न नव्हता. प्राचीचा धाकटा भाऊ आशुतोष कॉम्प्युटर इंजिनिअरिंग करत होता. हसतमुख, हुशार राघव त्याला आवडला. आई-वडिलांनी मग केवळ जातीच्या कारणानं प्राचीचं मन दुखवून तिला दुरावायचं नाही असं ठरवलं आणि राघव-प्राचीचं लग्न साधेपणानं, आनंदात झालं. राघवचं शेतीच्या गावचं घर आधुनिक, ऐटबाज नसलं, तरी स्वच्छ, नीटनेटकं, प्रसन्न होतं. प्राचीला ती सगळीच माणसं आवडली. राघवच्या पाठच्या दोन बहिणी तर आपल्या डॉक्टर वहिनीवर बेहद्द खूश होत्या. आज राघव-प्राची स्वत:चं हॉस्पिटल उभं करायचे बेत करत आहेत.

हर्षिल सुखवस्तू कुटुंबातली मुलगी. हे कुटुंब राहत होतं त्याच वस्तीत चार घरं टाकून पलीकडे एक बोहरा कुटुंब राहत होतं. नवरा-बायको दोघंही सुशिक्षित, नोकरी करणारी. पत्नीचा भाऊ त्यांच्याकडे राहून इंजिनिअरिंग कॉलेजमध्ये शिकत होता. सर्वांशी मिळून मिसळून वागणारा, उंच, रुबाबदार दिसणारा फारूक कोणालाही आवडेल असा. हर्षिल आणि फारूकची ओळख वाढत गेली आणि दोघं प्रेमात पडले. हर्षिलच्या वडिलांना हे समजलं, तेव्हा ते अतिशय संतापले आणि खोलीत कोंडून तिला बदडून काढली! काही उपयोग झाला नाही, तेव्हा दोन दिवस उपाशी ठेवली. आईची मध्ये पडायची हिंमत झाली नाही. फारूकची बहीण व मेव्हणा तटस्थ भूमिका घेऊन होते. बहुसंख्य हिंदू वस्तीत राहून हर्षिलच्या वडिलांशी वाकड्यात शिरायची त्यांची इच्छा नव्हती. शेवटी एक दिवस हर्षिल आणि फारूकनं पळून जाऊन रजिस्टर लग्न केलं आणि गावात दुसरीकडे आधीच बघून ठेवलेल्या लहानशा घरात संसार सुरू केला. 'हर्षिल आपल्याला मेली, मी तिचं पुन्हा तोंडही बघणार नाही' वगैरे काहीबाही वडील बोलू लागले, तेव्हा मात्र हर्षिलची

आई पदर खोचून ठामपणे त्यांच्यासमोर उभी राहिली आणि म्हणाली, "तुम्हाला काय करायचं ते तुम्ही करा. मी मुली-जावयाशी, त्याच्या घरच्यांशी संबंध ठेवणार, त्यांना भेटणार. मलाही घरातून हाकलून द्यायचंय तर द्या!" तेवढं करायची त्यांची हिंमत नव्हती! शोभाताई हर्षिलला भेटत राहिल्या.

फारूकला चांगली नोकरी मिळाली होती. तीन वर्षांनी हर्षिलला गोजिरवाणा, गोंडस मुलगा झाला, तेव्हा त्याचा फोटो आणून हर्षिलच्या आईनं पतीसमोर ठेवला. अगदी त्यांच्यासारखा (असं त्यांना वाटलं!) दिसणारा तो हसरा, गोड चेहरा बघून ते विरघळले आणि नातवाचं तोंड बघायला ते हर्षिलच्या घरी जाऊन पोहोचले! आता त्यांचा मुलगा आणि दुसरी मुलगी अमेरिकेत जाऊन राहिली आहेत; परंतु जुनं सगळं विसरून फारूक आणि हर्षिल, हर्षिलच्या आई-वडिलांशी छान वागतात, त्यांच्या म्हातारपणाची ते काठी झाले आहेत.

आता इथं हे वेगळं सांगण्याची गरज नसावी की, हे प्रेमविवाह आंतरजातीय होते, तरीही घरच्यांचा पाठिंबा मिळाला म्हणूनच केवळ ते यशस्वी झाले असं नाही. घरच्यांचा पाठिंबा मिळणं ही फार मोठी जमेची बाजू होती हे नक्कीच; परंतु प्राची आणि राघव काय किंवा हर्षिल आणि फारूक काय, त्यांनी एकमेकांना समजून घेतलं, एकमेकांवर पूर्ण विश्वास टाकला आणि लहान-मोठ्या कुरबुरी ज्या कोणत्याही जोडप्यात होतच असतात, तशा जेव्हा होतील, तेव्हा राईचा पर्वत न करता ते आपसात समेट करून टाकत गेले, या त्यांच्या विवेकपूर्ण वागण्याला खरं श्रेय जातं. नाहीतर एकमेकांना बरीच वर्षं ओळखत, एकमेकांवर प्रेम करत असणारी, एकाच जातीतली, उच्चशिक्षित युवक-युवती विवाहबद्ध होतात आणि पुढे काही वर्षांतच भांडणं विकोपाला जाऊन घटस्फोटापर्यंत वेळ येते, अशीही बरीच उदाहरणं आहेत; परंतु घटस्फोट या अत्यंत दुर्दैवी अनिष्टाबद्दल नंतर बोलू या.

बरीच वर्षं एकमेकांना ओळखत असण्यावरून स्वाती आणि अरुणची आठवण झाली. ही दोघं शाळेत शिकत होती आणि तेरा-चौदा वर्षांचीच होती, तेव्हापासून एकमेकांच्या प्रेमात पडली होती, असं ती दोघं सांगतात! साधारणपणे या वयात प्रेम म्हणजे नेमकं काय हेही कळत नसतं. पण या दोघांची घरची परिस्थिती इतकी बिकट होती की, त्यामुळेही मनानं ती जास्त परिपक्व झाली असतील.

दोघंही वेगवेगळ्या कारणांनी अस्वस्थ, अडचणीत असलेल्या कुटुंबातली होती, हा केवळ योगायोगही असू शकेल. दोन्ही कुटुंबांमध्ये आर्थिक तंगी होती, अरुणचे तर आई-वडील हयात नव्हते, तो आजोळी राहत होता. नवल वाटण्यासारखी गोष्ट म्हणजे पुढील शिक्षणासाठी वेगवेगळ्या शहरांमधल्या आपापल्या नातेवाइकांच्या मदतीनं दोघांनीही नोकऱ्या मिळू शकतील एवढं शिक्षण पूर्ण केलं आणि मग लग्न करून घर मांडलं; पण नोकरी आणि शिक्षण अनेक धडपडी करत चालू ठेवलं.

सुखाच्या कल्पना... | ७७

कधी अरुण नोकरी सोडून अभ्यास करत असायचा, तेव्हा स्वातीच्या पगारावर घर कसंबसं चालायचं, तर कधी स्वाती परीक्षा देण्यासाठी नोकरी सोडायची आणि अरुण नोकरी सांभाळून घरही सांभाळायचा! जरा स्थैर्य आल्यावर त्यांना दोन मुलीही झाल्या.

आज दोघंही नोकऱ्या करत, सुखानं संसार, मुली सांभाळत आहेत. जगावेगळ्या या प्रेमकहाणीत दोघांचे कधी मतभेद झालेच नसतील, भांडणं झालीच नसतील, असं शक्यच नाही. एकत्र राहणाऱ्या माणसांमध्ये मतभेद, भांडणं कधीच न होणं केवळ अशक्य आहे. नव्हे, तशी ती होणं हीच अत्यंत नैसर्गिक गोष्ट आहे. परंतु एवढंच की, तशी ती झाली पती-पत्नींमध्ये, म्हणजे आपलं पटत नाही, भांडणं होतात तेव्हा एकत्र न राहता घटस्फोट घ्यावा, असा टोकाचा विचार करण्याचा मूर्खपणा स्वाती-अरुणनी कधी केला नाही.

एकमेकांच्या दोषांसकट, उणीवांसकट, डोळसपणानं त्यांनी एकमेकांचा स्वीकार केला आणि त्यांचा संसार या भक्कम पायावर सुरळीत चालू आहे. त्यांच्या मुलींना त्यांनी एक सुरक्षित, सुखी घर दिलं आहे. वैवाहिक जीवनातल्या सर्व आर्थिक, मानसिक, शारीरिक ताणतणावांशी दोघांनी मिळून एकजुटीनं झुंज दिली आहे, त्यामुळे दोघांच्या व्यक्तिमत्त्वांना एक छानशी संतुष्ट झळाळी आलेली दिसते.

विवाहासंबंधी लिहिता लिहिता काही गोष्टींबद्दल बोलायचं राहिलं, तेवढं बोलून मग पुढे इतर मुद्द्यांकडे वळू या. बरेचदा असं वाटतं की, हल्लीचे काही तरुण-तरुणी लग्न करणं टाळायला बघत असतात की काय? चोवीस-पंचवीस वर्षांच्या, चांगली नोकरी लागूनही एक-दोन वर्षं झालेल्या मुलींशीही त्यांच्या लग्नाबद्दल बोलायला जावं तर 'इतक्यात नाही' म्हणून झटकून टाकू बघतात. तिशीला आलेले मुलगेही 'घाई काय आहे? बघू नंतर' म्हणून सटकू बघतात. काय असतील त्यांची कारणं? कशाची भीती असते त्यांच्या मनात? पती-पत्नींच्या शारीरिक संबंधांबद्दल नसणार, कारण हल्लीच्या मुला-मुलींमध्ये या संबंधाबद्दल अज्ञानही नसतं, भीतीही नसते आणि बरेचदा या अनुभवाचं नावीन्यही उरलेलं नसतं. परंतु लग्नाची भीती वाटायला नेमकं तेच कारणही असू शकतं! ज्याच्याशी लग्न होईल तो किती मोकळ्या मनाचा, उदारमतवादी असेल? आपल्या जुन्या मित्रांबद्दल व त्यांच्याशी असलेल्या संबंधांबद्दल त्याला जर समजलं, तर त्याची प्रतिक्रिया काय असेल? ही भीती मुलांपेक्षा मुलींच्या मनात जास्त असत असेल.

समाज कितीही प्रगत झाला, तरी अजूनही बहुसंख्य लोकांच्या मनात स्त्रीच्या योनिशुचितेला महत्त्व असतं. "नितीनच्या होत्या एक-दोन मैत्रिणी, एक तर म्हणे अगदी 'खास' होती; पण आता तर काही नाही ना? असं तर चालायचंच हल्लीच्या मुलांच्या बाबतीत! लग्नानंतर नीट वागला म्हणजे झालं!" असं म्हणणारे नितीनच्या

त्या 'खास' मैत्रिणीबद्दल असंच म्हणतील का? मग मात्र "जोश्यांच्या नीरजाबद्दल विचार करताय का तुम्ही तुमच्या भार्गवसाठी? नाही, म्हणजे मुलगी दिसायला छानच आहे, नोकरीही चांगली आहे. पण दोन वर्षांपूर्वी नाही का तो पंजाबी मुलगा होता कोणी– नितीन चोप्रा म्हणून तिच्याच कॉलेजमध्ये, त्या दोघांची खूप म्हणजे अगदी खूपच मैत्री होती असं सगळी म्हणायची खरं बाई! मग कशावरून बिनसलं दोघांचं, का तोच कुठे निघून गेला हिला सोडून काय की! बघा जरा, नीट चौकशी करा!" असं असतं! म्हणून मग आता सध्या कोणीही 'तसा' मित्र नसलेली नीरजा मनातून धास्तावलेली असते आणि म्हणून लग्न लांबणीवर टाकू बघत असते, हे शक्य आहे. शक्य हेही आहे की, नितीनलाही मनातून जरा बाकबुक वाटत असेल की, कदाचित त्याच्या भावी पत्नीच्या मनात त्याच्याबद्दल नेहमी किंतु राहील.

नीरजा आणि नितीन दोघांनाही सांगावसं वाटतं की, जे घडून गेलं, त्याच्यामुळे भविष्यात काय होईल, याची काळजी करण्याऐवजी आजचा विचार करा. आज तुमचा कोणीही खास मित्र-मैत्रीण नाही ना? तुम्हाला लग्न करून स्थिरावावंसं वाटतंय ना? आणि हो, हेच योग्य वय आहे आयुष्याचा जोडीदार मिळवायचं. हल्ली अनेक मुला-मुलींच्या कॉलेज जीवनात मित्रमैत्रिणी असतात, त्याचा एवढा बाऊ करू नका आणि दुसऱ्या कोणी 'हितचिंतकां'नी कान फुंकण्याआधी भावी पती-पत्नींनी स्वत:च एकमेकांना जुन्या मित्रमैत्रिणींबद्दल, जरूर वाटल्यास, आवश्यक तेवढं सांगून मोकळं व्हावं. जर लोकात पसरलेल्या गोष्टी निव्वळ अफवाच असतील, तर तसा खुलासा खास करावा आणि अफवा नसतील, तरीही एकदा आयुष्याचा तो भाग संपला, म्हणजे त्याचा मनातसुद्धा जास्त विचार करत राहूच नये. भावी पती खरंच मोकळ्या मनाचा असेल, तर झाल्यागेल्या गोष्टी दोघांनीही उगाचच उकरून काढत बसण्यापेक्षा छानशा भविष्यकाळाचे बेत करावेत.

एक शक्यता अशीही असते की, एखाद्या मुलीला किंवा मुलाला जाणत्या-अजाणत्या वयात अतिशय वाईट अनुभवातून जावं लागलेलं असतं. मुलीवर कोणीतरी बलात्कार केलेला असतो. भयानक वास्तव हे आहे की, अनेकदा हा नराधम तिच्याहून वयानं बराच मोठा असलेला ओळखीतला किंवा नात्यातलाही माणूस असतो. त्यानं हा जुलूम एकदाच नाही जास्त वेळाही केलेला असू शकतो! एखाद्या मुलाशीही एखाद्या विकृत प्रवृत्तीच्या माणसानं अनैसर्गिक लैंगिक संबंध ठेवण्याची जबरदस्ती केलेली असते.

काही मुलांना शाळा-कॉलेजच्या वसतिगृहांमध्येही असे दुर्दैवी अनुभव आलेले असतात. अशा घटनांमुळे या बिचाऱ्या मुला-मुलींच्या मनामध्ये स्त्री-पुरुषांच्या शारीरिक संबंधांबद्दल घृणा किंवा भीती बसलेली असते आणि म्हणून ती कोणाशीच जास्त मैत्री, जास्त जवळीक करायला घाबरत असतात. तो विचारही त्यांना नकोसा

वाटतो. पंचविशी उलटल्यावरही ही भीती किंवा घृणा कायम असेल, तर आपल्याला या बाबतीतल्या निष्णात समुपदेशकाची मदत घेणं जरूर आहे, हे त्यांनी समजून घ्यावं आणि तशी ती घेऊन त्या भीतीतून स्वत:ची सुटका करून घ्यावी. एकदा मन स्वच्छ, निश्चिंत झालं की, मोकळ्या मनानं विवाह करून आनंदात जगावं.

आणखी एका गोष्टीचा ताण मनावर विशेषत: मुलींच्या– असू शकतो तो असा की, विवाहानंतर त्यांना सासरच्या इतर नातेवाइकांची जबाबदारी थोड्या फार प्रमाणात, परिस्थिती अनुरूप– घ्यावी लागणार असते आणि ती शक्यतो त्यांना नकोशी तरी वाटते किंवा आपल्याला झेपेल का नाही, याची भीती वाटते. मुलीला भाऊ नसेल, तर तिच्या आई-वडिलांना आपल्यालाच सांभाळावं लागेल, ही धास्ती मुलाच्या मनात असू शकते. दोघांच्याही बाबतीत ही धास्ती जबाबदारी टाळण्याची वृत्ती दाखवते. असा विचार करावा की, कोणाशीही लग्न केलं, तरी तो किंवा ती, काही आभाळातून पडलेली नसतात! त्यांना आई-वडील, भावंडं असणारच आणि त्यांच्या अडीनडीला घरची माणसं उपयोगी पडणार नसतील, तर ती 'घरची' म्हणता येतील का? उलट दूरचा विचार करता असे नातेवाईक असणं, ही तुमच्या फायद्याचीच गोष्ट असते. कारण जशी कधीतरी तुम्हाला त्यांना मदत करावी लागेल, तशीच कधी वेळ येईल, तेव्हा तीही तुम्हाला मदत करतीलच ना?

माणसं जोडणं कठीण असतं आणि म्हणूनच समाधान देणारं असतं. तुमच्या मित्रमैत्रिणी, ऑफिसमधले सहकारी या सगळ्यांना तुम्ही जोडलेलंच असतं, त्याहूनही जास्त जवळीक एकमेकांच्या नातेवाइकांशी जोडावी, त्याचे परिणाम निश्चितच मन:शांती आणि समाधान देणारे होतील. तेव्हा विवाहानंतर तुम्ही एकत्र कुटुंबात राहत असलात किंवा नसलात, तरीही दोन्ही नवं नातं जुळलेल्या घरातल्या वडीलधाऱ्या आणि इतरही सर्वांना जोडून घ्या. जितकं त्यांच्यासाठी तुम्ही मनापासून कराल, त्याच्या दामदुपटीनं तुम्हाला केव्हा ना केव्हा परत मिळतं की नाही बघा! आणि शेवटी एक आठवण करून द्यावीशी वाटते की, दिवसेंदिवस तरुण कोणीच होत नसतं, चिरतरुणही कोणीच नसतं. एक वेळ अशीही येईल की, आज जी वयस्क माणसं आहेत घरात, त्या परिस्थितीत कधीतरी तुम्हीही असाल! आत्ता मिळवलेलं सौहार्दच तेव्हा कामी येईल!

तिसरा एक महत्त्वाचा मुद्दा असतो मुलांचे जन्म आणि संगोपन याबद्दल दोघांचे विचार कितपत जुळतील, याबद्दलची साशंकता. अनेक मुली हल्ली स्वत:च्या करिअरला खूप महत्त्व देतात. करिअरचं महत्त्व अतिशय वाटणाऱ्या काही मुलींना मुलं होऊन त्यांच्याकडे दुर्लक्ष होणं किंवा करिअरचं नुकसान होणं यापेक्षा मुलंच नकोत असंही वाटतं. अगदी असं वाटत नसतं त्यांनाही, करिअर आणि मुलं दोन्ही नीट सांभाळता येतील का नाही? नवरा या कामात आपल्याला मदत करेल का

नाही? या प्रश्नांशी संलग्न अनेक चिंतांनी लग्न करायचं म्हणजेच धाकधूक वाटू लागते. हे प्रश्न कसे सोडवणं शक्य आहे, याबद्दल पुढे विस्तारानं बोलू या. परंतु म्हणून धाकधूक वाटून घेऊन लग्न करणंच टाळण्याऐवजी ज्याच्याशी लग्न करण्याची इच्छा असेल किंवा ठरवून लग्न होणार असेल, त्या मुलाशी याबद्दल बोलावं आणि त्याची प्रामाणिक मतं जाणून घेतल्यावर ती आपल्या मतांशी कितपत जुळतात, हे बघून मगच लग्नाचा निर्णय घ्यावा.

एक गोष्ट मात्र या टप्प्यावरच, लग्नाचा विचार करणाऱ्या, पण करिअरही महत्त्वाचं वाटणाऱ्या मुलींना सांगावीशी वाटते की, तुम्हाला मुलं हवी असतील, तर कितीही समजूतदार, मदत करणारा नवरा असला, तरी आईची जागा तो किंवा दुसरं कोणीच घेऊ शकत नाही. मुलं जरा मोठी होईपर्यंत त्यांना आईचीच गरज असते, जी कुठलीही दुसरी व्यक्ती किंवा संस्था भागवू शकतच नाहीत, हे आता शास्त्रज्ञांनीही मान्य केलं आहे. शिवाय आईचा सहवास, सान्निध्य, प्रेम जन्मानंतर निदान काही महिने, शक्य असल्यास काही वर्षं मिळणं, हा मुलाचा जन्मसिद्ध हक्क आहे. तुम्हाला आई होण्याचा आनंद हवा असेल, तर तुमच्या बाळाचा हा जन्मसिद्ध हक्क तुम्ही हिरावून घेऊ शकत नाही. तेव्हा काही काळ आपलं करिअर जरा बाजूला ठेवणं आणि मूल पुरेसं मोठं झाल्यावर ते पुन्हा हाती घेणं, हे सर्वांच्याच हिताचं आणि दीर्घकालीन कल्याणाचं ठरेल.

मुलगी कमावती असेल, तर विवाहानंतर तिच्या कमाईवर हक्क कोणाचा, अशी एक शंका काही मुलींच्या आणि मुलांच्याही मनात डाचत असते. या प्रश्नावर अनेक उलट-सुलट मतं ऐकायला मिळतात. पण या प्रश्नावरून मतभेद किंवा कडवटपणा येणंच मला हास्यास्पद वाटतं.

असं पहा, पती-पत्नी म्हणून एकत्र संसार करायला सुरुवात केल्यावर तुझं-माझं करायचंच कशाला? जे असेल, ते उत्पन्न दोघांचं मिळून, असंच नाही का? त्यातले वैयक्तिक खर्चावर व घरखर्चावर किती खर्च करायचे, शिल्लक किती व कसे टाकायचे हे दोघांनी मिळून ठरवावं. घेतलेल्या वस्तूंचे हप्ते फेडणं इ. सर्व योजना दोघांची करपात्रता, मिळणाऱ्या सवलती इत्यादींचा हिशेब करून दोघांनी मिळून ठरवावं, आवक वाढली किंवा कमी झाली, तरी त्या बाबतीत काय करायचं हा निर्णयही एकत्रच घ्यावा. सुरुवातीपासून हीच प्रथा ठेवली, म्हणजे 'आपलं घर, आपला संसार' ही भावना वाढीला लागेल आणि वितुष्ट येणार नाही. विवाहापूर्वीच याही प्रश्नाची चर्चा करून एकमेकांना समजून घ्यावं. पत्नी नोकरी करत नसेल, तरीही घरात येणारे पैसे दोघांचे आणि त्यांचा विनिमय दोघांनी एकमतानं करायचा हेच योग्य आहे. या मुद्द्यासंबंधी दोन उदाहरणं आठवली, ती खूप बोलकी आहेत. लग्न टाळू बघण्याची उरलेली दोन कारणं बघण्यापूर्वी या दोन गोष्टी सांगते.

अद्वैत आणि शुभदाचं लग्न ठरलं, तेव्हा अद्वैतनं शुभदाला लग्नाचं नक्की करण्यापूर्वीच सांगितलं की, त्याच्या वडिलांचं तरुण वयातच निधन झालं असल्यानं आईला जरी बऱ्यापैकी नोकरी होती तरी तिच्याजवळ खूप शिल्लक अशी नव्हती. त्यातच त्याच्या शिक्षणाला बराच खर्च आला होता, त्यामुळे धाकट्या भावा-बहिणीचं शिक्षण आणि लग्न यासाठी तो आईला मदत करणार होता. त्याला भरपूर पगार होता; पण त्यातील काही भाग या भविष्यातील खर्चासाठी आत्तापासूनच बाजूला ठेवणं आवश्यक होतं. हे सर्व सांगून अद्वैतनं शुभदाला असंही सांगितलं की, तिला जर हे मंजूर असेल, तरच तिनं लग्नाला 'हो' म्हणावं.

शुभदानं जरा विचार करून त्याला होकार तर दिला; पण त्याचबरोबर हेही पटवून दिलं की, अशा परिस्थितीत सुरुवातीची तीन-चार वर्षं त्यांनी कुटुंबनियोजन करावं. शुभदाची कायम नोकरी करण्याची फार इच्छा नव्हती; परंतु ही तीन-चार वर्षं ती नोकरी करून आर्थिक जबाबदाऱ्यांना हातभार लावेल आणि अद्वैतच्या भावाचं आणि बहिणीचं शिक्षण, लग्न पार पडल्यावर मगच ती नोकरी आणि कुटुंबनियोजन सोडून देईल! इतक्या समजूतदारपणानं, शहाणपणानं शुभदानं असा निर्णय घेतल्याचा अद्वैतला इतका आनंद झाला की, लग्न झालं तेव्हा त्यांच्या मनाच्या तारा पूर्णपणे जुळल्या होत्या.

अद्वैतच्या आईची तर शुभदा इतकी लाडकी सून झाली की, पुढे जेव्हा अद्वैत-शुभदाला जुळे मुलगे झाले, तेव्हा मुदतपूर्व निवृत्ती घेऊन शुभदाला मदत करायला त्या त्यांच्याच घरी येऊन राहिल्या. सासू, सून अन् नातवंडं यांचं इतकं काही मेतकूट जमलं की, शुभदानं त्यांना मग परत जाऊच दिलं नाही, सगळीजणं एकत्रच राहू लागली. अद्वैत आणि शुभदा एकमेकांना मनापासून आवडली होती आणि त्यांना लग्न करावंसं वाटत होतं. मात्र अद्वैतच्या द्विधा मनःस्थितीवर शुभदानं विचारपूर्वक तोडगा काढून त्याला संपूर्ण साथ दिली, म्हणून दोघांचा संसार सुखाचा झाला.

सगळ्यांच्या बाबतीत असं होत नाही. मुली बघून, ठरवून लग्नं होतात, तेव्हा 'माहेरच्या जबाबदाऱ्या नसाव्यात' अशाही अपेक्षा असतात आणि त्यामुळे पुढे संसारात ताणतणाव उत्पन्न होऊ शकतात. उषावर माहेरच्या जबाबदाऱ्या आहेत, हे तिनं स्पष्ट सांगितलेलं असूनही तिच्या संसारात एक अदृश्य तणावाचा धागा बरीच वर्षं राहिला.

पॅथॉलॉजिस्ट असलेल्या कौशिकला एम. बी. बी. एस.च्या शेवटच्या वर्षाला असलेली उषा सांगून आली. पोटजात एक नसली, तरी जात एक होती. उषा सुंदर, गोरीपान वगैरे नसली, तरी निमगोरी, उंच, सुदृढ, स्मार्ट होती. पॅथॉलॉजीच्या कोर्सला कसाबसाच प्रवेश मिळालेल्या कौशिकला ही मुलगी सांगून येण्याचं कौशिकच्या घरच्यांना जरा नवलच वाटलं; पण मुलाच्या मानानं मुलगी निश्चितच

चांगली होती. सधन असले, तरी पैशाचा लोभ असलेल्या त्या मंडळींना हे उघडच दिसत होतं की, ही मुलगी चांगले पैसे कमावू शकेल, म्हणून त्यांनी होकार देण्याचं ठरवलं.

मात्र त्यांचा होकार येण्याची शक्यता दिसल्यावर उषानं एक गोष्ट स्पष्ट केली की, तिचे वडील हयात नसल्यानं आणि घरात तीच मोठी असल्यानं धाकट्या तीन भावंडांच्या शिक्षणाची जबाबदारी तिच्यावर होती आणि जरी भावंडं हुशार होती म्हणून ती आपापली शिकली, तरी तिच्या शिक्षणासाठी आईनं घेतलेलं कर्ज फेडायला तरी तिला मदत करायची होतीच, तेव्हा ते कर्ज फिटेपर्यंत महिन्याकाठी तिची निम्मी कमाई आईला देण्यास त्यांची परवानगी असेल, तर त्यांनी होकार द्यावा!

कौशिकला उषाचं रूप तर आवडलं होतंच, त्यात तिचा स्पष्टवक्तेपणा, तरतरीतपणा आणि संयमानं, अदबीनं बोलणं याचं त्याला खूप कौतुक वाटलं आणि आई-वडील जरी जरा कां कू करत होते, तरी त्यानं 'मला हिच्याशीच लग्न करायचंय' म्हणून सांगितलं. पुढे दहा वर्षं उषा तिची अर्धी कमाई आईला पाठवत राहिली. सासू-सासरे उघड काही म्हणाले नाहीत, तरी त्यांच्या बोलण्या-वागण्यातून ती गरिबाघरची, माहेरचं धन करणारी आहे, असं त्यांना वाटत असणं तिला जाणवत असे.

घरातल्या वातावरणात वरकरणी कितीही मनाचा मोठेपणा दाखवला, तरी माहेर उषाला तसं दुरावलंच. सासू-सासरे बाहेरगावी जातील, तेव्हा केव्हातरी चार दिवस तिची आई भेटून जायची किंवा भावाबहिणींच्या लग्नासाठी उषा जाऊन आली एवढंच. तणावाचा तो अदृश्य धागा सासू-सासरे हयात होते, तोपर्यंत राहिलाच आणि श्रीमंत सासरी मनाची श्रीमंती उषानं कित्येक वर्षं अनुभवली नाही! जी काही ना काही सबबी सांगून लग्नाचा विषय टाळतात, अशा तरुण-तरुणींबद्दल आपण बोलत होतो आणि त्यांच्या अशा वागण्याची काय कारणं असत असतील, याचा शोध घेण्याचा प्रयत्न करत होतो. आणखी एक कारण असं असणं शक्य आहे की, जे स्वातंत्र्य आत्तापर्यंत त्यांना मिळत असतं ते गमावून बसू, आयुष्याला बांधिलकी येईल, असं वाटून ते लग्नाचा विषय टाळतात.

कितीतरी जणांना हल्ली गलेलठ्ठ पगार मिळतात, त्या मानानं मनं परिपक्व झालेली नसतात आणि त्यामुळे भोगवाद, चंगळवाद, पैसे हवे तसे उधळणं अशा तऱ्हेच्या आयुष्याचं आकर्षण इतकं वाढतं की, त्याचीच नशा चढते. दूरचा विचार करण्याचं भान राहत नाही. या स्पष्ट, स्वच्छ विचार करण्याची सवय हरवून बसलेल्या माझ्या तरुण मित्रमैत्रिणींच्या मनात शिरून ही चंगळवादाची जळमटं काढून टाकणारं त्यांना कोणीतरी वेळीच भेटलं, तर किती छान होईल. या

पुस्तकातून मी फक्त लेखी शब्दांनीच तसा प्रयत्न करू शकते!

मला असं सांगा की, अशा अनिर्बंध आयुष्याची मजा किती दिवस, किती वर्षं वाटेल? कारण अशा या काळात जसे तुम्ही कोणाला बांधील नसता, तसंच कोणीही तुम्हाला बांधील नसतं, तुमच्या हक्काचं, 'आपलं' असंही कोणीच नसतं! सध्या तुमचे जे मित्रमैत्रिणी आहेत, त्यातले बरेच जण केवळ तुमच्याबरोबर (बहुतेक तुमच्याच खर्चानं!) चैन, चंगळ करायला सोकावलेले असतात, ती सगळी जिवाला जीव देणारी असतीलच असं नाही. देव न करो, पण उद्या तुमच्या हातात पैसा नसेल किंवा काही दुर्घटना होऊन तुम्ही अपंग झालात, तर यांच्यातले किती तुमच्या साथीला राहतील? असंही होईल की, ती सगळी आपापल्या संसारामध्ये गुंतून विवंचनांमध्ये अडकून जातील, त्यांना मग तुमच्यासारख्या सड्याफटिंग माणसासाठी वेळ नसेल, कोणी कोणी शहर, देशही सोडून निघून जातील.

तुम्ही एकटे पडाल म्हणून तुमच्यासाठी कोणी मागे राहणार नाही, मग अशा वेळी 'तुमचं' असं माणूस हवंसं वाटेल ना? घरातली वडील माणसं किती वर्षं साथ देतील? कालांतरानं तुम्हालाच त्यांना सांभाळण्याची वेळ येईल, तेव्हा तुमच्या खांद्याला खांदा लावून तुमचं काम हलकं कोण करेल? कधी तुम्ही आजारी पडाल, कधी अपघात होईल, कधी तुम्हाला उगीचच खूप एकटं वाटेल, तेव्हा कोण असेल तुमचं 'हक्काचं'? बंधनात राहूनही खूप सुखी राहता येतं, नव्हे– त्यातच सुख असतं, हे समजून घ्या आणि बांधिलकीची भीती मनातून काढून टाका!

काही कारणं खरोखरच गंभीर असतात. केव्हातरी हातून घडलेल्या वेश्यागमनासारख्या प्रमादामुळं एखादा वाईट लैंगिक गुप्तरोग झालेला असतो आणि औषधोपचारांनी तो बरा झाला असला, तरी मनात भीती आणि अपराधी भावना रेंगाळत असते. आधी मुळात हे समजून घ्यावं की, नीट उपचार झाले असतील, तर पुन्हा तसा रोग होत नाही. वाटल्यास डॉक्टरांकडून खात्री करून घ्यावी आणि अपराधी भावनेबद्दल बोलायचं तर आपल्या हातून मोठी चूक झाली होती याची जाणीव असणं चांगलं, म्हणजे पुन्हा तशी चूक होणार नाही. माणसं आहोत आपण, करतो चुका; पण पुन्हा तीच होऊ न देण्याइतकी समज आली असेल, तर घडून गेलेल्या चुकीबद्दल अपराधी वाटून घेत बसू नये.

आणखी एक परिस्थिती असू शकते. अगदी क्वचित असं होतं की, वयानं वाढलेल्या मुलीच्या जननेंद्रियांची वाढ झालेली नसते. अशा मुलीच्या बाबतीत मात्र आई-वडिलांनी फसवणूक करून तिचं लग्न कोणाशी तरी लावून देऊ नये, तसंच काही तरुण खरोखरीच नपुंसक असतात, त्यांचंही जबरदस्तीनं लग्न लावून देण्याचा गुन्हा आई-वडिलांनी करू नये. या आई-वडिलांची एक समजूत असते की, लग्न झाल्यावर त्यांच्या मुलातली ही उणीव आपोआप जाईल. क्वचित कधी असं होतंही

किंवा काहींच्या बाबतीत मानसशास्त्रज्ञांकडे जाऊन उपचार केल्यानं नपुंसकता दूर होते. परंतु हे उपचार अशा मुलाचं लग्न करून देण्यापूर्वी करून घ्यावे आणि मगच लग्नाचा विचार करावा.

एखादा तरुण किंवा तरुणी लग्न करायची टाळाटाळ करतात, तेव्हा आणखी एक कारण असू शकतं. त्यांचे आधीपासूनच कोणाशी तरी शारीरिक संबंध असतात, जे त्यांनी लपवून ठेवलेले असतात. कारण असे संबंध घरातल्याच, नात्यातल्याच कोणाशी तरी असतात, जे तोडून टाकण्याची त्यांची मानसिक तयारी नसते आणि त्या व्यक्तीशी लग्न करणं शक्यच नसतं!

काहीही उघड कारण दिसत नसताना जेव्हा मुलं लग्न करायला नाही म्हणतात, तेव्हा वडील माणसांनी सावध होऊन या प्रश्नाचा पुरता छडा लावावा, शक्य झाल्यास प्रश्न सोडवावा आणि मगच अशा मुलाच्या किंवा मुलीच्या लग्नाचा विचार करावा. प्रश्न तसाच दाबून टाकून लग्न करून देण्यात ज्याच्याशी किंवा जिच्याशी लग्न करून देण्यात येतं, त्या व्यक्तीच्या आयुष्याचा सत्यानाश होऊ शकतो. ही तीन जी कारणं इथं लिहिली आहेत त्यांचा ताणतणाव सर्व संबंधित व्यक्तींच्या मनावर इतका असतो की, त्याचे गंभीर परिणाम होतात. अशा घटना प्रत्यक्ष घडलेल्या आहेत, म्हणून अविचारानं कोणावर लग्न लादण्यापूर्वी हे प्रश्न सोडवून मगच पुढे जावं.

असो, अशीही काहीजणं भेटतात, ज्यांचा म्हणे विवाहसंस्था, कुटुंबसंस्था यांवरचा विश्वासच उडालेला असतो! म्हणजे नेमकं काय किंवा या संस्थांना पर्याय कोणता, हे बहुतेकांना सांगता येत नाही! परंतु हे शक्य आहे की, या मुला-मुलींनी सुखी विवाह बघितलेले नसतात. ती ज्या कुटुंबात जन्मली, वाढली तिथं सुखासमाधानानं एकत्र राहून एकमेकांच्या जिवाला जीव देणारी माणसं त्यांनी बघितलेली नसतात आणि म्हणून त्यांच्या मनात कडवटपणा, अविश्वास निर्माण झालेला असतो. अशा मुला-मुलींना एकेकटं किंवा कोणाबरोबर तरी तात्पुरतं एकत्र राहण्यात स्वातंत्र्य वाटत असावं! माझं त्यांना सांगणं आहे की, त्यांच्याबद्दल मला खूप सहानुभूती वाटते, तरीही एखाद्या दुसऱ्या उदाहरणावरून, पिढ्यान्पिढ्या जगभर सर्व सुसंस्कृत समाजात घडण होत आलेल्या या संस्था वाईट, निरुपयोगी, निरर्थक ठरवणं अन्यायाचं आहे.

'आपलं' माणूस असणं, 'आपलं' घर असणं, 'आपलं' कुटुंब असणं याला वेगळा, जास्त चांगला पर्याय अजून निघालेला नाही आणि निघणारही नाही. सर्व निकषांवर तावून सुलाखून निघालेल्या या संस्था निरोगी, सुसंस्कृत समाजाची गरज आहे. तुमच्या मनात जे काही डचमळत, खदखदत असेल, जी कटुता असेल, त्याबद्दल एखाद्या खऱ्याखुऱ्या हितचिंतकाशी किंवा समुपदेशकाशी मोकळेपणानं

बोला. मनातले सारे किंतू, सारी दडपणं, शंकाकुशंका दूर करून घ्या. स्वच्छ, मोकळ्या, आनंदी, उत्सुक मनानं या संस्था तुमच्या पुढच्या आयुष्याचा भाग म्हणून डोळसपणानं स्वीकारा! तुम्हाला नक्की पश्चात्ताप होणार नाही, याची खात्री बाळगा!

लग्न आपलं आपण ठरवलेलं असो की, मुलगी बघून घरच्यांच्या संमतीनं ठरलेलं असो. काही प्रश्न, अडचणी, मनस्ताप उभे राहू शकतातच. खरं म्हणजे दोन तरुण जिवांनी विवाह करून नवं आयुष्य सुरू करायचं अशा आनंदोत्सवाच्या प्रसंगी प्रश्न, मनस्ताप, रुसणं, फुगणं हे सारं का व्हावं? पत्रिका बघणं, देणी-घेणी, या ना त्या स्वरूपात हुंडा किंवा तत्सम अपेक्षा या समाजात रूढ झालेल्या पद्धती, संबंधित व्यक्तींचा अहंगंड किंवा लोभीपणा ही कारणं यामागे असतात.

ठरवून केलेल्या विवाहांमध्ये जात-पोटजात (या मागच्या पिढीच्याही बघितल्या जातात!) जुळण्याला, गोत्र जुळण्याला अजूनही अवास्तव महत्त्व दिलं जातं. एकीकडे सख्खी मावस किंवा आते-मामे भावंडं लग्न करून सुखानं संसार करताना दिसतात आणि एकीकडे गोत्र-नाड इ. कारणांवरून नकार दिला जातो! मी नात्यात होणाऱ्या विवाहांची तरफदारी करत नाहीये किंवा त्यांना नावंही ठेवत नाहीये. अखेर विवाह सुखी होणं हे मुख्यत: विवाह करणाऱ्या जोडप्यावर अवलंबून असतं; परंतु गोत्र वगैरे बघणं मात्र आता या काळात निरर्थक वाटतं.

दुसरा यक्षप्रश्न पत्रिका जुळणं हा असतो. पत्रिकेवर किती विश्वास ठेवावा, हा ज्याचा त्याचा वैयक्तिक प्रश्न आहे, हे अगदी बरोबर असलं तरी बरेचदा दुसऱ्या काही कारणानं नकार द्यायचा असेल, तर 'पत्रिका जुळत नाही' या तोडग्याचा खोटा उपयोग केला जातो, हेही सर्वांना ठाऊक आहे.

मला अशीही उदाहरणं ठाऊक आहेत, ज्यांनी खऱ्या पत्रिकेखेरीज दुसऱ्या एक-दोन खोट्या पत्रिकाही करवून घेतलेल्या असतात, (करून देणारे भेटतातही! जाती-पोटजातीची नाही का खोटी प्रमाणपत्रं करून मिळत?) आणि जिथे मंगळाचा मुलगा असेल, तिथं मुलीलाही मंगळ असलेली पत्रिका, मंगळ नसेल, तर नसलेली पत्रिका दाखवली जाते! अशा पत्रिका दाखवून झालेल्या विवाहांचं पुढे काय होतं कोण जाणे. पण अशा लबाड्या सोडल्या, तरी पुरेसे गुण जमून झालेली सर्व लग्नं सुखी होतात आणि पत्रिका न बघता केलेली सर्व लग्नं दु:खी होतात, असं कोणी बघितलं आहे?

पत्रिकेवर अगदी टोकाला जाऊन विश्वास आहे इंदिराचा. तिनं स्वत: या विषयाचा बराच अभ्यासही केला आहे आणि तिच्या दोन मुलांची लग्नं सांगून आलेल्या मुलीची पत्रिका ती स्वत:च बघणार आणि मग ठरवणार असा तिचा हट्ट होता. थोरल्या मुलाचं लग्न आईनं पत्रिका नाकारायचा सपाटा लावल्यामुळे शेवटी एकदाचं ठरलं, तेव्हा तो पस्तीस पूर्ण होता! एवढं करूनही सासू-सुनेचंच पुढे

पटेनासं झालं, तेव्हा वैतागून मुलगा बायकोला घेऊन खूप लांबच्या शहरात राहायला गेला! या सर्व प्रकारानं धाकटा इतका वैतागला की, त्यानं आईला न सांगताच एका सीरियन ख्रिश्चन मुलीशी लग्न करून टाकलं!

पुष्पाताईंचाही पत्रिका आणि त्या बाबतीतलं त्यांचे पती अशोकराव, यांचं ज्ञान यावर प्रचंड विश्वास. त्यांना दोन सुस्वरूप, शांत स्वभावाच्या, सुशिक्षित मुली. दोघींसाठी स्थळं बघण्याचा आणि पत्रिका जुळत नाही म्हणून नाकारण्याचा कार्यक्रम दोन्ही मुलींची पंचविशी उलटेपर्यंत चालला! 'तू पत्रिकेचा हट्ट सोड' असं आई-वडिलांना सांगायची हिंमत त्यांना होत नाही. थोरली हायस्कूलमध्ये शिक्षिका आहे, धाकटीला बँकेत चांगली नोकरी आहे. कधीतरी या मुली धाडस करून आपली लग्नं स्वतःच ठरवतील तर बरं होईल ना?

'मुलगी दाखवणं' हा प्रकार आजच्या बावीस-चोवीस वर्षांच्या सुशिक्षित, कमावत्या मुलींना अत्यंत अपमानास्पद वाटतो आणि तसा तो आहेच, यात शंकाच नाही; परंतु आजही हा प्रकार रूढ आहे हे सत्य आहे. अलीकडे याला मुला-मुलीनंच फक्त एकमेकांना भेटणं, बोलणं असे पर्याय निघत आहेत. अनेक ज्ञातिविशेष वधूवर सूचक मंडळंही आहेत आणि खूप मोठाल्या संस्था, मासिकं यांच्या माध्यमातूनही थेट पत्रव्यवहार किंवा ई-मेल वर माहिती मिळवली जाते. वर्तमानपत्रांतूनही वधू-वरांची माहिती देणाऱ्या जाहिरातींची पानंच्या पानं असतात. या सर्व माध्यमांमधून

योग्य मुला-मुलीचा शोध घेण्याचा प्रयत्न घरची वडील माणसं किंवा मुलं स्वत:ही करतात. परंतु असा प्रयत्न करताना कधी कधी अतिशय वाईट, फसवाफसवीचे अनुभव अनेकांना येतात आणि मानसिक धक्के देऊन जातात. तेव्हा ज्या मुलाची किंवा मुलीची पूर्ण खात्रीलायक माहिती मिळणं शक्य असेल, अशांचाच संपर्क साधावा.

आणखी एक महत्त्वाची, केलीच पाहिजे अशी सुधारणा घडवून आणण्याचा तरुण, समंजस पिढीनं आग्रह धरावा. पुढील आयुष्यातले संभाव्य ताणतणाव टाळण्याच्या दृष्टीनं हे खूप महत्त्वाचं आहे. पत्रिका बघा किंवा नका बघू; परंतु रक्तगट आणि एचआयव्हीची चाचणी मात्र अवश्य करावी. सर्व सुज्ञ आणि सुशिक्षित मंडळी या चाचण्यांना होकारच देतील.

इथपर्यंत येऊन पोहोचल्यावर आजही देण्या-घेण्यावरून वाद, कडवटपणा, मनस्ताप होणं असं सर्व होऊ शकतं, होतंही. हुंडा घेणं हा गुन्हा असला, तरी तो रोकड पैशांखेरीज अनेक स्वरूपांत 'वसूल' करता येतो आणि केला जातो! शिकली सवरलेली मुलंही 'मला काहीच नको आहे; पण आई-वडिलांपुढे माझं काही चालत नाही!' असली धादांत खोटी म्हणा किंवा नेभळट म्हणा, उत्तरं देतात! तेव्हा मनाला, जो त्रास होईल तो सहन करून, कितीही 'चांगलं स्थळ' असलं तरी मुलीनंच अशा मुलांना नकार द्यावा! अशा वृत्तीच्या लोकांचा लोभ लग्नानंतरही संपत नाही, उघड उघड किंवा आडून आडून अपेक्षा चालूच राहतात. मुळात माझ्यामते ज्या मुलीला पत्नी किंवा सून म्हणून घरी आणून नवं घर तिनं सर्वस्वानं आपलं मानावं, त्या घरासाठी आणि त्या घरच्यांसाठी आयुष्य वेचावं असं वाटत असेल, तर तिच्याबरोबर तिनं पैसा, दागिने, वस्तू हेही आणावं अशी अपेक्षा ठेवणंच लज्जास्पद आहे; परंतु ही प्रथा अजूनही पूर्णपणे गेलेली नाही, ही वस्तुस्थिती आहे! लग्न ठरता ठरताच मानसिक तणाव उभी करणारी आहे.

लग्न ठरल्यानंतर लग्न समारंभ कशा प्रकारे करावा, त्यावर किती खर्च करावा, हेही अवघड परिस्थिती उभी करणारे प्रश्न असतात. अनेकदा ऐपत असण्याचा तर प्रश्न असतोच. परंतु ऐपत असली तरी असा अवास्तव, अनाठायी खर्च केवळ आपलं समाजातलं 'उच्च' स्थान दाखवण्यासाठी करावा का, याबद्दल मतभेद उभे होऊ शकतात. अनेक जणांकडे आज काहीही करून खर्च करून टाकला पाहिजे, असा बिनहिशेबी पैसा अफाट असल्यामुळेच तर अत्यंत भारी किमतीचे कपडे, सोन्याचे, हिरे-माणकांचे दागिने, चांदीची भांडी (एका ठिकाणी परातीपासून सर्व भांड्यांचा चांदीचा सेट मुलीला देण्यासाठी घेतलेला पाहिला होता!) अशा वस्तूंच्या दुकानांमध्ये उभं राहायला जागा नाही, अशी गर्दी असते! मला नेहमी प्रश्न पडतो की, मुलगा, मुलगी आणि दोघांचे आई-वडील या सर्वांपैकी जर एखाद-दुसऱ्याची तरी

सदसद्विवेकबुद्धी जागृत असेल, तर अशा व्यक्तींच्या मनाला या सर्वांचा किती त्रास होत असेल?

लग्न ठरण्यापूर्वी अशा सर्व गोष्टींची मोकळेपणानं चर्चा होऊन सर्वसंमत निर्णय घेता आले तर चांगलंच, नाहीतरी सर्वच संबंधित व्यक्तींना आपापल्या मतांना थोडीफार मुरड घालावी लागते. अशा चर्चांमधून एकमेकांच्या विचारांची आपोआपच कल्पना येते. लग्न करायचं ठरवलं म्हणजे आपल्याला करिअर करणारी मुलगी हवी आहे की नको आहे? याचा विचार मुलानं करावा आणि नोकरी करणारी, विशेषत: स्वत:च्या करिअरला खूप महत्त्व देणारी मुलगी असेल आणि त्याला तशी मुलगी नको असेल, तर तसं स्पष्ट सांगावं किंवा नोकरी करणारी असली, तरी जरूर पडल्यास ती सोडण्याची तयारी असलेली मुलगी शोधावी. मुलगी आवडली म्हणून, इतर सर्व गोष्टी जमल्या म्हणून, लग्न ठरवताना स्पष्ट न बोलता लग्न झाल्यावर पत्नीला नोकरी सोडायला सांगणारे नवरे असतात!

अशा वागण्यामुळं वैवाहिक जीवनाची सुरुवात ताणतणावांनी होते, जी परिस्थिती टाळता येणं सहज शक्य आहे. मुलं केव्हा होऊ द्यायची? किती होऊ द्यायची? आणि कधी कधी तर होऊ द्यायची का नाही? हेही अत्यंत महत्त्वाचे प्रश्न आहेत, ज्यांची मोकळेपणानं चर्चा होणं चांगलं.

तिसरा प्रश्न असतो एकत्र कुटुंबात राहण्याला दोघांची तयारी आहे की नाही? की एकाला किंवा दोघांनाही वेगळं बिऱ्हाडच करायचं आहे हा. याबद्दलही दोघांनी एकमेकांचे दृष्टिकोन जाणून घेणं आवश्यक आहे. लग्न स्वत:च ठरवलं असेल, तर या विषयांवर एकमेकांमध्ये चर्चा झालेली असणारच; परंतु जर ठरवून लग्न होणार असेल, तर हे मुद्दे विचारात घ्यावेच, ते 'बघू नंतर' म्हणून टाळू नयेत.

याखेरीज मंगळसूत्र न घालणं, कुंकू न लावणं, सिगारेट ओढणं, बिअर किंवा इतर ड्रिंक्स वरचेवर घेण्याची सवय असणं, फॅशनच्या नावाखाली अंगप्रदर्शन करणारे कपडे घालणं, शिव्या, असंस्कृत शब्द (साला, च्यायला, डॅम, बास्टर्ड इ. इ.!) मुलीच्या साध्या बोलण्यातही नेहमी येत राहणं, स्वयंपाक करता न येणं आणि शिकण्याची तयारीही नसणं इत्यादी गोष्टी मुलींच्या बाबतीत नक्कीच खटकतात. मुलगी स्वभावानं चांगली असली, हुशार असली, तरी अनेक घरांमधून असं वागणं आक्षेपार्ह वाटतं. त्याचप्रमाणे मुलाचं प्रमाणाबाहेर सिगारेट ओढणं, बिअर किंवा दारू पिणं, असभ्य, उद्धट, उर्मट भाषेत बोलणं, त्याच्या बोलण्यातून समजणारा त्याचा एकूण स्त्रियांच्या बाबतीतील दृष्टिकोन या गोष्टींकडे कानाडोळा करू नये, नंतर त्यांचे मोठे प्रश्न बनू शकतात. विशेषत: पती-पत्नीसंबंधांविषयी एकमेकांचे विचार जाणून घेणं खूपच महत्त्वाचं आहे.

अवंतीला आर्मीतील आयुष्य, आर्मीतले ऑफिसर्स यांचं खूप आकर्षण होतं

आणि आर्मी ऑफिसरशी लग्न करण्याची इच्छा होती. तिला रोहन खूप आवडला, सैन्यात अधिकारी असलेल्या रोहनलाही अवंती पसंत पडली. तो थोड्या दिवसांच्या सुट्टीवर आला होता तेव्हा साखरपुडा करून टाकावा, असं दोघांच्याही घरच्या मंडळींना वाटत होतं. परंतु एक-दोनदा त्याच्या घरी काही तास घालवायला अवंती गेली तेव्हा तिच्या लक्षात आलं की, रोहन ड्युटीवर असताना गाजवत असेल, तसा अधिकार घरीसुद्धा गाजवतो.

पाण्याचा ग्लास किंवा चहाची कप-बशीदेखील आईनं, बहिणीनं किंवा अवंतीनं उचलावी, त्याचे पायातून काढलेले बूट-मोजे त्यांनी जाग्यावर ठेवावेत, त्याला हवा असेल, तेव्हा पट्दिशी ॲशट्रे आणून द्यावा, अशीच त्याला सवय होती. स्वयंपाक हे 'बॉय'चं किंवा तो नसेल, तर घरातल्या बायकांचं काम, त्याला इंटरेस्ट फक्त खाण्यात, तेही कोणाची वाट न बघता समोर आणून ठेवलं की, तो ताव मारायला लागायचा!

अवंतीच्या नोकरीत, तिच्या आवडत्या विषयांमध्ये त्याला काहीच रुची नव्हती; मात्र तिनं बोलता बोलता तिच्या बॉसचा किंवा सहकाऱ्याचा नावानं उल्लेख केला, त्यांच्याबद्दल कौतुकाचे दोन शब्द बोलली, तर रोहनच्या कपाळाला आठ्या पडल्या! अवंती आणि रोहनची बहीण दोघींनाही आवडणाऱ्या मराठी कवितांबद्दल किंवा कादंबरीबद्दल रंगात येऊन एकदा बोलत होत्या, तेव्हा गमतीनं म्हणत असल्यासारखी रोहननं त्यांची टिंगल केली. पण त्याच्या आवाजातला उपहास लपला नव्हता, "An Army wife should know English and Hindi very well. रीजनल लँग्वेजेसचं कसलं आलंय कौतुक?" तो म्हणाला.

अवंती अस्वस्थ होऊ लागली. त्या दोन भेटींमध्ये जेव्हा जेव्हा तिनं स्वत:बद्दल, तिच्या आवडी-निवडींबद्दल, तिच्या कुटुंबाबद्दल काहीही सांगायचा प्रयत्न केला, तेव्हा तेव्हा रोहननं विशेष लक्ष दिलंच नाही किंवा तो विषय बदलून दुसरंच काहीतरी बोलू लागला. सर्वांत आश्चर्य तिला याचं वाटू लागलं की, त्याचे आई-वडील, बहीण कोणालाच त्याच्या वागण्यात काहीही गैर वाटत नव्हतं. तिघंही अपार कौतुकानं त्याचा प्रत्येक शब्द झेलत होती.

अवंतीचा आक्षेप आर्मीतलं खडतर आयुष्य असणाऱ्या मुलाचं कौतुक असण्याला नव्हता, ते कौतुक तिलाही होतं. म्हणून तर स्मार्ट, तडफदार दिसणारा रोहन प्रथमदर्शनी तिला आवडला होता. पण त्याच्या वागण्या-बोलण्यातून त्याच्या स्वभावाचे जे पैलू तिच्या लक्षात आले, त्यावरून तिला कळून चुकलं की, हा माणूस दिलदार, प्रगल्भ विचारांचा नाही. स्त्रियांबद्दल असला पाहिजे, तो खरा आदर आणि मान त्याच्या मनात नाही. फक्त बाह्य वागणूक औपचारिक आदर दाखवणारी आहे. अवंतीनं रोहनशी विवाह न करण्याचा निर्णय घेतला. तिची खात्री आहे, तिला

जसा हवा आहे, तसे आर्मी ऑफिसर्स पुष्कळ असतील, त्यातला एक तिला भेटेलच.

आजच्या तरुण पिढीतल्या बहुतेक सर्वांनी आपला भावी पती किंवा पत्नी कशी असावी, याबद्दल विचार केलेला असतो. मुलांच्या बाबतीत दोन टोकांची मतंही आढळून येतात. काहींचा आग्रह 'नोकरी करणारी मुलगी नकोच' असा असतो आणि अशा मुलांची संख्या बरीच आहे. ही मुलं स्वत: उच्चशिक्षित असतात आणि पगार भरपूर असतो. त्यांच्या कामाचं स्वरूप असं असतं की, त्यांना वरचेवर बराच प्रवास करावा लागतो, घरी असले तरी ऑफिसमधून यायला रोज रात्रीचे आठ-नऊ वाजतात. काहींच्या वरचेवर बदल्याही होतात. पत्नीनं संसाराला आर्थिक हातभार लावला पाहिजे, अशी जरूर नसते आणि मुख्य म्हणजे यांच्यापैकी बहुतेकांचं मत असं असतं की, घराकडे आणि मुलांकडे नीट लक्ष देणं, मुलांचं नीट संगोपन करणं, हे पूर्ण वेळचं आणि अतिशय महत्त्वाचं काम आहे. त्यासाठी इच्छा असली, तरीही त्यांना स्वत:ला वेळ कमी मिळणार असल्यानं त्यांच्या भावी पत्नीनं ते करण्याला प्राधान्य द्यावं.

सुशिक्षित पत्नीनं घरी बसून राहणं तिला कितपत रुचेल, या प्रश्नाला त्यांचं उत्तर असतं की, फावल्या वेळात किंवा मुलं मोठी होऊन घरातल्या जबाबदाऱ्या कमी झाल्यावर पत्नीनं तिला आवडतं काम– पगारी किंवा बिनपगारी अवश्य करावं. त्यांचा तिला संपूर्ण सहकार असेल. हे लिहिता लिहिता श्रीनिवासन आणि नीरजा हे जोडपं आठवलं. तो तामीळभाषी, ती गुजराती. आय. आय. एम. अहमदाबादमध्ये बरोबर शिकत असताना दोघं प्रेमात पडली आणि शिक्षण संपून नोकऱ्या मिळाल्यावर दोघांनी लग्न केलं. नोकऱ्या दोघांनाही उत्तमच होत्या; परंतु आधी ठरवल्याप्रमाणे, दोन वर्षांनी नीरजाला जेव्हा पहिली मुलगी झाली, तेव्हा तिनं नोकरी सोडली, ती सोडलीच. दुसऱ्या मुलाच्या जन्मानंतर पुढील तीन-चार वर्षं तिची मुलांना नीट वाढवण्यात आणि घरच्या इतर जबाबदाऱ्या सांभाळण्यात गेली.

श्रीनिवासननं या सगळ्या वर्षांमध्ये दोनदा नोकरी बदलली होती आणि बराच अनुभव गोळा केला होता. नीरजासाठी घरी बसून मुलं आणि घर सांभाळत राहणं म्हणजे एक परीक्षा, एक तपश्चर्याच होती. नवऱ्याइतकंच शिक्षण झालेलं असूनही असं करणं सोपं नव्हतंच; पण दोघांनीही पूर्ण विचारानं निर्णय घेतला होता की, मुलं जरा समजती, मोठी होईपर्यंत ती आईच्या देखरेखीखालीच वाढावीत. आता श्रीनिवासननंही नोकरी सोडली आहे. त्यानं आणि नीरजानं मिळून मॅनेजमेंट कन्सल्टन्सी सुरू केली आहे. मॅनेजमेंटच्या कोर्सला जाऊ इच्छिणाऱ्या विद्यार्थ्यांसाठी ते मार्गदर्शनाचे क्लासेसही घेतात. दोघांचा मिळून छान जम बसला आहे. दोघांचे विचार सारखेच असल्यामुळं गाडं इतकं सुरळीत चाललं.

दोघांचे विचार वेगवेगळे असूनही दोघं जर प्रेमात पडली किंवा ठरवून लग्न झाल्यावर विचारातली भिन्नता लक्षात आली, तर सुरुवातीपासूनच दोघांच्याही मनावर खूप ताण येतो. पत्नी एक तर बंड पुकारते आणि हट्टानं नोकरी करते किंवा मन मारून कडवटपणानं संसार करत राहते. दुर्दैवानं कधी कधी घटस्फोटापर्यंतही वेळ येते. वास्तविक इतक्या महत्त्वाच्या प्रश्नाचा संपूर्ण, सर्व बाजूंनी विचार दोघांनी मोकळेपणानं केला पाहिजे आणि मगच लग्न करायचं की नाही, हा निर्णय घेतला पाहिजे. परंतु मतं भिन्न असूनही दोघं जर प्रेमात पडली असतील तर त्या काळात एकमेकांबद्दलचं आकर्षण, प्रेम इतकं जबरदस्त असतं की, आपण एकमेकांशिवाय राहूच शकणार नाही, असं दोघांनाही वाटतं.

नोकरी करण्या न करण्याच्या मुद्द्यावरून वादविवाद, रुसवेफुगवे, पुन्हा सलोखा असं दोन-तीन वर्षंसुद्धा चालतं. मग काहीही झालं, तरी लग्न करायचंच, असं ठरवून दोघं लग्न करतात आणि थोड्याच काळात कुरबुरी आणि भांडणं मागील पानावरून पुढे सुरू होतात! यावेळी मग सहवासानं एकमेकांमधले जे दोष, ज्या उणिवा लक्षात येऊ लागलेल्या असतात, त्याही खुपायला लागतात! वेळीच शहाणपणानं, समझोता केला नाही, तर लग्न मोडण्यापर्यंत मजल जाते आणि प्रेमाच्या ऐवजी मनात दाटून राहतो निव्वळ कडवटपणा!

पुढं जाण्यापूर्वी एकमेकांचे दोष, उणिवा, आवडी-निवडी यावरून होणाऱ्या विसंवाद, भांडणांबद्दल. यात नवं काहीही नाही. अगदी विवाहसंस्थेइतकंच प्राचीन सत्य हेही आहे की, पती-पत्नी म्हणून एकत्र राहायला लागल्यावरच एकमेकांच्या स्वभावांमधले, सवयींमधले बारीकसारीक दोष लक्षात यायला लागतात आणि प्रत्येकाच्या सहिष्णु वृत्तीत वेळोवेळी होत राहणाऱ्या चढ-उतारांवर अवलंबून ते कमी-जास्त खुपायला लागतात.

राजीव बदललेले मळके कपडे, पायातनं काढलेल्या चपला-बूट घरभर टाकतो, हात धुणं, खाणं झाल्यावर तोंड स्वच्छ धुणं, सकाळी, रात्री नियमित ब्रश करणं इत्यादी वैयक्तिक स्वच्छतेच्या बाबतीत निष्काळजी, गैरशिस्त आहे, हे शुभाला खटकायला लागतं. तर शुभा सकाळी खूप उशिरा उठते, तिला स्वयंपाकाची विशेष हौस नाही, रेडिओ ऐकत किंवा टीव्ही बघत राहते; पण रोजचं वर्तमानपत्रंही धड वाचत नाही हे राजीवला आवडत नाही! आता असं नाही का वाटत तुम्हाला की, अशा सवयी मोकळेपणानं एकमेकांना सांगून हसत खेळत सुधारता येणं किंवा त्यांच्याकडे चक्क कानाडोळा करणं शक्य आहे. एवढंच नाही, तर आवश्यक आहे.

कुठल्याही दोन माणसांच्या सर्व सवयी आणि आवडी-निवडी सारख्या असूच शकत नाहीत आणि वाद किंवा भांडणं इतक्या क्षुल्लक गोष्टींसाठी कशाला व्हावं? आजच्या तरुण पिढीची सहिष्णुता कमी झाली आहे का? असं वाटतं खरं आणि

त्याला दोन कारणं अशी दिसतात की, आता लग्न होईपर्यंत मुला-मुलींनी पंचविशी-तिशी गाठलेली असते. त्यामुळे त्यांच्या सवयी आणि स्वभाव, मतं ठाम (rigid) झालेली असतात. बदलण्याची किंवा तडजोड करण्याची वृत्ती कमी झालेली असते. वरचेवर होणाऱ्या कुरबुरींमुळे रोजच्या आयुष्यातल्या वातावरणातला आनंद कमी होतो. मानसिक त्रास व चिडचिड वाढते. 'मीच का बदलावं? त्यानं/तिनं का समजून घेऊ नये?' अशी वृत्ती जास्त दिसून येते.

माझ्या तरुण मित्रमैत्रिणींनी या गोष्टीचा गंभीरपणे विचार करावा आणि क्षुल्लक गोष्टींवरून होणारे मतभेद व वादविवाद जाणीवपूर्वक टाळावेत. आयुष्यात इतर खूप गंभीर समस्यांना दोघांनी मिळून तोंड द्यायचं असतं. जर तुमचं एकेमकांवर खरंच प्रेम असेल आणि तुम्हाला आयुष्य एकत्र जगायचं असेल तर शक्य तितक्या कमीत कमी गोष्टींवर वाद घाला. सोडून द्यायला शिका, सहिष्णुता वाढवा. असा निश्चय करूनच विवाहबद्ध व्हा की, आपलं वैवाहिक आयुष्य आपण यशस्वी करायचंच आहे, नक्की जमेल तुम्हाला.

असो. मुळात आपण बोलत होतो लग्नानंतर पत्नीनं नोकरी करू नये, असं ज्यांना वाटतं अशा मुलांबद्दल. या मुलांनी करिअरमुळे त्यांचं आयुष्य कसं असणार आहे, याचा विचार करूनच असा निर्णय घेतलेला असणार. नाहीतर जास्त आवक

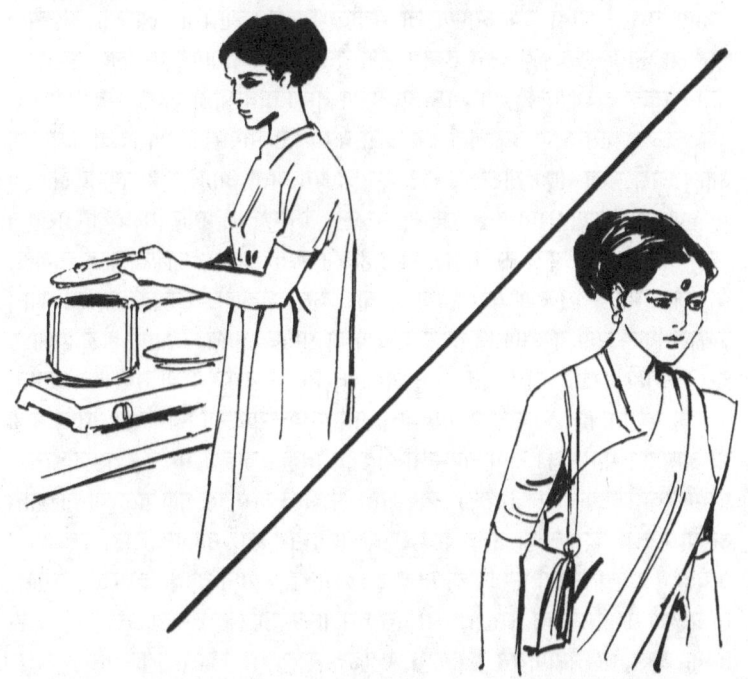

कोणाला नको असते? आणि सुशिक्षित पत्नीनं नोकरी करू नये, असं उगाचच ती का म्हणतील? परंतु ज्या मुलीला हे मत अजिबात पटत नसेल, तिनं आणि अशा मताच्या मुलानं विवाहबद्ध होऊ नये. मैत्री असेल, तरी तिथंच थांबवावी. ज्या मुलीला आपल्या करिअरचं खूप महत्त्व वाटत असेल, तिला ती सोडून दे सांगणं अत्यंत चूक, अन्यायाचं आहे. मात्र ज्यांना सुखी समाधानी संसार हवा आहे, मुलं हवी आहेत अशा मुलींना कदाचित रोष पत्करून, प्रवाहाच्या थोडं विरुद्धही जाऊन मला काही सांगावंसं वाटतं.

करिअर करायचंय म्हणजे नेमकं काय आणि का करायचं याचा विचार करा. तुम्ही सुशिक्षित असणारच, नोकरी करत असणार किंवा करणार असणार, त्यासाठी दिवसातले कितीतरी तास तुम्ही घराबाहेर असाल. घरी असाल तेवढ्या वेळात घरची, मुलांची असंख्य कामं उरकताना तुमची खूप ओढाताण होणार, त्यामुळे तुम्ही सदैव तणावाखाली असणार आणि तरीही मुलांना तुमचा सहवास कमीच मिळणार. जो मिळेल तेवढ्या वेळातही तुम्ही संपूर्ण लक्ष त्यांच्यावर केंद्रित करू शकणारच नाही. तर मग मुलं जरा जाणती, जरा मोठी होईपर्यंत तुम्ही घरीच राहिलात तर? आवक थोडी कमी होईल.

पैसे तर जितके मिळतील, तितके सर्वांना हवेच असतात, त्या हवे असण्याला मर्यादा नसते. थोडी वर्षं आपण ती मर्यादा घालून घ्यायची. त्याच्या बदल्यात तुम्हाला काय मिळेल? उत्तम तऱ्हेनं लक्ष देऊन छान संगोपन केलेली, शरीरानं, मनानं सुदृढ अशी मुलं. त्यांच्यासाठी आणि तुम्हा दोघांसाठी शांत, सुंदर, प्रसन्न, हसतंखेळतं वातावरण असलेलं घर. असं करण्यात मागासलेपणा किंवा कमीपणा आहे, असं मला नाही वाटत. उलट मनाची प्रगल्भता आहे, शहाणपणा आहे.

जे सुख अशा घरात तुम्हा सर्वांना मिळेल, ते तुम्ही जो पगार मिळवला असतात त्यातून विकत घेता आलं नसतं. मुलं मोठी होऊन स्वतंत्र झाली, शाळेत जाऊ लागली, म्हणजे तुम्ही स्वत:च्या करिअरचा विचार करू शकाल. एखादी नोकरी शोधू शकाल किंवा मनाला समाधान देणाऱ्या एखाद्या समाजकार्यात सहभागी होऊ शकाल. घरी राहूनही एखादं काम हाती घेऊ शकाल, हल्ली भरपूर संधी उपलब्ध आहेत.

हे म्हणतानाच, नोकरी न करण्याचा पर्याय पत्करणाऱ्या स्त्रियांच्या नवऱ्यांनाही मी आग्रहानं सांगेन की, तुमच्या पत्नीनं विचारपूर्वक केलेल्या समंजस तडजोडीची– प्रसंगी स्वार्थत्यागाचीही योग्य ती कदर करा. ती करत असलेलं पूर्ण वेळच्या गृहिणीचं आणि मातेचं काम तुम्हा सर्वांच्याच सुखाच्या दृष्टीनं फार मोलाचं, महत्त्वाचं आहे. अगदी मुळातच नोकरी करण्याची तिची इच्छा नाही, म्हणून ती करत नसेल, तरीही! ती प्रत्यक्ष पैसे मिळवत नसली, तरी घरात येणाऱ्या पैशावर तुमच्याइतकाच तिचाही हक्क आहे, हे मनापासून स्वीकारा. एवढंच नव्हे, तर त्यांचा विनियोग– खर्च,

बचत, भविष्याची तरतूद या सर्व आर्थिक बाबी तिच्यावर सोपवा. बरेचदा कामात गुंग असलेल्या नवऱ्यांपेक्षा याबाबतीत स्त्रियांना एक जास्त चांगली उपजत जाण असते, असं मी बघितलं आहे. 'माझे पैसे, तुझे पैसे' ही वृत्ती नाही तरी पती-पत्नी दोघंही मिळवत असतील, त्या कुटुंबामध्येही असू नये, ती चुकीचीच आहे.

घर, घरातली माणसं, मुलं, गोतावळा हे सगळं दोघांचं असतं, असलं पाहिजे, तसंच घरात येणारे सर्व पैसेही दोघांचे असले पाहिजेत. हे ज्या घरात समजून घेतलं जात नाही, त्या घरात ताणतणाव, असंतोष, धुसफूस, अपमानित वाटणं, हे सर्व असणारच. म्हणून ही साधी सरळ गोष्ट दोघांनीही समजून घ्यावी. ज्या पतीदेवांना असं वाटतं की, 'पैसे मिळवायला किती कष्ट करावे लागतात, याची हिला काय कल्पना' त्यांनी थोडे दिवस पत्नी बिनबोभाट करते, ती असंख्य कामं तिच्या मदतीशिवाय करून दाखवावीत! आणि कधी कधी वैताग आला, कंटाळा आला, तरी पत्नीनंही ती पार पाडत असलेल्या जबाबदाऱ्यांबद्दल सार्थ अभिमान बाळगावा, स्वत:ला कमीपणा कधीच देऊ नये, 'गुलाम' वगैरे समजू नये!

दुसऱ्या टोकाला बऱ्याच मुलांचा आग्रह असतो की, पत्नी नोकरी करणारीच असावी. यामागे प्रमुख कारण आर्थिक असतं. जास्त चांगलं जीवनमान ठेवता यावं, पैशांची टंचाई कधी भासू नये, एकाची नोकरी गेली, तरी फार मोठा प्रश्न होऊ नये असा दृष्टिकोन त्यामागे असू शकतो. किरण विशेष महत्त्वाकांक्षी होता. त्याला काही वर्षं नोकरी करून पुढे-मागे स्वत:चा धंदा सुरू करायचा होता. धंद्यात बस्तान बसेपर्यंत घरात पैशांची तंगी होऊ नये, म्हणून लग्न करताना पत्नी नोकरी करणारीच शोधणं शहाणपणाचं होतं.

शुभाला बँकेत चांगली नोकरी होती आणि ती लग्नानंतर चालू ठेवण्याची तिचीही इच्छा होतीच, त्यामुळे दोघांच्याही मनासारखं जुळून आलं. लग्नानंतर पहिल्या पाच वर्षांत त्यांना दोन मुलं झाली, तेव्हा किरणच्या आई-वडिलांच्या मदतीमुळे त्यांना नोकऱ्या सांभाळून मुलं मोठी करणं फारसं अवघड गेलं नाही. एव्हाना किरणनं पुरेसा अनुभव, स्वत:चं वर्कशॉप उभं करण्यासाठी आवश्यक ती सर्व माहिती गोळा केली होती. त्यानं नोकरीचा राजीनामा दिला आणि वर्कशॉप उघडलं. मुलं तशी लहान असली, तरी प्लेसेंटर, नर्सरी स्कूलमध्ये जाणारी होती. वेळ जमवून घेत दोघं भरपूर कामं करत राहिली. अर्थात शुभाला एकाच गावात, बँकेच्या एकाच शाखेत राहणं आवश्यक असल्यानं बढत्या नाकाराव्या लागल्याच. परंतु तिच्या नोकरीमुळे घरातल्या फ्रीज, टीव्ही, स्कूटर वगैरेंच्या खरेदीसाठी बँकेकडून मिळू शकणाऱ्या कमी व्याजाच्या कर्जयोजनांचा लाभ घेता आला. बँकेची वेळ सकाळी अकरा ते संध्याकाळी सहा असल्यानं सकाळी आणि संध्याकाळी तिला घरातल्या कामांसाठी व मुलांकडे लक्ष देण्यासाठी वेळ मिळत असे.

तीन-चार वर्षांमध्ये किरणचा चांगला जम बसला; परंतु शुभानं नोकरी मात्र सोडली नाही. एक तर धंद्यात खाली-वर होत असतं. मंदी आली, तर अडचण उभी होईल, ही शक्यता नाकारता येण्यासारखी नव्हती. मुलं आता मोठी झाली होती आणि आईनं ऑफिसला जाणं, बाबांनी फॅक्टरीत जाणं, दोघांच्या जाण्या-येण्याच्या वेळा वेगवेगळ्या असणं, यांची त्यांना सवय झालेली होती. शिवाय त्यांच्या सोबतीला आजी असायचीच. मुख्य म्हणजे शुभाला आता नुसतं घरी बसून राहणं जमलंही नसतं! इतकी वर्षं घर, संसार, मुलं सगळं सांभाळून तिनं नोकरी केली होती, आता ती सोडण्याची जरूरही नव्हती. हे सगळं सांभाळून थकलेले सासू-सासरे, पाहुणे-रावळे, सण-वार सगळं ती सांभाळत आलीच होती, तसंच ती करत राहिली. मुख्य म्हणजे किरणला या सगळ्याची जाणीव होती आणि घरातल्या कुठल्याही कामात मदत करण्यात त्याला कमीपणा वाटत नसे. परस्परांमध्ये चांगलं सामंजस्य असल्यानं त्यांच्या दोघांच्या करिअर्स व्यवस्थित होऊ शकली.

ज्या पुरुषांचा पत्नीनं नोकरी चालू ठेवावी असा आग्रह असतो, ते सगळेच इतके समजूतदार नसतात. नोकरीवरून घरी आल्यावर पतीनं 'थकलो बुवा' म्हणून आराम करावा आणि पत्नीनं कपडे बदलून चहा-खाणं-स्वयंपाक या दुसऱ्या ड्युटीला सुरुवात करावी, असं कित्येक घरांतून होत असतं! तितकंच थकून-भागून घरी आलेल्या पत्नीलाही आरामाची जरूर असते, हे त्यांच्या लक्षात येतच नसेल हे शक्य नाही. पण तिकडे ते सोयीस्करपणे दुर्लक्ष करतात. कारण मुलांना सांभाळणं, घरकामात मदत करणं, ही त्यांच्या मते पुरुषांची कामं नसतातच! सुदैवानं हे चित्र बदलू लागलं आहे आणि नोकरी करणारी, कमावणारी पत्नी हवी असेल, तर घरातलं काम, मुलांकडे लक्ष देणं, वेळप्रसंगी चहा, स्वयंपाकही करणं ही कामंही दोघांनी करायला हवीत, हे हल्लीच्या बऱ्याच तरुणांच्या गळी उतरू लागलं आहे.

पत्नीलाही अलीकडे पतीइतकीच मोठ्या पगाराची व जबाबदारीची नोकरी असते. ऑफिसच्या कामासाठी तिला घर व मुलांची जबाबदारी पतीवर किंवा घरातल्या मोठ्या माणसांवर प्रसंगी नोकरांवरही टाकून परगावी किंवा परदेशी जावं लागतं. एकूण ही सर्व तारेवरची कसरतच असते आणि दोघांसाठीही भरपूर ताण पाडणारी; परंतु आज कितीतरी जोडपी असं आयुष्य जगत आहेत आणि पडणाऱ्या ताणतणावांची किंमतही मोजत आहेत. परंतु करिअरला त्यांच्या लेखी खूप महत्त्व असतं, हे एक आणि गरजा व खर्चही खूप वाढवून ठेवलेले असतात, त्यामुळे मागे फिरणं शक्य नसतं– शक्य असलं, तरी अवघड असतं.

मी अशीही जोडपी बघितली आहेत जी दोन वेगवेगळ्या गावांत राहतात आणि मधूनमधून वेळ काढून भेटतात. सौरभ आणि नमिता दोघंही आयटी क्षेत्रात नोकऱ्या करणारी. त्यांचा एकुलता एक मुलगा अंकित लहान होता, तेव्हा सौरभचे किंवा

नमिताचे आई-वडील त्याला सांभाळायचे; परंतु नंतर सौरभचे आई-वडील त्याच्या धाकट्या भावाकडे त्याची मुलं सांभाळायला राहू लागले. नमिताचे वडील वारले आणि आई अमेरिकेत नमिताच्या भावाला आणि वहिनीला मदत करायला तिकडे जाऊन राहिली. सौरभची नोकरी सुटली व दुसरी नोकरी मिळाली बंगलोरला. आता नमिता आणि अंकित पुण्यात राहतात, सौरभ बंगलोरला! नमिताला तिथं नोकरी मिळणं, अंकितला तिथल्या शाळेत प्रवेश मिळणं, इथं घेतलेल्या फ्लॅटचा प्रश्न अशा अनेक गुंतागुंतीच्या अडचणी सुटेपर्यंत हे असंच आयुष्य चालू राहणार!

बहुतेक वेळी नोकरी सोडण्याची, आपलं शिक्षण वाया घालवण्याची मुलीची तयारीही नसते. बरोबरीनं शिकलेल्या, तितकाच पगार मिळवणाऱ्या पत्नीला आपल्या शिक्षणाचा, करिअरचा रास्त अभिमान असतो. चांगलं काम करण्यात आनंद वाटत असतो, समाधान मिळत असतं. त्यामुळे अशा मुली जेव्हा लग्न करतात, तेव्हा नोकरी करत राहण्याबद्दल आग्रही असतात. कधी कधी मात्र असंही बघायला मिळतं की, मुलीला तिच्या इच्छेविरुद्ध नोकरी करत राहावं लागतं.

केतकी रूपानं बेतास बात, पण हुशार. तिला वास्तविक नोकरीची, करिअरची मुळीच हौस नव्हती. लग्न करून घरी राहून संसार करायचा होता! पण लग्न काही ना काही कारणानं ठरेना. म्हणून ती नोकरी करत राहिली, हुशार असल्यानं बढती मिळत गेली. नोकरी सोडून संसार मांडायची इच्छा स्वप्नच बनून राहिली. कारण ज्या मुलानं तिच्याशी लग्नाला होकार दिला, त्याला तिच्या भरपूर पगाराचंच आकर्षण जास्त होतं!

बेताचंच रूप असलेल्या आणि कनिष्ठमध्यमवर्गीय घरातल्या नंदिनीची परिस्थिती अशीच. पैसा आणि रूप दोन्हींची कमतरता असल्यानं सुहासच्या घरून होकार आल्यावर तिनं 'हो' म्हटलं, तेव्हाच पुढेमागे नोकरी सोडून आराम करण्याची तिची स्वप्नं संपली. सुहासची आर्थिक परिस्थिती दुबळीच होती, शिवाय घरातला मोठा मुलगा म्हणून आई-वडील, भाऊ, दोन बहिणी यांची जबाबदारी त्याच्यावरच होती. नोकरी असलेल्या नंदिनीशी तिचा संसाराला हातभार लागेल, या भरवशावरच त्यानं लग्न केलं होतं!

तेव्हा नोकरी करणं, न करणं हा पती-पत्नींचा त्यांनी सोडवायचा प्रश्न असतो, प्रत्येकाची मतं, अडचणी आणि उत्तरं वेगवेगळी! एवढंच सांगावंसं वाटतं की, दोघांनी एकमेकांची कदर करणं मात्र खूप जरुरीचं आहे. जोडीदाराचं मन जिंकण्याची हमखास युक्ती म्हणजे कुठल्याही कामाचं, समंजसपणाचं मनापासून कौतुक करणं. दिवसाकाठी कौतुकाच्या चार शब्दांची देवाणघेवाण एकमेकांत झाली तर थकवा कितीतरी दूर होईल, भरून पावल्यासारखं वाटेल!

■

तुमची मुलं नव्या समस्या की आनंदाचा ठेवा?

नवविवाहित जोडप्यांना इतर अनेक अडचणी मनस्तापाला कारण होत असतात. हे पुस्तक सध्याच्या तरुण पिढीला अनुभवाव्या लागणाऱ्या विशिष्ट आणि विशेष ताणतणावांबद्दल आहे, म्हणून फक्त तशाच अडचणी किंवा मनस्तापांबद्दल लिहीत आहे. नाहीतर प्रत्येकाच्या आयुष्यात सुख-समाधानाबरोबरच संकटं आणि ताणतणाव असतातच. पण आजच्या तरुण पिढीला फार जास्त तणाव सोसावे लागताहेत, ही वस्तुस्थिती नाकारता येणार नाही. हे असं का झालंय?

आत्तापर्यंत आपण शैक्षणिक जीवन आणि नोकरीधंद्याला लागण्याच्या व नंतर विवाहबद्ध होण्याच्या काळातले प्रश्न विचारात घेऊन उपाय, उत्तरं शोधण्याचा प्रयत्न केला. इथून पुढच्या भागात आपण वैवाहिक जीवन, अपत्यप्राप्ती आणि अपत्यसंगोपन, कौटुंबिक प्रश्न आणि वडील पिढीमुळे निर्माण होणारे प्रश्न यावर विचार करून उपाय शोधणार आहोत.

तसं पाहिलं, तर ही तरुण पिढी मागच्या पिढ्यांपेक्षा कितीतरी जास्त ऐहिक, ऐषारामाचं आयुष्य जगते आहे. दोन पिढ्यांपूर्वी माहीतही नसलेल्या अनेक सुखसोयी गेल्या पन्नासएक वर्षांमध्ये उपलब्ध होत गेल्या आणि त्या आता घरोघरी झाल्या आहेत. गेल्या पिढीला माहीतच नसलेल्या अनेक सुखसोयी, उपयोगी साधनं, घरगुती वापराची उपकरणं, फोन, मोबाईल, कॉम्प्युटर, लॅपटॉप इ. खेरीजच्या आयुष्याची आजची तरुण पिढी कल्पनाच करू शकणार नाही. मोपेड, स्कूटर्स, मोटारबाइक्स, मोटारगाड्या ही वाहनं आज सर्वसामान्य माणसांना सहज उपलब्ध आहेत. असं जर आहे, तर मग त्यांचं आयुष्य कसं निरामय, आनंदमय, आरामाचं असलं पाहिजे, नाही का? मग तसं ते असल्याचं जाणवत का नाही?

मागच्या पिढीला कमालीचं चैनीचं वाटेल, असं आयुष्य आजची मध्यमवर्गीय तरुण पिढीही उपभोगते आहे. ज्येष्ठ पिढीला तर हेवा वाटला पाहिजे खरं म्हणजे. त्याऐवजी त्यांना या पिढीची काळजी वाटायला लागलीय, ती का? कारण आपण 'लाइफ एन्जॉय' करत आहोत असं दाखवण्यासाठी आणि स्वत:ला पटवून देण्यासाठी आजच्या तरुण पिढीला माणशी एक मोबाईल आणि एक वाहन लागतंच. वरचेवर पार्ट्या आणि ड्रिंक्स लागतात. घरी व्हिडीओ, डीव्हीडी, अत्याधुनिक म्युझिक सिस्टम लागतेच. 'मायक्रो'शिवाय स्वयंपाकघर अपुरंच वाटतं. सुट्यांना दुसऱ्या महागड्या जागी किंवा परदेशी जाण्यातच मजा वाटते. कुटुंबाची मजेत संध्याकाळ घालवायची कल्पना 'मल्टिप्लेक्सला एखादं पिक्चर टाकायचं, मग बाहेरच पिझ्झा– मेक्सिकन– थाय– असं काहीतरी जेवायचं आणि मग रात्री उशिरा घरी येऊन झोपायचं' अशा पद्धतीची असते, असं का? संथ, शांत आयुष्यात जगण्यात आनंद का वाटत नाही?

कारण आजची तरुण पिढी मनानं अस्वस्थ आहे. करिअरबद्दलच्या महत्त्वाकांक्षा, बोकाळलेला चंगळवाद आणि पैशाला आलेलं प्रचंड महत्त्व यामुळे निर्माण झालेल्या

भोवऱ्यांमध्ये ती अडकली आहे. पती-पत्नी दोघंही नोकरी करत असतील, तर दोघांच्या वेगवेगळ्या महत्त्वाकांक्षा असतात. मग घराकडे लक्ष द्यायला कोणालाच पुरता वेळ नसतो. घरकाम कोणी आणि किती करायचं हा वादाचा मुद्दा होऊ लागतो. कधी दोघंही आपल्या मानसिक आणि शारीरिक कुवतीबाहेर कामं करू पाहतात.

घरकाम, नोकरी, मुलांकडे आणि घरातल्या वडील माणसांकडे लक्ष देणं, हे सर्व करून त्यांना मनोमन एखादा छंद जोपासावा, काही समाजसेवा करावी, एखादी कला शिकावी अशा सुप्त इच्छा असतात. हे सगळं जमणं फारच अवघड, अशक्यप्राय असतं. मग साहजिकच चिडचिड होते आणि मनावरचा ताण वाढतो, शिवाय समाधानी वृत्ती कमी होत चालल्यामुळे कितीही पैसा मिळत असला, तरी प्रत्येकाला त्याच्या योग्यतेच्या प्रमाणात त्याचा पगार कमीच वाटत असतो. म्हणून मग वरचेवर नोकऱ्या बदलणं, जास्त पैसे मिळवण्यासाठी धडपडत राहणं यामुळे मानसिक दमछाक होत राहते. मन शांत, स्वस्थ कधी नसतंच.

मुलांना जन्म द्यावा की नाही, हाच काही महत्त्वाकांक्षी स्त्रियांना प्रश्न पडतो. मुलं हवी असतील– निदान एक मूल हवं असेल, तर त्याच्यासाठी वेळ फक्त आईनंच का द्यायचा, यावरूनही धुसफूस होते. पण कुठल्याही आईला आपल्या मुलाची आबाळ होऊ नये, असं तर वाटतच असतं. मुलाकडे द्यायला हवं तेवढं लक्ष आपण देऊ शकत नाही म्हणून आई आणि बाबा दोघांच्याही मनांना अपराधीपणाची भावना कुरतडत राहते. या प्रश्नाला धड चांगला उपाय कोणाला अजून सुचलेला दिसत नाही.

संत तुकारामांनी परखडपणे सांगून ठेवलं आहे– 'हाती नाही बळ, दारी नाही आड, त्याने फुलझाड लावू नये!' सुज्ञांस अधिक सांगणे नलगे! मध्यंतरी वाचलं होतं की, नोकरी करणाऱ्या स्त्रियांच्या मुलांसाठी प्रत्येक ऑफिसमध्ये बालसंगोपन केंद्र असली पाहिजेत, असा कायदा करणार आहेत. यामुळे प्रश्न कितीसा सुटेल? आई काम करते त्याच बिल्डिंगमध्ये बाळाला एखादी पगारी बाई सांभाळेल, डे केअर सेंटर ऑफिसच्या जवळ येईल, एवढंच. पण आईलाही परगावी किंवा परदेशी जावं लागतं अलीकडे, तेव्हा मूल कोठे जाणार?

काही हाय-फाय मासिकांतून अति उच्चभ्रू 'सोसायटी लेडीज' घर आणि मुलांकडे स्वत: लक्ष देऊन समाजकार्य करतात किंवा उद्योगधंदा चालवतात, अशी वर्णनं येत असतात. प्रत्यक्षात स्वयंपाकघरात त्या क्वचितच पाऊल टाकतात आणि मुलं 'आयां'जवळ वाढत असतात! या बायका त्यांच्या फावल्या वेळात त्या मुलाचे लाड व चौकशी करतात! सर्वसामान्य घरांतून या तीनही गोष्टी नोकरी, घर, मुलं– नीट करू बघणाऱ्या स्त्रियांची फार फरपट होते आणि त्यामुळे त्या नवरा आणि मुलं सदैव घाईत, तणावात असतात.

पैशाला आज प्रचंड महत्त्व आलेलं आहे. करिअरबद्दलची महत्त्वाकांक्षा केवळ पैशांसाठीच असते, असंही नाही. आयुष्याचं साफल्य झालं असं वाटावं म्हणूनही असेल. पण त्यापायी संसार, सांसारिक सुख, मुलांकडे जातीनं लक्ष देणं या मूलभूत गोष्टीही जेव्हा दुय्यम महत्त्वाच्या वाटू लागतात, आपापल्या करिअरमधल्या प्रगतीसाठी

पती-पत्नी महिनोन् महिने, वर्षानुवर्षंही वेगवेगळी दोन गावी किंवा दोन देशांमध्ये राहतात, तेव्हा त्यांना विचारावंसं वाटतं की, तुमच्या लेखी साफल्य नेमकं कशात आहे? लिहून होणाऱ्या प्रबंधावर आणि त्यावर मिळणाऱ्या डॉक्टरेटवर, त्यानंतर मिळणाऱ्या मोठ्या नोकरीवर, आणि पैशांवर? जोडीनं एकत्र आयुष्य घालवून आनंदाचे छोटे मोठे क्षण साजरे करण्यात आयुष्याचं साफल्य नाही का?

तुमचं तुम्हाला हे केव्हा जाणवेल? आयुष्याच्या सरत्या काळात? आणि पैसा– तो किती मिळाला म्हणजे तुम्हाला तृप्ती होईल याची काही सीमा आखलीय तुम्ही? खूप खूप पैसा असणारी आणि तो आहे म्हणून सुखी असणारी माणसं सापडलीयत तुम्हाला? मला दाखवाल? आज अनेकांचं ध्येय तर भल्याबुऱ्या कोणत्याही मार्गानं पैसा मिळवणं हेच होऊन बसलं आहे आणि त्यापायी त्यांच्या अंतर्मनात आणि बरेचदा कुटुंबातही जे ताणतणाव निर्माण होत आहेत, ते सहन करण्यात हे लोक पिचून, पिंजून निघत आहेत.

पैशाला आलेल्या या महत्त्वाचं कारण अत्यंत मोठ्या प्रमाणावर बोकाळलेला चंगळवाद हे आहे. अत्याधुनिक उपकरणं, गाड्या, कपडे, दागिने, हॉटेल्स, महागड्या सुट्ट्या यांमध्ये पैसे उडवावेत तेवढे थोडे असतात. दर थोड्या दिवसांनी 'जुने फेकून नवीन घ्या' चालू असतं, त्यामुळे हप्ते भरणं कधी संपतच नाही. यात भोवतालच्या प्रत्येकाशी स्पर्धा असतेच, त्यापायी धाप लागत असते. मुलांना चांगल्या, पण साध्या शाळेत घालण्यात कमीपणा वाटतो. म्हणून फॅन्सी, महागड्या शाळांमध्ये लाख लाख रुपये तीन-चार वर्षांच्या मुलाच्या प्रवेश फीचे भरण्यात 'आपण कोणीतरी आहोत' असं वाटतं, धन्य वाटतं. पण ते पैसे गोळा करताना मनावर भरपूर ताण आलेला असतो! तरीही, यशस्वी आयुष्य ते, ज्यात करिअरचा ग्राफ खूप उंच गेला, पैशाची आवक अफाट वाढली, अशी आज व्याख्या झाली आहे. हे यश मिळवण्याच्या धडपडीत आजची तरुण पिढी burn out होऊन, थकून, शिणून जात आहे.

समजा यशाची व्याख्या आपण अशी करू लागलो की, ज्यात बऱ्यापैकी पगार मिळतो आणि जे काम करण्यात समाधान, आनंद मिळतो अशी नोकरी असणं; फार ऐटबाज नसली, तरी व्यवस्थित, नीटनेटकी राहणी-करणी ठेवणं; मुलांकडे, त्यांच्या अभ्यासाकडे व इतर प्रवृत्तींकडे पुरेसं लक्ष देता येणं, पत्नी, मुलं, घरातली इतर माणसं यांच्या संगतीत दिवसाकाळी थोडा वेळ मजेत घालवता येणं, सर्वांनी मिळून रात्रीचं जेवण तरी हसत खेळत जेवणं आणि ते जेवण घरी केलेलं ताजं, गरम, चविष्ट असणं, रात्री सुखाची शांत झोप येणं– तर? खरंच नाही आवडणार तुम्हाला?

दुर्दैवानं बहुसंख्य सुशिक्षित तरुण-तरुणींना आज यशाची पहिली व्याख्या

बरोबर वाटते. खरं म्हणजे हा धोक्याचा लाल कंदील आहे, तो बघा. त्याच्याकडे दुर्लक्ष करून वेगानं जात राहू नका, नाहीतर अपघात होण्याची शक्यता खूप. आज वाईट आणखी हे झालंय की, ज्यांनी या पिढीला 'सबूर' म्हणायला हवं, त्या ज्येष्ठ पिढीतलेही कितीतरी आई-बाप आपला मुलगा किंवा मुलगी कशी उजाडल्यापासून रात्रीपर्यंत कामातच गुंतलेली असतात किंवा रोहन-रोहिणीला कसा कित्येक हजार रुपये पगार मिळतो, त्यातून त्यांनी दोन-दोन घरं, दोन-दोन गाड्या कशा घेतल्या आहेत, त्यांच्या मुलांच्या शाळा किती महागड्या आहेत, असं सगळं खूप कौतुकानं मित्रमंडळींना सांगत असतात आणि ते ऐकणारे आजी-आजोबा त्यांच्या मुलांचं सवाई वर्णन करण्याची संधी मिळण्याची वाट बघत असतात!

खरं सुख, खरं मानसिक समाधान हे शांत, तणावरहित आयुष्य जगण्यात आहे, हे त्यांच्याही लक्षात येत नाही का? आणि मुलं? मोठी होतील तसतशी मुलांनाही आई-बाबांच्या अशाच आयुष्याची सवय झालेली असते! "तू जा ऑफिसला आई, मी कार्टून बघीन आणि बाईंना सांग मला चिप्स अन् आइस्क्रीम दिलंच पाहिजे म्हणून! बाऽऽय!" असं आईला बाय बाय केलं जातं. तेवढ्या त्या वाक्यातनं बरंच काही समजतं ना आपल्याला? पण त्याबद्दल आपण पुढे बोलू.

लग्नानंतर वैवाहिक आयुष्यात पती-पत्नींमध्ये येऊ शकणाऱ्या ताणतणावांना कसं टाळता येईल, याबद्दल थोडं बोलू या? बघा पटतं का!

१. कुठलाही महत्त्वाचा निर्णय एकमेकांच्या विचारांचा, भावनांचा आदर ठेवून, एकमेकांच्या कुटुंबांचाही विचार करून, परस्पर संमतीनंच घ्यावा, म्हणजे ठरवून झालेलं लग्न असलं, एकमेकांची आधीपासून ओळख नसली, तरी परस्परांबद्दल आदर आणि विश्वासाचं, भरवशाचं नातं सुरुवातीपासून होत जातं. लग्न होईपर्यंत आता मुलं-मुली वयानं मोठी, स्वतंत्र, कमावती झालेली असतात. त्यामुळे होतं काय की, दोघांनाही आपापले निर्णय घेऊन टाकायची सवय झालेली असते. लग्न झाल्यानंतर तुम्ही आयुष्याला जोडीदार मिळवलेला असतो, हा महत्त्वाचा फरक लक्षात घेऊन निर्णयही जोडीनं घ्यावेत.

२. तुमच्यातल्या काहीजणांना कदाचित हे म्हणणं आवडणार नाही; परंतु वैवाहिक नात्यापेक्षा करिअरला जास्त महत्त्व देणारे लोक संसार सुखाचा करू शकत नाहीत. परस्परसंवाद अत्यंत महत्त्वाचा आहे, दोघांचे विचार एकमेकांपर्यंत पोहोचणं अत्यंत जरूर आहे. तसे ते पोहोचविण्यासाठीचं एक गुपित असं की, त्यासाठी फक्त शब्द महत्त्वाचे नाहीत. तुमचा बोलण्याचा सूर, देहबोली, नजरेला नजर देऊन प्रामाणिकपणानं बोलणं आणि बोलण्यामागची भावना तुमच्या जोडीदाराला जाणवणं, हे सर्व महत्त्वाचं आहे.

आणखी एक युक्ती सांगू का? आपलं म्हणणं जोडीदाराला पटवून द्यायचं

असेल, तर ते ऐकण्यात त्याचा काहीतरी फायदा आहे, असं त्याला वाटलं पाहिजे! खरं म्हणजे ही युक्ती कोणालाही काहीही पटवून द्यायला उपयोगी आहे, घरी तर नक्की!

३. आणखी एक खास लक्षात ठेवण्यासारखी गोष्ट. विवाहापूर्वी तुमचे आई-वडील, भावंडं, मित्रमैत्रिणी यांच्याशी तुमची खूप जवळीक असेल, तर ती अवश्य तशीच टिकवून ठेवावी. परंतु– आणि हे परंतु खूप महत्त्वाचं आहे, पती-पत्नींचे आपसात काहीही छोट्या-मोठ्या कारणानं झालेले काही बेबनाव असतील, काही समस्या निर्माण झाल्या असतील, तर ते आपसातच ठेवावेत. इतरांजवळ त्याची वाच्यता करू नये. तुमच्या खासगी समस्या तुम्ही आपापसातच सोडवा. तिसऱ्या कोणाला तुम्ही त्याबद्दल सांगितलंत आणि त्या व्यक्तीनं एकाची बाजू घेऊन आपलं मत सांगितलं, तर ते दुसऱ्याला नक्कीच आवडणार नाही. पती-पत्नी या खास नात्याचं खासगीपण सांभाळा, त्याचा आब ठेवा आणि तिसऱ्या कोणी तुम्ही न सांगताही नसत्या चौकशा केल्या, तर त्या व्यक्तीला उत्तेजन देऊ नका.

४. एक गोष्ट निश्चित आहे की, अहंकारी व्यक्ती कोणाबरोबरही सुखी होऊ शकत नाही. वैवाहिक आयुष्य सुखी करण्यासाठी पती-पत्नी दोघांनीही आपापलं शिक्षण, आई-वडिलांचं, कुटुंबाचं समाजात फार मोठं नाव असणं, आपलं देखणेपण किंवा सौंदर्य इत्यादी कुठल्याही गोष्टीबद्दलच्या अहंकारामुळे एकमेकांबरोबरच्या नात्यात वितुष्ट येऊ देऊ नये. आपल्या वैशिष्ट्यांबद्दल सार्थ अभिमान जरूर असावा; पण त्याच्या जोडीला नम्रता असली तरच या सर्व गोष्टी शोभून दिसतात, हे लक्षात ठेवावं.

५. हल्लीच्या मोकळेपणानं वागण्याच्या पद्धतीत लग्न ठरल्यानंतर किंवा झाल्यानंतरही पतीला किंवा पत्नीला घराबाहेरच्या त्यांच्या वेगवेगळ्या जगात मित्रमैत्रिणी असू शकतात. परंतु लग्न ठरल्यावर किंवा झाल्यावर इतर मित्रांशी किंवा मैत्रिणींशी आपली वागण्याची जी पद्धत असते, त्यात संयम बाळगावा. म्हणजे कोणाचाच गैरसमज होण्याची शक्यता राहत नाही.

विशेषत: आधीची ओळख नसताना विवाह झाला असेल, तर एकमेकांच्या स्वभावांबद्दल पुरेशी माहिती नसते. अशा वेळी विनाकारण गैरसमज झाले, तर तणाव निर्माण होऊ शकतात. एक कानगोष्ट इथं सांगावीशी वाटते, जी अशा तणावांच्या बाबतीतच नाही, तर कुठल्याही कारणानं झालेल्या रुसण्या-फुगण्याच्या बाबतीत लक्षात ठेवावी! ती अशी की, समजा अशा काही गैरसमजामुळे किंवा अन्य काहीही निमित्तानं पती-पत्नीपैकी एक जण रुसलं, रागावलं, अढी धरून बसलं, तर दुसऱ्यानंही रुसून, रागावून बसण्यानं शांतता प्रस्थापित कशी होणार, नाही का?

आग लागली की, ती पाण्यानं विझवावी लागते की नाही? आणखी तेल

ओतून तर नक्कीच नाही! आणि जो प्रत्येक दिवस– तास– मिनिटं तुम्ही दोघं रुसण्या-रागावण्यात घालवता, तितके सुखाचे क्षण तुम्ही कायमचे गमावलेले असतात, होय ना? तेव्हा एकाचा जर गैरसमज झाला असेल, एक जण रुसलं असेल, तर दुसऱ्यानं ताबडतोब गैरसमज, रुसवा-फुगवा दूर करावा आणि दोघांनी मिळून झक्कपैकी समेट करून टाकावा!

६. कोणत्या गोष्टीवर किती खर्च करावा, बचत किती आणि कशी करावी, जी काही मोठी खरेदी– घरगुती उपकरणं, गाडी, स्कूटर, मोपेड, भारी कपडे, दागिने, घर घेणं जरूर असेल, त्यातल्या कोणत्या वस्तू कशा क्रमानं घ्याव्यात, हे आपसात चर्चा, विचारविनिमय करून ठरवावं. दोघांनीही आपापल्या निव्वळ हौशीखातर होणाऱ्या खर्चावर ताबा ठेवावा आणि अहंगंड मध्ये न आणता ("मला तेवढी मोपेडच, आणि तू मोटरबाइक घेणार? का म्हणून?") दोघांच्या गरजा, उपलब्ध पैशांची सोय या सर्वांचा विचार करून निर्णय घ्यावेत.

७. नवऱ्याच्या बरोबरीनं तितकाच वेळ घराबाहेर नोकरीची जबाबदारी पेलण्यात घालवणारी बायको घरी येते, तेव्हा त्याच्याइतकीच किंवा कदाचित जास्तच थकलेली असते. कारण बहुतेक मध्यमवर्गीय घरांमधून पहाटे उठून घरातली कामं उकरून मग तिला बाहेर पडायचं असतं. कपडे मशिनमध्ये धुवून वाळत टाकणं, दूध तापवणं, दही विरजणं, चहा-नाश्ता करणं कितीतरी कामं असतात. ऑफिसमध्ये जेवण मिळण्याची सोय नसेल, तर पोळ्या-भाजी करून डबे भरायचे असतात, घर आवरायचं असतं. धुणं-भांडी, केर-वारे करणारी बाई लवकर येतेच असं नाही आणि शेजारी किल्ल्या ठेवून तिच्यावर घर टाकून जाण्याइतकी विश्वासू असते, असंही नाही. दोघांचे पगार फार मोठाले नसले, तर कामाला बाई परवडतही नाही, मग सगळं काम स्वतःच करावं लागतं. अशा परिस्थितीत दोघं जेव्हा दमून-भागून घरी येतात, तेव्हा कामांचा डोंगर उभाच असतो.

आजच्या तरुण पिढीच्या जोडप्यांमध्ये पतीला जर घरातल्या कामात मदत करण्याची सवय नसेल, तर पत्नीला नोकरी करून सर्व घरकाम एकटीनंच करणं खूप जड जाणार. तिला हा अन्यायही वाटणार. अशातून मग वादविवाद, रुसवा, दुरावा वाढत जाणार. तेव्हा पतीनं घरकामात शक्य ती सर्व कामं करायला शिकावं ही काळाची गरज आहे.

नवविवाहितांचं आयुष्य जर एकत्र कुटुंबात सुरू झालं, तर दोन टोकाच्या गोष्टी होऊ शकतात. एक तर घरातली माणसं खूप समंजस असतात, मग सगळ्यांच्या सोयीनं कामांच्या वाटण्या होतात. ऑफिसला जाण्यापूर्वी ती घरातली काही कामं उरकून जाते आणि आल्यावर संध्याकाळच्या कामांमध्ये मदत करते. काही आणायचं असेल तर येता येता घेऊन येते. आल्या आल्या तिचं स्वागतही हसतमुखानं,

कपभर गरम चहानं होतं. अशा सुंदर वातावरणात मग ताणतणावांना जागा कुठं मिळणार?

पण सगळ्यांचं भाग्य इतकं चांगलं नसतं. एखाद्या सुनेला पहाटे उठून, घरातली होतील तितकी कामं उरकून, आपला पोळी-भाजीचा डबा घेऊन बस-लोकल गाठावी लागते किंवा गर्दीच्या रस्त्यावरून आपल्या दुचाकीवरून वाट काढत जावं लागतं. परत आल्या आल्या दिवसभर घरातल्यांना किती काम पडलं, याचा पाढा ऐकून घेत स्वतःबरोबर सगळ्यांचाच चहा करावा लागतो आणि मग स्वयंपाकाला लागावं लागतं! अशा वातावरणात लहानाचा मोठा झालेला नवराही 'दमलो बुवा' म्हणून पाय पसरून बसल्या जागी चहा हजर होण्याची वाट पाहत असतो!

पत्नीची धावपळ दिसत असूनही उठून तिला मदत करायचं त्याच्या लक्षातच येत नाही! अत्यंत थकून रात्री तिनं अंथरुणावर पाठ टेकल्या टेकल्या मात्र रतिक्रीडेची तो वाटच पाहत असतो! सगळेच एकत्र कुटुंबातले नवरे इतके संवेदनाशून्य, विचारशून्य नसतातही. काहींना मनातून वाटत असतं की, बायकोला कामात मदत करावी, त्यानं आणि इतरांनीही. पण तसं करण्याचं किंवा म्हणण्याचं त्याला धैर्य मात्र नसतं! आई-वडील, भावंडं आपल्याला बाईलवेडा म्हणतील, रागावतील, टिंगल करतील, अशी भीती त्याच्या मनात असते. रात्री मग 'दमून जातेस का गं फार?' एवढं मात्र तो म्हणतो!

काय करावं अशा पत्नीनं? पहिल्या काही दिवसांत एकूण रागरंग लक्षात आल्यावर पतीला एकांतात सांगून समजावून बघावं की, त्याच्यासकट घरातल्या सर्वांनीच थोडीथोडी कामं वाटून घ्यावीत, सगळं काही तिला एकटीला कायम करत राहणं शक्य होणार नाही. त्याला पटलं तर मग दोघांनी मिळून घरातल्या सर्वांना 'त्यांचं दोघांचं मत' म्हणून ही गोष्ट सांगावी. त्याला नाही पटलं किंवा त्यानं उडवाउडवी केली, मनावर घेतलंच नाही तर मग पत्नीनंच धीर गोळा करून, शांत, सामोपचाराच्या स्वरात, पण धीटपणानं, त्याच्यासकट सर्वांना एकत्रच हे सांगावं आणि दुसऱ्या दिवसापासून तिला करणं शक्य असेल तेवढीच कामं करायला सुरुवात करावी!

सुरुवातीला रागवारागवी, आदळआपट होईलही, त्याला बधू नये. मात्र स्वतः उलट तसंच वागू नये. शांत राहून 'घेतला वसा सोडू नये!' आपली बाजू न्याय्य असेल, तर भक्कम राहून मामला तडीस न्यावा. गोष्ट जास्त महत्त्वाची अशासाठी आहे की, संसाराचा पायाच योग्य पद्धतीनं घातला गेला, म्हणजे इमारत मजबूत होईल, टिकून राहील.

८. विवाहानंतरच्या आयुष्यातील तारुण्याच्या वर्षांमध्ये घरातलं-बाहेरचं काम

आणि नोकरीच्या जबाबदाऱ्या सगळं पार पाडताना पती-पत्नींना एकमेकांसाठी बरेचदा पुरेसा वेळ राहत नाही. खरं म्हणजे सुखी, समजूतदार वैवाहिक जीवनाचा मजबूत पायाही या वर्षांमध्ये घातला जाणं फार आवश्यक आहे. पती-पत्नींमध्ये मोकळेपणा येणं, एकमेकांना पूर्ण समजून घेणं, भावनिक जवळीक वाढून ती टिकून राहणं फार महत्त्वाचं आहे. पुढे कधी मोठाली संकटं आली, अडचणी आल्या, तर या मजबूत जवळिकीच्या जोरावर त्यांना तोंड देण्याचं बळ येतं; पण होतं काय की, पत्नी संसार, नोकरी करत असेल तर ती जबाबदारी, नंतर मग मुलं, इतर सांसारिक जबाबदाऱ्या या सगळ्यात इतकी गुंतत जाते आणि पती आपल्या करिअरमध्ये इतका मग्न होतो की, दिवसाकाठी एकमेकांकडे पुरेसं लक्ष द्यायला, वैवाहिक सुखाचा, साहचर्याचा आनंद लुटायला त्यांना त्राणही नसतं, इच्छाही राहत नाही.

दगदगीच्या आयुष्यातून काही दिवस दोघांनी एकमेकांसाठी, नव्यानं एकमेकांना जाणून, समजून घेण्यासाठी काढणं जरूर आहे. कारण बदलत्या परिस्थितीबरोबर, वाढत्या वयाबरोबर माणसं बदलत असतात. त्यांची मतं, त्यांच्या अपेक्षाही बदलत असतात. या वस्तुस्थितीचा सगळ्यांना विसर पडताना दिसतो आणि म्हणून मग 'पूर्वी तू अशी चिडचिड करायची नाहीस!' 'लग्न झालं तेव्हाचा तू किती वेगळा होतास, किती हौशी होतास!' अशा कुरबुरी होतात. मुख्य म्हणजे मला वाटतं एकमेकांना गृहीत धरून चालू नये. अगदी 'फिल्मी कृत्रिम' 'गोड' वागणं खरं नसतंच. तेव्हा ते खऱ्या आयुष्यात जमणारच नाही, तरी थोडाफार अनुनय, थोडा रोमान्स वैवाहिक जीवनात जिवंत ठेवावाच ठेवावा.

पती-पत्नीच्या नात्यातला गोडवा कायम राहिला, तर संसारातला गोडवाही कायम राहतो, घरातलं वातावरण आनंदी राहतं आणि लहानसहान चुकांबद्दल नवरा-बायकोनं एकमेकांवर डाफरण्याआधी दहा मोजावे– आकडे नव्हे! स्वत:ही वेळोवेळी केलेल्या चुका मोजाव्यात! चुकांची जबाबदारी झटकून मोकळं होणं, चुकीचं खापर कसंतरी करून दुसऱ्याच्या माथी मारणं, अशा वागण्यानं आपसातले तणाव आणि कडवटपणा वाढतो. दुसऱ्याचीच चूक आहे, असं वाटत असलं, तरी सोडून द्यायला शिका आणि आपल्या चुका झाल्या असतील, तर त्या मोकळ्या मनानं स्वीकारा.

९. पती-पत्नी लग्नानंतर वेगळं बिऱ्हाड करून राहत असले, तरी दोघांनीही एकमेकांच्या 'माहेर'च्या सर्व माणसांबरोबर सलोख्याचं, दृढ विश्वासाचं, मनापासून आपुलकीचं नातं जोडण्याचे शक्य ते सर्व प्रयत्न करत राहावं. सुखी घराचा पाया त्यामुळे घातला जाईल. तुम्हाला प्रिय असलेल्या व्यक्तीचे अगदी निकटचे जे आप्त आहेत, ते त्या व्यक्तीला सदैव प्रिय राहणारच. त्या सर्वांशी गोडीगुलाबीनं संबंध प्रस्थापित करणं जमलं, तर तुमचं दोघांचं आयुष्य नक्कीच आनंदाचं, सुखाचं होईल

ना? हे खरं आहे की, अशा सर्व आप्तांचं सहकार्य मिळेलच असं नाही.

काही माणसं विनाकारण मनात अढी ठेवून वागतील, तुमच्याबद्दल त्यांच्या मनात गैरसमज असतील, असूयाही असू शकेल आणि त्याचा परिणाम तुम्हा दोघांच्या मनावरचे ताण वाढण्यात होऊ शकेल. परंतु पती-पत्नींनी त्यामुळे आपसात दुरावा येऊ देऊ नये किंवा आपल्या मनात राग धरून वागण्यानं आपल्या पतीच्या/पत्नीच्या मनाला त्रास होऊ नये एवढ्यासाठी तरी सबुरीनं वागावं. जिथे फार मोठा तत्त्वाचा प्रश्न नसेल, तिथं सोडून द्यावं, दुर्लक्ष करावं, वेळप्रसंगी नमतंही घ्यावं! अवघड आहे, कबूल. पण असं वागण्यानं आपल्या जोडीदाराला तरी आपल्याबद्दल नक्कीच जास्त आपलेपणा वाटेल!

अशा अनेक ताणतणावांना तोंड देत हल्लीची पिढी तरीही हसतमुखानं, उत्साहानं काम करत आहे, आनंदानं जगण्याचा प्रयत्न करत जोम धरून आहे, हे खरोखर कौतुकास्पद आहे; परंतु या प्रयत्नात त्यांच्या तब्येतीवर आणि मानसिक स्वास्थ्यावर दुष्परिणामही होत आहेत. एक-दोन पिढ्यांपूर्वीच्या तरुण जोडप्यांना क्वचितच होणारे शारीरिक व मानसिक त्रास आज सर्रास दिसून येतात. प्रचंड पगार मिळवणाऱ्या आयटी व तंत्रज्ञान क्षेत्रातल्या तरुण-तरुणी, कॉल सेंटर्समध्ये काम करणाऱ्या तरुण-तरुणी, खासगी उद्योगधंद्यांमध्ये जबाबदारीची कामं करणारी मंडळी यांना होणारे त्रास आणि अपुऱ्या, कमी पगारावर नोकरी करणाऱ्या, घरी बऱ्याच जबाबदाऱ्या अंगावर असलेल्या मंडळींची शारीरिक व मानसिक दुखणी वेगवेगळी असू शकतात; पण त्यांच्याही स्वास्थ्यावर दुष्परिणाम होतातच.

मध्यंतर दोन वैद्यकीय सर्वेक्षणं वाचली. आयटी, तंत्रज्ञान क्षेत्र व कॉल सेंटर्स या ठिकाणी कामं करणाऱ्या तरुण पिढीमध्ये ज्या प्रकृतीच्या तक्रारी उद्भवतात त्यांची ही जंत्री खरोखरीच काळजी वाटेल अशी आहे. कारणं आणि परिणाम असे–

१. स्वस्थ व पुरेशी झोप न मिळणं, कारण रात्री काम करावं लागणं.

२. डोळ्यांना जास्त ताण पडणं, कारण कॉम्प्युटरवर तासन्‌तास बसावं लागणं.

३. बैठ्या कामामुळे पचन बरोबर न होणं.

४. जागरण आणि व्यायामाचा अभाव यामुळे भूक न लागणं.

५. कामाचे अनिश्चित तास व वेळेच्या अभावामुळे योग्य, सकस, ताजं अन्न न खाता 'फास्ट फूड'वर भागवणं.

६. चहा, कॉफीचा काहींच्या बाबतीत ड्रिंक्सचाही अतिरेक, त्यामुळे प्रकृतीवर अनिष्ट परिणाम होणं.

७. मानसिक तणाव व चिंता सतत असणं.

८. मानसिक थकवा येणं, ज्याला उपाय न सापडणं.

९. चिंता, थकवा, उपाय न सापडणं यामुळे डिप्रेशन येणं.

१०. बंद, वातानुकूलित वातावरणात काम करत राहण्यानं श्वसनसंस्थेचे विकार होणं.

११. तासन्तास फोनवर बोलत राहावं लागल्यानं घशाचे व कानांचे विकार होणं, कानात आवाज होण्याचा त्रास होणं.

१२. ब्लडप्रेशरचे विकार सुरू होणं. ब्लडप्रेशर जास्त किंवा कमी होण्याच्या त्रासाचे मूळ कारण दुसरीच शारीरिक व्याधी असू शकते व तरुण वयात ब्लडप्रेशर वाढणं चिंताजनक म्हटलं पाहिजे.

१३. मान दुखणं, पाठ दुखणं, कंबर दुखणं इ. पाठीच्या मणक्यांचे विकार होणं. तासन्तास एका जागी विशेषत: कॉम्प्युटरसमोर बसणं, चुकीच्या पद्धतीनं बसणं, हे प्रमुख कारण असतं. मानसिक तणाव हेही या विकारांचं एक कारण असतं.

१४. गर्भवती स्त्रियांना वेळच्या वेळी पौष्टिक व ताजं अन्न न मिळणं, पुरेसा योग्य व्यायाम, विश्रांती न मिळणं, याचा परिणाम आईवर आणि बाळावरही होतो.

१५. कॉल सेंटरवर बरेच तास वेगळ्याच नावानं, वेगळ्याच ॲक्सेंटमध्ये बोलत राहावं लागल्यानं मनावर परिणाम होणं.

१६. सततच्या अतिश्रमांमुळे जोडप्यांपैकी एकाची किंवा दोघांचीही कामेच्छा कमी होणं. या प्रश्नाचा जरा जास्त विचार करून मग पुढे सरकू या. आयटी तंत्रज्ञान क्षेत्रात, तसंच इतरही अतिताणयुक्त काम करणाऱ्या तरुण दांपत्यामध्ये मूल होणं हा प्रश्न होऊ बघत आहे. दोघांपैकी एकजण अशा क्षेत्रात असलं, तरीही उच्च रक्तदाब, मधुमेह इ. विकार लहान वयात सुरू होऊ शकतात, तसंच अतिताण व थकवा यामुळे कामेच्छा कमी होऊ लागते.

खाण्या-पिण्याच्या चुकीच्या सवयी, रात्री जागून काम करावं लागणं यांचा प्रजोत्पादनाशी संबंधित असणाऱ्या अतिसंवेदनशील अवयवांवर परिणाम होतो. ज्या जोडप्याला एखादं तरी मूल हवं असेल, त्यांनी जाणीवपूर्वक ही जीवनशैली थोडी शिथिल केली पाहिजे. निरामय, शांत, आनंदी आयुष्य जगायला शिकलं पाहिजे. बरीच वर्षं मूल झालं नाही, तर आता मूल नकोच, असा कलही जोडप्यापैकी एकाचा किंवा दोघांचाही होऊ शकतो व याच्या समर्थनार्थ वेगवेगळी कारणं ऐकायला मिळतात.

राधिका म्हणते की, चाळिशीला आल्यावर आता मला मूल झालं, तर जोखमीचं तर खरंच; पण ते मूल मोठं होईपर्यंत आम्ही जवळजवळ म्हातारे होऊ! आणि मोनिकाला खूप पगार मिळतोय. तिच्या करिअरच्या सर्वोच्चपदी पोहोचण्याची तिची महत्त्वाकांक्षा आहे. ती म्हणते, ''दहा वर्षांपूर्वी झालं असतं मूल, तर ठीक

होतं; पण नाही झालं. आता माझ्या करिअरच्या या टप्प्यावर झालं, तर माझं केवढं नुकसान होईल!'' रीमाला मूल होणार होतं, हवंही होतं, तेव्हा अभिजितनं तिला ॲबॉर्शन करून घ्यायला लावलं.

दोघांच्या करिअर्स इतक्या चांगल्या चालल्या असताना 'मुलाला जन्म देऊन त्याला मोठं करण्यात अडकून पडण्यात' त्याला अर्थ वाटत नव्हता! याचा अर्थ त्याला मूल नकोच आहे की काय असं रीमानं विचारलं, तेव्हा मग तो म्हणाला, ''जवळजवळ तसंच! माझ्या आयुष्याच्या आणि करिअरच्या कल्पनांमध्ये मूल बसतच नाही.'' रीमाला प्रचंड धक्का तर बसलाच; परंतु त्यानं हे तिला स्पष्टपणे लग्नापूर्वी सांगायला हवं होतं. तिला मूल हवं असताना तिला तो हक्क नाकारण्याचा त्याला काहीही अधिकार नव्हता. त्यानं तिची फसवणूक केली होती, असंही तिला वाटलं. तिनं घटस्फोट घेतला.

आजच्या धकाधकीच्या जीवनात सगळ्या अडचणी आणि जबाबदाऱ्या सांभाळून 'मजेत' जगण्याचा प्रयत्न करणाऱ्या तरुण पिढीच्या आयुष्यांची प्रचंड धावपळीची गती बघून काळजी वाटते की, ही पिढी मनानं आणि शरीरानं लवकर थकणार तर नाही? असं आयुष्य जगता जगता ती 'बर्न आऊट' तर होणार नाही? थोडीशी पुनरुक्ती होत आहे, पण तो दोष पत्करून आज अनेक पस्तीस-चाळीस वयोगटातल्या तरुण-तरुणींमध्ये दिसून येणारे वाईट परिणाम पुन्हा बघू या आणि विचार करू या की, हे होणं जरूर आहे का? हे सुधारता येणारच नाही का?

१. प्रकृतीची हेळसांड होते– कारणं? वेळेचा अभाव, अपुरी झोप, चांगलं खाणं म्हणजे काय याबद्दल अज्ञान किंवा चुकीच्या कल्पना.

२. वेळच्या वेळी सकस आणि ताजं घरचं जेवण मिळणं शक्य नसणं. सकाळी घरून निघताना चांगला नाश्ता करून न निघणं. दिवसभरात हॉटेल व कँटीनमध्ये काहीतरी चटकमटक फास्ट फूड खाणं किंवा घरच्या अथवा खानावळीच्या डब्यातील गारढोण झालेलं जेवण जेवणं.

३. व्यवसायाचा आवश्यक अटळ भाग म्हणून कधी मग चटक लागते म्हणून रात्रीची जागरणं करून ड्रिंक्ससकट किंवा ड्रिंक्सशिवाय पार्ट्या देणं, घेणं. पार्ट्यांना जाणं, पार्ट्या देणं हेच एक 'व्यसन' होत चाललं आहे.

४. वेळेअभावी घरातल्या माणसांशी व पती-पत्नींचा एकमेकांशी संवाद कमी होत जाणं. जिथे संवाद तुटतो, तिथे समजून घेणंही तुटतं. मग फक्त विवाद होऊ लागतात.

५. अखंड तणावाखाली असल्यानं सहनशीलता कमी होत जाते. स्वभाव चिडचिडा, घायकुत्या होऊ लागतो. परिणाम तोच– वादविवाद, भांडणं!

६. घरातील लहान मुलांकडे, वडील माणसांकडे वेळेअभावी आणि सहिष्णुता

कमी झाल्यामुळे दुर्लक्ष होणं. यामुळे मुलांना वाईट सवयी लागू शकतात, ती ऐकेनाशी होतात. वृद्धांना एकाकीपणा जाणवतो, आपण नको आहोत, ही भावना बळावते.

७. व्यावसायिक मित्रमैत्रिणी सोडल्या, तरी नातेवाईक आणि खरे हितचिंतक यांच्याशी संबंध दुरावत जातात.

८. कुटुंबाबरोबर काही वेळ घालवणं, मजेत गप्पा मारणं अशा गोष्टींसाठी वेळ मिळत नाही.

९. शरीराचं व मनाचं स्वास्थ्य न राहण्यानं सुरुवातीला डोकेदुखी, अपचन, बद्धकोष्ठ, निद्रानाश, ॲसिडिटी अशा तक्रारी सुरू होणं आणि मधुमेह, उच्च रक्तदाब, हृदयविकार, अल्सर्स, पाठदुखी, अर्धशिशी असे विकारही जडू शकतात.

१०. पुरेसा किंवा अजिबातच व्यायाम न झाल्यानं वजन प्रमाणाबाहेर वाढणं.

११. पती-पत्नींमधील संबंध बिघडल्यामुळे समुपदेशकाची किंवा मनोवैज्ञानिकाची मदत घ्यावी लागते, कामेच्छा कमी होते, हवी असूनही गर्भधारणा होत नाही.

१२. पार्ट्या, पत्ते, क्लब इ. ची आवड नसली, तरी काही जणांना तर काम करत राहण्याचंच व्यसन लागतं.

काही जण घरी जायची इच्छा नसते म्हणून ऑफिसमध्ये वेळ काढत राहतात, इतरांनाही अडकवून ठेवतात! एका मोठ्या कंपनीच्या एका विभागाचे जनरल मॅनेजर संध्याकाळी ऑफिस सुटायची वेळ होत आली की, त्यांच्या केबिनमधून बाहेर पडायचे आणि त्यांच्या हाताखाली काम करणाऱ्या तरुण ऑफिसर्सपैकी जे सापडतील, त्या पाच-सहा जणांना 'मीटिंग आहे, जाऊ नका' असं सांगून दोन-तीन तास कुठल्या ना कुठल्या कामाबद्दल चर्चा करत बसायचे! त्यांची स्वतःची बायको आणि मुलंही घरी वाट बघतच असणार आणि तरुण ऑफिसर्सपैकी काहींची नुकती लग्नं झालेली, काहींचं एखादं लहान मूल. त्यांची अतिशय कुचंबणा व्हायची; पण साहेबांना वेळेवर घरी न जाण्याचं आणि जाऊ न देण्याचं व्यसनच जडलं होतं, त्याला काय करणार? मनावर ताण घेऊन, मन मारत त्या तरुण मुलांना 'मीटिंग'मध्ये चर्चा करत बसावंच लागायचं!

या मुद्द्याचा हल्ली एक वेगळाच पैलू बघायला मिळतो. जवळजवळ सर्वच कंपन्यांमधून कामाला ठेवलेल्या लोकांची संख्या खालपासून वरपर्यंत कमी करण्याचं धोरण अमलात आणण्यासाठी 'स्वेच्छानिवृत्तीचं' शस्त्र वापरलं जातं. काहींना सक्तीनं 'स्वेच्छानिवृत्ती' घ्यावी लागते, तर काहींना एकरकमी मिळणार असलेल्या बऱ्याच मोठ्या रकमेचा मोह पडतो. त्या रकमेतून फ्लॅट घेता येईल, व्यवसाय सुरू करता येईल, व्याजावर जगत आरामात मजा करत बसता येईल इत्यादी कल्पना सुचतात. या सर्वांचं पुढं काय होतं, ही एक वेगळीच कथा आहे.

इथं कामावर असणाऱ्यांच्या मन:स्वास्थ्याबद्दल बोलायचं आहे. तर होतं काय की, खात्यातले काही जण स्वेच्छानिवृत्ती घेऊन गेल्यावर त्यांच्या जागी दुसरे घेतले जाणार नसतातच. साहजिकच जे उरतात त्यांच्यावरचा कामाचा बोजा प्रचंड वाढतो. ऑफिस सुटल्यानंतर जास्तीचं काम सुरू होतं, ते पुढे दोन-तीन तास चालतं. परिणामी अलीकडे रात्री साडेआठ-नऊच्या आधी क्वचितच कोणी घरी येतं!

रोजच्या रोज बारा तास काम करून घरी पोहोचल्यावर घरची खोळंबलेली कामं करायला किंवा फक्त थोडासा आराम करायलाही, त्यांच्याकडे किती वेळ व उत्साह आणि शक्ती शिल्लक राहत असेल? मला असे तरुण बाप माहीत आहेत, जे आठवड्यातून फक्त सुट्टीच्या दिवशी आपल्या छोट्या बाळाला जागं असलेलं बघू शकतात!

इथं ज्या मुद्द्यांबद्दल मी लिहिलं आहे, त्यांच्याशी निगडित काही उदाहरणं पुढे देत आहे, जी खरी आहेत आणि पुरेशी बोलकी आहेत. आपापल्या समस्यांमधून प्रत्येकाला आपापलेच मार्ग काढावे लागतात. कारण प्रत्येकाच्या बाबतीत एकूण परिस्थिती थोडीफार वेगळी असते. उदाहरणांचा उपयोग मुद्दा स्पष्ट करायला किंवा केवळ दिशादर्शक म्हणून होऊ शकतो, म्हणून या पुस्तकात ठिकठिकाणी तशी ती दिली आहेत.

केतन कॉम्प्युटर इंजिनिअर होऊन नोकरीला लागला होता, तो एका बहुराष्ट्रीय कंपनीत. वडील अजून नोकरी करत होते, ते बरेचदा बाहेरगावी असायचे, आई शिक्षिका होती. केतन दोन महिने बंगलोरला, महिना दीड महिना जपानला, कधी दोन-तीन महिने अमेरिकेला. मुख्य ऑफिस पुण्याला– असा भिरभिरत असायचा. लग्नासाठी मुली सांगून यायच्या; पण काही ना काहीतरी होऊन लग्न काही ठरत नव्हतं. मग एक दिवस वडिलांच्या बॉसला सुचलं की, आपल्या मेव्हण्याची पुतणीही कॉम्प्युटर इंजिनिअर आहे. आई नाही आणि घरची स्थिती बेताची, म्हणून लग्न ठरायला अवघड जातंय. केतन हुशार असला, तरी रूपरंगानं साधारणच होता. सुचवून तर बघावं, म्हणून त्यांनी केतनच्या वडिलांना विचारलं आणि दोन्ही बाजूंनी सर्व पसंत पडून होकार आल्यावर जवळजवळ तिशीला आलेल्या केतनचं सत्तावीस वर्षांच्या मुग्धाशी लग्न झालं.

सुरुवातीला एक तडजोड म्हणून उरकून टाकलेलं लग्न; पण केतन अन् मुग्धाचं एकमेकांशी चांगलं जमलं. मजेत संसार सुरू झाला. काही वर्षं सगळेच आनंदात होते; पण नातवंडाच्या आगमनाची चाहूल लागेना, तेव्हा वातावरण पुन्हा तणावूपर्ण होऊ लागलं. वैद्यकीय तपासण्या झाल्या. दोघांपैकी कोणातच काही दोष असा नव्हता; परंतु मूल का होत नाही, तेही कळत नव्हतं. मग डॉक्टरांनी त्यांचं अनुभवजन्य निरीक्षण सांगितलं की, आयटी व तंत्रज्ञान क्षेत्रात किंवा अतिशय

तणावयुक्त काम असणाऱ्या कुठल्याही क्षेत्रातल्या तरुण जोडप्यांमध्ये अलीकडे हा प्रश्न आढळत होता.

कामाच्या आणि खाण्यापिण्याच्या, विश्रांतीच्या वेळा अतिशय अनियिमत असणं, पुरेशी झोप न मिळणं, अशा जीवनशैलीचा हा असा परिणाम होत होता, असं वैद्यकीय निरीक्षण होतं. याला सोपा उपाय नव्हताच. उपाय एकच की, धकाधकीची जीवनशैली जरा शिथिल करून शांत, आनंदी आयुष्य जगायला शिकणं. एकदा जे क्षेत्र कामासाठी निवडलं ते सोडून देणं तर अशक्यप्रायच, तेही एवढाले प्रचंड पगार मिळत असताना.

आयुष्याला अंशत: तरी स्थैर्य आणण्याचा एक मार्ग मुग्धाला सुचला व तो त्यांनी अवलंबून बघितला. कारण त्यांना निदान एक मूल तरी हवं होतं. मुग्धानं नोकरी सोडली आणि ती घरी राहून कॉम्प्युटरवर लोकांची कामं करून देऊ लागली. मासिक उत्पन्न अर्थातच कमी झालं आणि ऑफिसचं पॉश वातावरण सोडून घरी बसणं मुग्धाला सुरुवातीला खूप कंटाळवाणं आणि कमीपणाचं वाटलं; पण निर्णय त्यांनी दोघांनीच घेतलेला होता, शिवाय केतन घरी असेल, तेव्हा शांत, आनंदी सहजीवन ती दोघं जगत होती. मुग्धाच्या निश्चयीपणानं केलेल्या प्रयोगाला यश आलं आणि दोन वर्षांमध्ये त्यांना एक छानशी मुलगी झाली. मुग्धाचा घरच्या घरी चालू केलेला व्यवसायही आता चांगला चालला होता. म्हणून त्या दोघांनी खूपच सूज्ञपणानं आणखी काही निर्णय घेतले.

जुई मोठी होऊन शाळेत जायला लागेपर्यंत मुग्धानं घरीच राहायचं ठरवलं. एक मुलगीच आपल्याला पुरे असंही ठरवलं आणि केतनचे आई-वडील निवृत्त झाले की, त्यांनी केतन-मुग्धाकडे राहायला यायचं आणि सर्वांनी एकत्र राहायचं असंही ठरवलं. तीन-चार वर्षं बघता बघता गेली.

केतनच्या आई-वडिलांना म्हातारपणी एकटं राहण्याची वेळ आली नाही. जुईला सोबतीला आजी-आजोबा मिळाले, जे मुग्धा पुन्हा नोकरी करू लागल्यावर जुईला सांभाळणार होते. या कुटुंबात निर्माण झालेला एक प्रश्न फार समजुतदारपणानं हाताळल्यानं पुढे निर्माण होऊ शकले असते, ते सर्व प्रश्नही सुटले होते! ज्यांची विचारसरणी वेगळी आहे, असे लोक पुढील किंवा तत्सम प्रश्न उभे करतील–

१. मुग्धाच्या करिअरचं (नोकरीचं) नुकसान नाही का झालं?

२. मूल असलंच पाहिजे का? का?

३. जुईला पाळणाघरात नसती का ठेवता आली?

४. केतनच्या आई-वडिलांनी कायम त्यांच्याबरोबर राहण्यानं तरुण जोडप्याचं स्वातंत्र्य कमी नाही का झालं?

उत्तरं सोपी नाहीत. प्रत्येकाची परिस्थिती वेगवेगळी असते आणि विचारसरणीही.

त्याला अनुसरून जो तो आपले प्रश्न सोडवत असतो किंवा कधी कधी नुसताच प्रश्नांमध्ये अडकलेला राहतो व मनावर ताण घेऊन जगत असतो. लग्नसंस्था, कुटुंबसंस्था, अपत्य असणं, घरातल्या वडील पिढीला सांभाळणं, घरात सुखशांती नांदणं हे सर्व जास्त महत्त्वाचं की, करिअर, पैसा आणि तथाकथित 'स्वातंत्र्य' हीच आयुष्याची इतिकर्तव्यता, हे ज्याचं त्यानं ठरवायचं आहे.

पदवीधर झाल्यावर पुढे शिकणं किंवा नोकरी शोधणं, याबद्दल आधी लिहिलं आहेच, मनीष-रोहिणीच्या हकीकतीच्या निमित्तानं इथं जरा पुनरुक्ती. गुणवत्ता व आर्थिक स्थितीच्या दृष्टीनं ज्यांना शक्य असतं, ती पदव्युत्तर शिक्षणासाठी पुढे प्रयत्न करतात. नुसत्या एका पदवीवर नोकरी मिळणं अवघड तर असतंच, शिवाय प्रत्येकाच्या अपेक्षा, नशीब, कोठेही परगावी, परप्रांती जाण्याची तयारी, खासगी/सरकारी/निमसरकारी कुठलीही नोकरी पत्करण्याची तयारी, कोणाची ओळखपाळख–वशिला असणं-नसणं इत्यादी अनेक गोष्टींवर– पदवी परीक्षेत मिळालेले मार्क व उपजत हुशारी याखेरीज– नोकरी मिळणं अवलंबून असतं.

एखादा एक-दोन वर्षांचा पदव्युत्तर अभ्यासक्रम पूर्ण केला, तर साहजिकच जास्त चांगली नोकरी मिळणं शक्य असतं, त्यामुळे ज्यांची कष्ट करण्याची तयारी असेल व महत्त्वाकांक्षा असेल, ती काही जणं नोकरी मिळाली, तरी ती सांभाळून उरलेल्या वेळात बाहेरून देता येईल, अशा एखाद्या परीक्षेचा अभ्यास करतात किंवा नोकरीवरून सुटल्यावर क्लासेसना जातात. हे सगळं करताना अनेक अडचणी व ताणतणावांचा सामना करावा लागतो. आजच्या तरुण पिढीत अशी धडपड करणारे अनेक तरुण-तरुणी आहेत. त्यांच्या प्राप्त परिस्थिती स्वीकारून कष्ट, धडपड चालू ठेवण्याच्या जिद्दीचं खरंच कौतुक वाटतं.

मनीष-रोहिणीचं उदाहरणच बघू या. बी.कॉम. झालेला मनीष एका लहान कंपनीच्या अकाऊंट्स खात्यात काम करून संध्याकाळी सी.ए.च्या क्लासेसना जात होता. त्याला घरच्या जबाबदाऱ्याही सांभाळाव्या लागायच्या, त्यामुळे सी.ए.च्या अभ्यासाला पुरेसा वेळ मिळत नसे; परंतु तो चिकाटीनं प्रयत्न करीत राहिला. आधीच सी.ए.ची परीक्षा अवघड, दर वर्षी अडीच-तीन टक्के मुलंच पास होतात! त्यात मनीषला तर नोकरी, घरची कामं सांभाळून हा अभ्यास करणं खूपच अवघड होतं. पहिल्या पार्टला दोनदा प्रयत्न केल्यावर तो पास झाला. दुसऱ्या पार्टला तीनदा प्रयत्न करावा लागला. मधल्या काळात घरच्या जबाबदाऱ्याही वाढल्या होत्या.

'आमचं आता वय झालं, तुझंही लग्नाचं वय उलटून जाईल' असं म्हणत आई-वडिलांनी त्याचं लग्न करून दिलं होतं आणि आता पाठोपाठची दोन लहान मुलं आणि वृद्ध आई-वडील, सगळ्यांचीच जबाबदारी होती. मनीषची बायको रोहिणी गणित विषय घेऊन एम.ए. झाली होती. ती शहाणी म्हणायची. घरीच शिकवण्या

करून उत्पन्नात भर घालत होती आणि शिवणकाम-भरतकामाच्याही ऑर्डर्स घेत होती. विशेष म्हणजे दिवसभर सतत कामात असली, तरी नेहमी हसतमुख आणि शांत, प्रसन्न असायची. कदाचित त्यांच्या सुखी वैवाहिक जीवनाचं रहस्य दोघांच्याही सकारात्मक दृष्टिकोनात असेल!

मनीषनं सी.ए.चा नाद शेवटी सोडून दिला आणि नोकरीवरून आल्यावर संध्याकाळी तोही रोहिणीबरोबर शिकवण्या करू लागला. बघता बघता दोघांच्या मिळून शिकवण्या इतक्या वाढल्या की, शेजारच्या इमारतीत तळमजल्यावर दुकानांसाठी गाळे होते, त्यातला एक त्यांनी क्लास चालवायला घेतला. घर भरवस्तीत नव्हतं आणि भोवतालची वस्ती तशी मध्यमवर्गीय होती, त्यामुळे शिकवण्यांची फी बेताचीच ठेवावी लागत होती. घरात माणसं सहा. वडिलांचं जे तुटपुंजं पेन्शन यायचं, ते पैसे त्यांच्या वैयक्तिक गरजा व अडीनडीसाठी ते बाजूला ठेवायचे. मुलांच्या शाळेची फी, मुलीच्या डान्स क्लासची आणि मुलाच्या तबला क्लासची फी– महिन्याकाठी मनीषचा पगार आणि दोघांच्या शिकवण्या यांमधून येणाऱ्या उत्पन्नाला हजार पाय फुटत आणि शिवाय आजूबाजूच्या पांढरपेशा वर्गातल्या लोकांसारखी नीटनेटकी, व्यवस्थित राहणी ठेवायची म्हणजे घरात साधी का होईना, बैठकीची खोली, लहान का होईना फ्रीज, वॉशिंग मशिन, टिकाऊ आणि झुळझुळीत दिसणारे सिंथेटिक कापडांचे कपडे, असं सगळं तर हवंच!

कौतुकाची आणि आपल्या विषयाच्या दृष्टीनं मुद्द्याची गोष्ट ही आहे की, या सर्व आघाड्यांवर रात्रंदिवस लढत असतानाही मनीष आणि रोहिणी आनंदी आणि हसतमुख राहतात, एकमेकांना समजून घेतात. मनावर येऊ शकले असते, असे अनेक ताण ती दोघं निश्चयानं दूर ढकलतात, हे उघड आहे.

मनीष सी.ए. होऊ शकला असता, तर त्याला भरपूर पैसा मिळवता आला असता; पण नाही होता आलं, हे सत्य त्यानं शांतपणे स्वीकारलं आहे. त्याला मनातून सुरुवातीला तरी नक्कीच खंत वाटली असेल; पण म्हणून त्यानं डोक्यात राख घालून घेतली नाही, झुरत बसला नाही. जे करता येण्यासारखं होतं, ते करायला त्यानं सुरुवात केली.

रोहिणीही त्याच्या अपयशाबद्दल त्याला कधीही घालून पाडून बोलली नाही. उलट त्याच्या शांत आणि मेहनती स्वभावाचं ती नेहमी कौतुक करत राहिली... आणि कोणी सांगावं? समजा सी.ए. होऊन मनीषला एखादी मोठी नोकरी मिळाली असती किंवा स्वत:ची प्रॅक्टिस सुरू करून तो त्या कामात बुडून गेला असता, तर दिवसातले बारा-चौदा तास तो घरच्यांच्या वाट्याला आलाच नसता.

आज मनीष अन् रोहिणी, मुलं आणि आई-वडील यांच्याबरोबर रात्री एकत्र जेवू शकतात, थोडा वेळ मजेत गप्पागोष्टीत घालवू शकतात. या आनंदाला, सुखाच्या

क्षणांना ती सगळीच मुकली असती ना? प्रत्येक नाण्याला दोन बाजू असतात, दोन्ही पाहाव्यात, नाही का? कधी कधी आयुष्यात निर्माण होणाऱ्या ताणतणावांशी झुंज देण्यासाठी स्वत:च्या मर्यादा प्रांजळपणानं ओळखून आणि स्वीकारून प्राप्त परिस्थितीचा आनंदानं स्वीकार करणं, हे शहाणपणाचं ठरतं!

अपर्णाच्या हकीकतीतून समजुतदारपणानं मार्ग काढण्याची एक वेगळीच दिशा दिसते. जमीनजुमला असलेल्या पिढीजात श्रीमंत घराण्यातला राजेश हा एकुलता एक मुलगा. राजेशचे आई-वडील दोघंही शिकलेले. वडिलांचा कागदाचा होलसेल व्यापाराचा धंदा, तर आई महिला महाविद्यालयात प्राध्यापक. घरच्या इस्टेटीचा व्याप सांभाळून वडील व्यवसाय करत होते. घरी जुजबी लक्ष देऊन स्वयंपाकाच्या बाई, घरकामाला गडीमाणसं ठेवून आई कॉलेजच्या कामात व्यग्र असायची.

एकुलता एक राजेश लहानपणी आजी-आजोबा, आई-वडील यांनी प्रमाणाबाहेर केलेल्या लाडांनी शेफारून गेलेला. स्वत:ला विशेष स्मार्ट, हुशार वगैरे समजून वागणारा; पण आळशी, महत्त्वाकांक्षाच नसलेला, आपमतलबी आयुष्य जगणारा. बुद्धी बऱ्यापैकी, त्यामुळे डिप्लोमा इंजिनिअर होऊन त्यानं नोकरी धरली; परंतु मन लावून कष्ट करणं त्याला जमेना.

सिव्हिल इंजिनिअर असल्यामुळे जिथे जिथे मालकांचं बांधकाम चालू असेल, तिथे इंजिनिअर म्हणून काम करून घ्यायला, देखरेख ठेवायला तासन्तास ऊन, पाऊस, थंडी याबद्दल कुरकूर न करता त्यानं काम करावं, हे अपेक्षित होतं. राजेशला ते जमेना, तो कंटाळला, कुरकूर करू लागला. शेवटी त्यानं ती नोकरी सोडली आणि दुसरी धरली.

पहिली नोकरी लागल्यावर आई-वडिलांनी राजेशचं लग्न करून दिलं. जमीनजुमला, इस्टेट भरपूर असल्यामुळे मुली पुष्कळ सांगून येत होत्या. मुलगी पसंत करताना मात्र राजेशच्या आई-वडिलांनी सुज्ञ धोरणीपणानं मध्यमवर्गीय कुटुंबातली, लहान गावातली, रूपानं चारचौघींसारखी; पण बुद्धीनं अतिशय तल्लख, तरतरीत अशी अपर्णा निवडली.

लग्नानंतर काही काळातच एकूण परिस्थिती अपर्णाच्या लक्षात आली. कोणाला दोष देण्यात अर्थ नव्हता आणि दोष देण्यासारखी परिस्थिती तसं पाहिलं तर नव्हती. आपल्या मुलाची बेताची बुद्धी आणि आळशी स्वभाव, लाडावल्यामुळे लागलेल्या सवयी, हे सर्व लक्षात घेऊन सारा डोलारा सांभाळू शकेल, अशीच मध्यमवर्गातली असली, तरी तरतरीत आणि हुशार मुलगी राजेशच्या आई-वडिलांनी निवडली होती.

अपर्णानं मनोमन ही परिस्थिती आव्हानासारखी समजून स्वीकारली आणि त्या बड्या घरचा व्याप सांभाळणं तिनं शिकून घेतलं. जमीनजुमला, इस्टेट यांच्या कामात ती लक्ष घालू लागली आणि सासऱ्यांच्या व्यवसायातही त्यांना मदत करू

लागली. हळूहळू सगळ्या कामात ती एक महत्त्वाची जबाबदार व्यक्ती झाली. सासू-सासऱ्यांची हीच आशा आणि अपेक्षा होती. राजेशनंही काहीच आडकाठी केली नाही. तो आपला कशातच फारसं लक्ष न घालता नावाला नोकरी करत मजेत राहत होता.

अपर्णासारख्या बुद्धिवान मुलीला असा नवरा मिळण्याची खंत वाटली असली, तरी तिनं तसं कधी दाखवलं नाही. उलट स्वतःची कर्तबगारी दाखवायला वाव मिळाला, यात आनंद मानला. राजेशला ती कधी उणंदुणं बोललीही नाही, कारण तसं पाहिलं, तर तो अतिलाडांनी शेफारून बसला, आळशी झाला, ही चूक त्याची नव्हती. बुद्धी बेताची असणं, हेही त्याच्या हातात नव्हतं. एक फार चांगली गोष्ट म्हणजे तो मुळीच वावगं वागत नव्हता किंवा बाहेरख्याली नव्हता.

आज दोन पिढ्या आणि तिसऱ्या पिढीतली नातवंडं सुखासमाधानानं एकत्र राहत आहेत. अपर्णा एक गोष्ट मात्र आवर्जून कटाक्षानं करते. मुलांना नीट वाढवण्याकडे, त्यांचे फाजील लाड न करण्याकडे ती व्यवस्थित लक्ष ठेवून असते.

मुलांचे जन्म आणि त्यांचं संगोपन हा आयुष्यातला पुढचा महत्त्वाचा टप्पा. सुख, समाधान, तृप्ती देणारा, पण नव्या समस्याही उभ्या करणारा.

नोकरी सांभाळत मुलं वाढवणं, ही आईसाठी तारेवरची कसरतच असते. बाळाची चाहूल लागल्यावर नोकरी करणाऱ्या स्त्रीसमोर तीन-चार पर्याय असतात. मूल झाल्यावर ते मोठं होईपर्यंत नोकरी सोडून घरी बसावं? का त्यांच्या संगोपनाची व्यवस्था करून नोकरी चालू ठेवावी? का नोकरीच्या क्षेत्रातून पूर्णपणे बाजूला न होता शक्य झाल्यास आणि मिळाल्यास अर्धवेळ नोकरी चालू ठेवावी, म्हणजे नंतर पुन्हा पूर्ण वेळाची नोकरी मिळण्याची शक्यता राहील? का घरी राहून तिच्या क्षेत्रातलं काम (उदा. शिक्षण क्षेत्र, वैद्यकीय व्यवसाय, माहिती-तंत्रज्ञान क्षेत्र इ. इ.) करता येईल तसं व तितकं करत राहावं?

प्रश्न फार अवघड आहे आणि असंख्य आयांच्या डोक्याला ताण देणारा आहे. कुठलाही पर्याय स्वीकारला, तरी तो मनापासून निवडलेला नसेल, तर सुखाचा होणार नाही. या समस्येवर दोन टोकांची मतं लोकांमध्ये दिसतात.

एक मत असं आहे की, मूल जन्मल्यानंतर ते चांगलं मोठं होईपर्यंत त्याच्या उत्तम सर्वांगीण– विशेषतः मानसिक विकासासाठी त्याला आईच्या सहवासाची, मायेच्या, ममतेच्या उबेची अत्यंत जरूर असते. असंही म्हणतात की, काही दिवसांच्या तान्ह्या बाळालाही आईचा स्पर्श, तिच्या शरीराचा विशिष्ट वास ओळखू येऊ लागतो. आई जवळ असली की, त्याला सुरक्षित वाटतं. या बाबतीत पुण्यातील नामांकित बालरोगतज्ज्ञ डॉ. जी. व्ही. दातार यांच्याशी बोलत होते, तेव्हा त्यांनीही याच मताला दुजोरा दिला की, 'मुलांची शारीरिक वाढ उत्तम होण्यासाठी

उत्तम आहाराची जरूर असते, तशीच मानसिक वाढ चांगली होण्यासाठी सुरक्षिततेच्या भावनेची, आई-वडिलांच्या मायेच्या उबेची जरूर असते.

पगारी माणसांजवळ वाढणारी मुलं, आई-वडिलांचं पुरेसं लक्ष नसलेली मुलं, आई किंवा वडील एकाचाच सहवास मिळणारी मुलं, ही सगळीही वाढतातच; पण ती एखादं झाड वाढावं तशी वाढतात, (झाडाच्या वाढीतही त्यांच्याशी रोज बोलण्यानं फरक पडतो, असा अनुभव आहे!) त्यांच्या व्यक्तिमत्त्वाचा विकास, मानसिक आरोग्य, सर्वांगीण वाढ जितकी होऊ शकली असती, तितकी झालेली नसते. कुठेतरी एक उणीव, एक गंड राहिलेला असतो. कदाचित वरकरणी चटदिशी तो जाणवणारही नाही. परंतु मुलाच्या वागणुकीवर, विचारपद्धतीवर त्याचा परिणाम निश्चित झालेला असतो. 'व्यक्ती आणि वल्ली'मधील पु. ल. देशपांड्यांनी रेखाटलेला नंदा प्रधान आठवून बघावा.

डॉ. दातारांना त्यांच्या क्षेत्रात अनेक वर्षांचा अनुभव आहे आणि त्या अनुभवांवर आधारित त्यांची मतं आहेत. सुबत्ता असलेल्या घरात जन्मलेली, उत्तम कपडे, महागडी खेळणी सगळं असूनही मनानं कोमेजल्यासारखी दिसणारी, कुठेतरी आतून असंतुष्ट, असमाधानी वाटणारी मुलं आपण सर्वांनी पाहिलेली असतात. का अशी दिसतात ती? काय मिळत नसतं त्यांना? आई-वडिलांचा पुरेसा सहवास अन् माया.

दुसरं मत साहजिकच असं आहे की, आज जर मुली मुलांच्या बरोबरीनं कुठल्याही क्षेत्रातलं शिक्षण घेतात आणि त्यामुळे त्यांना उत्तम नोकऱ्याही मिळतात. त्यांची त्यांच्या क्षेत्रात भरपूर प्रगती होण्याची शक्यता असते, तर मग मूल झाल्यावर त्यांनी नोकरी का सोडावी? मग त्यांच्या पुढच्या करिअरचं काय? त्यांच्या शिक्षणाचा उपयोग काय? त्यांची हुशारी वायाच जाणार. त्यांच्या महत्त्वाकांक्षांचं काय? त्यांच्यावर हा अन्याय नाही का?

अर्थात हे झालं मुख्यत: विशेष उच्च शिक्षण घेऊन महत्त्वाची कामं करत असलेल्या मुलींबद्दल. परंतु वस्तुस्थिती अशी दिसते की, बऱ्याच मुली लग्नापूर्वीपासूनच नोकरी करत असतात. ती फार मोठी नोकरी नसली, तरी लग्न ठरताना त्या 'मिळवत्या' आहेत ही फार मोठी जमेची बाजू होते. त्यांनी लग्न झाल्यावर घर, संसार, मुलं सारं काही सांभाळून नोकरी चालू ठेवावी, ही मुलाची आणि त्याच्या घरच्यांची अपेक्षा असते.

एकट्याच्या पगारावर वाढत्या गरजा आणि वाढत्या महागाईच्या या युगात पत्नीनंही नोकरी करून खर्चाला हातभार लावावा, अशी पतीचीही इच्छा असते, त्यामुळे मुलांकडे लक्ष देण्यासाठी नोकरी सोडून घरी राहावं, हे तात्त्विकदृष्ट्या पटत असलं आणि मनातून वाटत असलं, तरी सर्वच स्त्रियांना शक्य नसतं. तान्ह्या बाळाला घरी सोडून कामाला जाताना मनाला त्रास तर होत असणारच. पण इलाज नसतो!

तुमची मुलं... । ११७

प्रश्न खरोखरच जटिल आहे आणि शेवटी असंच म्हणावं लागतं की, प्रत्येक पती-पत्नीनं त्यांच्या परिस्थितीनुसार, बाळाची शक्य तितकी कमी आबाळ होईल, त्यांच्या दोघांच्या मनाला शक्य तितकी स्वस्थता लाभेल, बाळाच्या काळजीनं जीव सदैव टांगलेला राहणार नाही, अशी व्यवस्था करावी. नोकरी चालू ठेवून मुलं वाढवताना मदतरूप असे पुढील पर्याय दिसतात.

१. तीन किंवा सहा महिन्यांनी रजा संपली की, मुलाला डे-केअर सेंटरमध्ये ठेवणं. यामध्ये मनावर खूप ताण येतात. ऑफिसला जाण्याच्या तयारीबरोबर बाळाला दिवसभर सेंटरमध्ये ठेवण्यासाठी त्याचं दूध, कपडे, काही औषधं चालू असतील, तर ती, सगळं बांधून घेऊन, जमलं तर बाळाला अंघोळ घालून (नाहीतर संध्याकाळी घरी आल्यावर!) त्याला तिथं सोपवून वेळेवर ऑफिसमध्ये पोहोचायचं.

अलीकडे आईनं आपलं दूध काढून ते बाटलीत भरून फ्रिजमध्ये ठेवलं, तर बाळाला देता येतं, असा पर्याय वाचला. आता त्यासाठी आईनं ऑफिसला जाण्यापूर्वी हेही काम केलं पाहिजे. शिवाय दिवसातून दोन-तीनदा लागू शकणारं सर्व दूध आई सकाळच्या घाईच्या वेळेला कसं काढून ठेवू शकेल, हा प्रश्न आहेच. आईला सहा महिने रजा मिळाली असेल, तर नंतर वरचं दूध, थोडं अन्न, असं सुरू करता येतं,

मग प्रश्न जरा सोपा होतो. एकूणच बाळाला असं वाढवताना आईला खूप दगदग होत असणार, ताण पडत असणार, बाळाची काळजी वाटत राहणार. तिचा दोष नसतानाही अपराधी वाटत राहणार– आणि मुलाला हे आवडतं का नाही, हे कळायला काही मार्ग नसतोच!

२. मुलाला सांभाळायला घरी बाई ठेवणं. ज्यांच्यावर घर आणि मूल, मुलाची सर्व देखभाल विश्वासानं सोपवून जाता येईल, अशी कोणीतरी मिळणं म्हणजे भाग्यच आणि काही झालं, तरी बाळाचं नीट होत असेल ना, त्याला वेळच्या वेळी दूध, औषधं देत असतील ना, ही काळजी सारा वेळ लागूनच राहणार. आता मोठ्या शहरांमधून घरकामासाठी खात्रीची, विश्वासू माणसं पाठवणाऱ्या एजन्सीज निघाल्या आहेत. बाळाला घरी बाईवर सोडून जायची वेळ आलीच, तर अशा एजन्सीजकडून आलेल्या बाई ठेवाव्या किंवा तशी एजन्सी तुमच्या गावात नसेल, तर कामाला ठेवण्यापूर्वी पूर्ण चौकशी करून, संपूर्ण नाव, पत्ता, शिफारसपत्र असं सगळं घेऊन मगच घर आणि बाळ त्यांच्या स्वाधीन करावं.

३. घरच्या वडील माणसांची मदत निःसंकोच मोकळेपणानं घ्यावी. जरूर वाटल्यास स्वतः होऊन मागावी. बाळाकडे नीट बघितलं जावं म्हणून आपण होऊन मदत मागण्यात कमीपणा कशाला मानायचा? काही म्हटलं तरी बाळाचे आजी-आजोबा त्यांचं जितकं प्रेमानं करतील, तितकं दुसरं कोण करेल? अर्थात हल्लीच्या पिढ्यांमध्ये यात अडचण अशी संभवते की, नातवंड आलं, तरी आजी-आजोबांचे आपापले बरेच काही उद्योग चालू असतात, त्यात ती मग्न असतात.

अगदी साठी ओलांडायला आलेली आजी आणि साठी ओलांडलेले आजोबा नुसते बसून नसतात. परगावी राहत असतील, तर सगळं सोडून नातवंडं सांभाळायला येऊन राहणं कदाचित त्यांना फार सोपं वाटणार नाही; पण 'नाही' म्हणणार नाहीत, असं वाटतं. मदत करायला येऊ शकतील अशी जास्त मंडळी असतील, तर त्यांना आळीपाळीनं शक्य असेल तितक्या महिन्यांसाठी बोलवावं.

बऱ्याच आई-वडिलांना आणि मुलांना अलीकडे नेहमीसाठी एकत्र राहायला नको असतं, हे मी जाणून आहे. परंतु परदेशी असलेल्या मुलीच्या/सुनेच्या बाळंतपणासाठी जशी इकडून दोन्हीकडची आजी-आजोबा जात असतात, तसं काही महिन्यांपुरतं तरी सर्वांनी एकत्र राहावं, बाळाच्या भल्यासाठी. तसं केलं, तर कोणालाच बाळाची काळजी लागून राहणार नाही. जी कुटुंबं एकत्र राहत असतात, त्या घरांमधून सून नोकरी करत असली, तरी फारसे प्रश्न निर्माण होत नाही, हे मी बऱ्याच घरांतून पाहिलं आहे. वास्तविक अशा कुटुंबांमध्ये नोकरी करणाऱ्या सुनेची इतर कामांच्या बाबतीतही फार ओढगस्त होत नाही. ही आणखी एक खरी गोष्ट वाचा–

प्रतिभाताई आणि शोभाताई दोघी मैत्रिणी. सुशिक्षित, पण पूर्ण वेळच्या गृहिणी;

मात्र हौसेखातर बाहेरची काही ना काही कामं करणाऱ्या. दोघींच्या सुना लग्नापूर्वीपासूनच काम करत होत्या. उज्ज्वलाचं ब्यूटी पार्लर होतं, तर सीमा डेंटिस्ट होती. दोघींचेही बरेच तास बाहेर जायचे; परंतु लग्नं झाली तेव्हाच हे सर्वांनी स्वीकारलेलं असल्यानं तक्रारी न होता दोघींची कामं चालू राहिली.

बाळंतपणानंतर मात्र सहा महिने दोघींनीही काम बंद ठेवलं आणि त्यानंतर अर्धवेळ काम सुरू केलं. प्रतिभाताई आणि शोभाताई दोघींनाही आपापल्या बाहेर जाण्याला, बाहेरची कामं अंगावर घेण्याला जरा मुरड घालावी लागली; पण दोघीही मैत्रिणींनी त्याबद्दल कुरकूर केली नाही, हे कौतुकास्पद. आज उज्ज्वलाची दोन्ही मुलं आणि सीमाचा मुलगा शाळेत जाऊ लागली आहेत. मधली पाच-सहा वर्षं सगळ्यांनी समजुतीनं सांभाळून घेतल्यामुळे, आलेल्या अडचणी, कराव्या लागलेल्या तडजोडी यांचा बाऊ न केल्यामुळे छान मजेत गेली. आता मुलांच्या वेळांशी जुळवून घेत सगळीजणं आपापले उद्योग करत आहेत.

उज्ज्वला आणि सीमाच्या पिढीच्या मुलींनी या पर्यायाचा मनापासून विचार करावा. वर दिलेल्या इतर पर्यायांपेक्षा हा जास्त चांगला नाही वाटत? दोन पिढ्या एकत्र राहायच्या म्हटलं की, मतभेद, गैरसमज, कधीमधी भांडणंही होणारच; पण जे फायदे आहेत त्यांचा विचार केला, जन्माला आलेल्या नव्या पिढीच्या प्रेमानं होणाऱ्या संगोपनाचा विचार केला, तर कुठलं पारडं झुकतं वाटतं? उज्ज्वला, सीमासारखं एकाच गावात आजी-आजोबांसकट वास्तव्य नसेल, तर आधी लिहिलं तसं काही काळ त्यांना बोलावून घ्यावं. शक्य असल्यास बाई ठेवावी, जी त्यांच्या देखरेखीखाली काम करेल.

बघता बघता मुलं तीन वर्षांची होतात आणि त्यांना बालमंदिरात किंवा नर्सरी स्कूलमध्ये घालण्याची वेळ येते. अर्थात याचे वेध त्यांच्या आई-बाबांना आधीपासून लागलेलेच असतात! दहावी-बारावीनंतर चांगल्या कॉलेजात, चांगल्या कोर्सला प्रवेश मिळवण्याइतकाच ताण याचाही असतो. नव्या नव्या अत्यंत महागड्या लहान मुलांसाठीच्या शाळा अलीकडे निघत असतात आणि त्यामध्ये आपल्या चिंकीला-पिंट्याला प्रवेश मिळण्यासाठी आई-वडील धडपडत असतात. या शाळांसाठी भरमसाट देणग्या द्याव्या लागतात, ज्यांना 'ॲडमिशन फी' असं गोंडस नाव दिलं जातं.

कुठल्याही मध्यम किंवा उच्चमध्यमवर्गीय लोकांनाही सहजासहजी परवडण्यासारखी ही रक्कम नसते, मग 'काहीही करून' पैसे उभे केले जातात. अयोग्य, अनैतिक मार्गांनी जर पैसे उभे केले जात असतील, तर मुलाच्या शिक्षणाचा श्रीगणेशाच काळ्या पैशांच्या जोरावर होतो म्हणायचा, नाही का? आता असं आहे की, ज्यांच्या मनाला हे योग्य वाटत नसेल; परंतु नाइलाजानं करावंच लागत असेल, त्यांच्या

मनावर ताण येणं, त्यांचं मन त्यांना खाणं साहजिक आहे. तितकंच ऐपत नाही म्हणून चांगल्या शाळेत घालता येत नाही, याचं दुःख होणंही स्वाभाविक आहे; पण खरंच नाइलाज असतो का?

महागडी शाळा म्हणजेच चांगली शाळा असं आपण का समजतो? अगदी साध्या शाळांमधूनही चांगले शिक्षक, चांगलं वातावरण असू शकतं. जेव्हा असल्या फॅन्सी शाळा नव्हत्या, तेव्हाही मुलांना चांगलं शिक्षण मिळत होतंच. तेव्हा मुलांसाठी शाळा निवडताना शाळेचा शैक्षणिक दर्जा, विद्यार्थ्यांना वागवण्याची पद्धत, आपल्या घरापासूनचं अंतर, पालक-शिक्षण यांचा एकमेकांशी किती घनिष्ट संबंध येतो, मुलांकडे किती वैयक्तिक लक्ष दिलं जातं, या सर्व गोष्टी बघाव्यात. स्वकर्तृत्वाच्या जोरावर मानमान्यता मिळवलेल्या व्यक्ती आठवून बघा. त्यांच्यातल्या किती अशा फॅशनेबल शाळांमध्ये गेल्या होत्या?

नोकरी करणाऱ्या आया असोत की न करणाऱ्या, एक गोष्ट मात्र सर्वांनीच आजच्या युगात, मुलांच्याच भल्यासाठी कटाक्षानं करायला हवी. ती ही की, ती जरा जाणती झाली, म्हणजे त्यांना छोटी छोटी कामं करण्याची सवय लावावी. तसंच लहानपणापासनूच शिस्तही लावावी. शिस्त लावायची म्हणजे प्रत्येक एवढ्यातेवढ्या गोष्टींबद्दल रागवायचं, मारायचं, सक्ती करायची असं नव्हे. ते धाक दाखवणं झालं; परंतु आपला खेळ आपण आवरून ठेवणं, चपला, बूट पायांतून काढले की, जागेवर ठेवणं, बदललेले कपडे धुवायला टाकणं, इतक्या साध्या साध्या गोष्टी मुलं सहज शिकू शकतात आणि सुरुवातीपासूनच तसं वळण लावलं, तर त्यांच्या

हाताला सवय लागून जाते.

'आमच्या घरी आम्ही लहान मुलांना कामं नाही सांगत' असं बऱ्याच जणांचं तत्त्वज्ञान असतं; पण मुलं मोठी होतील, तसतसं हे त्यांना आणि आई-वडिलांनाही जड जातं. आपल्या धावपळीच्या वेळात, मुलं जी कामं सहजपणे करू शकतील, ती त्यांना करायला न शिकवता आपणच करत बसण्याची गरज तर नाहीच. पण मुलांच्या स्वभावाला त्यामुळे योग्य वळणही लागत नाही. सकाळी न् रात्री दात घासायला एकदा नीट शिकवलं की, थोडे दिवस आई किंवा बाबांनी तिथं उभं राहून दात नीट घासले जातायत ना बघावं आणि मग त्यांचे त्यांना घासू द्यावं, आपण घासून देत बसू नये. आंघोळीचंही तसंच. एकदा साबण लावून अंग चोळून दिलं की, उरलेलं पाणी अंगावर घ्यायला किंवा शॉवरखाली उभं राहून साबण स्वच्छ धुवून टाकायला त्यांचं त्यांना शिकवावं. आपण साबण लावून देतानाही त्यांचं त्यांनाही अंग चोळू द्यावं. स्वत: 'स्वच्छता मोहिमेत' भाग घेतल्यानं मुलांना अंघोळीची मजाही जास्त येते.

धाकटं भावंड असेल, तर त्याचे कपडे आणून देणं, बाळाशी बोलणं, खेळणं अशी मदत थोरल्याला करू द्यावी. घरातल्या कामांमध्ये त्यांचा वाटा असणं, हे वाढत्या वयाच्या मुलांसाठी केव्हाही चांगलंच. मुलं कशी वाढवावी, याचे धडे मला इथे द्यायचे नाहीत; पण आई-वडिलांनी स्वत:ला मुलांसाठी प्रत्येक गोष्ट करण्यात बांधून घेतल्यानं त्यांना जिकिरीचं होऊ लागतंच, पण मुलांचा स्वभावही परावलंबी होतो, जो त्यांच्या मोठेपणी त्यांना नडतो, हे लक्षात आणून द्यायचं आहे.

घरातल्या कामांमध्ये सहभागी होणं मुलांइतकंच त्यांच्या वडिलांसाठीही चांगलंच. पत्नी नोकरी करत असली, तर खासच; पण नसली तरीही. पतीनं घरातल्या कामात आणि मुलांकडे बघण्यात हातभार लावला, तर पत्नीवरचा कामाचा ताण थोडा कमी तर होईलच, पण घर दोघांचं असतं, दोघांनीही आवरा-सावरायचं असतं, मुलं दोघांची असतात, दोघांनी सांभाळायची असतात, ही वृत्ती राहील.

सर्वांनी मिळून घरातली कामं करण्यातला आनंद जी कुटुंबं अनुभवून बघतील, त्यांनाच त्यातली मजा कळेल. मुलं मग आपोआपच तसं वागायला शिकतील. घराच्या आतली असोत की बाहेरची, घरासाठीची सर्व कामं करण्यात घरच्या लहान-मोठ्या सर्वांनी मिळून हातभार लावायचा, मग सर्वांनी मिळून हसत-खेळत जेवायचं, सर्वांनी बसून थोडा वेळ निवांत गप्पा मारायच्या आणि दिवसाचं स्वागत करायला प्रसन्न चित्तानं सरत्या दिवसाला 'थँक यू' म्हणून निरोप द्यायचा. सुख, सुख म्हणतात ते आणखी कशात असतं?

ज्या पुरुषांचं लहानपण घरातली कामं पुरुषांनी नाही करायची, मुलींनी घरकाम शिकायचं, मुलांनी नाही, अशा वातावरणात गेलं असेल, त्यांना या कल्पना

स्वीकारणं अवघड वाटेल. परंतु आजच्या जीवनशैलीत हेच योग्य आहे, हे त्यांनी समजून घ्यायला, स्वीकारायला हवं आणि सहजपणे, 'बघ, मी सुद्धा घरातली कामं करतोय!'– म्हणजे विशेष काही करतो आहे, अशी भावना न दाखवता नव्या पद्धतीला आपलंसं करायला हवं.

स्त्री आज सर्व आघाड्या मोठ्या कर्तबगारीनं सांभाळत असते, तिला दाद तर द्यावीच; पण पुरुषानं नुसतंच कोरडं कौतुक न करता बरोबरीनं हातभार लावावा. आयुष्य नक्कीच जास्त सुखाचं होईल. मुलं लहान असताना त्यांचं खूप करावं लागतं. ती मजेत खेळत असतील, तेव्हाच फक्त बाबा त्यांच्याशी खेळणार, रडायला लागली, ओलं केलं असलं, भरवायचं असलं, झोपवायचं असलं, रात्री उठतील तेव्हा त्यांच्याकडे बघायचं असलं तर ते सगळं मात्र आईनंच करायचं, असा एक काळ होता. आजच्या काळात हे बरोबर वाटतं तुम्हाला? पत्नीचा शारीरिक आणि मानसिक ताण तर अशानं वाढतोच; परंतु तिच्या मनात पतीच्या या वागण्याबद्दल चीड आणि कडवटपणाही निर्माण होतो.

काही घरांमधून तर पत्नीही नोकरी करत असली, तरी असाच प्रकार असतो आणि पत्नी नोकरी नसली करत, तरी दिवसभर मुलांना सांभाळत बाकीचं घरातलं काम, स्वयंपाक सगळं करून तीही थकलेली, कंटाळलेली असते, याचा विचार पतीनं करायला हवा ना? ऑफिसच्या कामाचा मनावर ताण असतो म्हणून विश्रांती हवी, ही सबब लंगडी वाटते. नोकरी करणाऱ्या पत्नीच्याही मनावर तो असतोच. उलट घरकामात किंवा मुलांचं करण्यात मनाला विरंगुळा मिळू शकतो. डोक्यातून ऑफिसचे विचार झटकून टाकायला, मनावरचा त्याच त्या विचारांचा भार कमी करून वेगळ्याच, आपल्या बायको-मुलांच्या जगात गुंग व्हायला अशी मदत करण्याचा उपयोग होतो.

पुष्कळदा सर्वसामान्य समजुतीच्या उलट चित्र दिसतं. नोकरी करणारे आई-वडील सर्व काही सांभाळून उरलेल्या वेळात मुलांचं उत्तम संगोपन करतात. जेवढा वेळ मिळतो, त्याचा ती दोघं उत्तम उपयोग करतात. 'क्वालिटी टाईम' मुलांना देणं म्हणतात ते हेच. कल्पना अशी की, मुलांबरोबर तुम्ही किती वेळ घालवता यापेक्षा जो वेळ मिळतो तो कसा घालवता हे महत्त्वाचं. हे खरं असलं, तरी क्वालिटी टाईम मोजकाच, थोडाच असला पाहिजे असं मानू नये!

शक्य तितका जास्तीत जास्त वेळ मुलांबरोबर असणं आणि तो वेळ उत्तम तऱ्हेनं घालवणं हे साधायचा प्रयत्न करावा. विशेषतः मुलांना आई-वडिलांची खूप जरूर असते त्या वयात. ती पंधरा-सोळा वर्षांची होईपर्यंत, माती ओली असते, मऊ असते, द्यावा तो आकार देता येतो तोपर्यंत. ज्या मुलांची अति जपणूक न होता त्यांच्याकडे पुरेसं लक्ष दिलं जातं, ती मोठेपणी पंगू होत नाहीत आणि लहानपणीही

चटपटीतपणे, स्वतंत्रपणे बरंच काही करू शकतात. आई आणि बाबा दोघांनाही कामाला जायचं असतं हे गृहीतच धरलेलं असतं, कारण तशाच घरात ती वाढतात. या उलट काही घरांतून आया नोकरी करत नसतात; परंतु त्यांचा बराचसा वेळ पत्ते, भिशी, किटी पार्टी, महिला मंडळं, फोनवर तासन्तास गप्पा या गोष्टींमध्येच जातो. रोज पाच-सहा तास रमी खेळण्यात घालवणाऱ्या बायका मला माहीत आहेत. या त्यांच्या मुलांबरोबर किती आणि कशा तऱ्हेचा वेळ घालवत असतील? त्यांचं लक्ष मुलांकडेही धड नसतं, घराकडेही नसतं.

वडील जेव्हा घरी असतात, तेव्हा त्यांचा वेळही टीव्ही, पत्त्यांचा अड्डा, मित्रांशी गप्पा, ड्रिंकिंग पार्ट्या अशा गोष्टींमध्येच जातो. मुलांबरोबर आपण वेळ घालवायला हवा, ती त्यांची गरज आहे, हे त्याच्या गावीच नसतं! मुलं आया, नोकर यांच्याबरोबर वाढत असतात. असे आई-वडील नोकरी करणाऱ्या आई-वडिलांपेक्षा जास्त बेजबाबदार म्हणायचे. त्यांनी वेळीच जागं व्हावं. आपण जे उदाहरण घालून देत आहोत, त्याचा दूरगामी परिणाम मुलांवर, घरातल्या वातावरणावर काय होईल, याचा विचार करावा. मुलांसमोर चुकीचं उदाहरण ठेवून त्यांनी मोठेपणी चुकीच्या मार्गानं जाण्याचा धोका हे आई-वडील पत्करत असतात.

घरीच असणारी आई असो की, नोकरीमुळं बरेच तास बाहेर राहावं लागणारी, मुलांकडे पुरेसं लक्ष द्यायला त्यांना जर वेळच नसेल, तर त्यामुळे आई-बाबांना मनातून अपराधी वाटत असतं, हे अलीकडची अगदी तीन-चार वर्षांची मुलंही समजून चुकलेली असतात. तसं स्पष्ट बोलून दाखवण्याइतकं त्यांना कळत नसतं; पण कदाचित त्यांच्या स्वतःच्याही नकळत आई-वडिलांच्या अपराधी वाटत असण्याचा फायदा घेऊन ती तऱ्हेतऱ्हेचे हट्ट आणि मागण्या करत असतात. दिवसभर आपल्याजवळ नसलेले आई-बाबा घरी आले की, जवळ असतील तेवढ्या वेळात ते आपले खूप लाड करतात, काहीही मागितलं तरी नाही म्हणत नाहीत, हे त्यांना माहीत झालेलं असतं! आपण मुलांना पुरेसा वेळ देऊ शकत नाही, याची भरपाई आई-बाबा त्यांचे हट्ट पुरवून करतात.

मुलं जसजशी मोठी होत जातील, तसतशी त्यांना जे मागतील ते मिळायची सवय होऊन जाते. एकीकडे ती हेही बघत असतात की, पैशाची कमतरता नसलेले त्यांचे आई-वडील स्वतःही शेजारी, मित्रमंडळी, नातेवाईक यांच्याशी नवनव्या वस्तू, कपडे, दागिने, गाड्या वगैरे घेण्याच्या बाबतीत स्पर्धा करत असतात. मानसिक शांती, समाधान, तृप्ती हे त्यांनाही नसतं.

साहजिकच मुलंही त्यांचं बघून तेच शिकत असतात. आई-वडिलांनी जरा थांबून विचार करावा. जे हवं असेल, ते मिळालंच पाहिजे हा स्वभाव पुढील आयुष्यात घातक होऊ शकतो. स्वतःला आणि मुलांनाही शिस्त लावणं आवश्यक

आहे. असं बघा, तुमच्या पाळलेल्या कुत्र्या-मांजरांनाही तुम्ही शिस्त लावता, वागण्याचे नियम शिकवता, मग तुमच्या मुलांकडे या बाबतीत तुमचं जे दुर्लक्ष होत आहे, त्याचा परिणाम मोठेपणी त्यांना दुःखी करण्यात तर होणार नाही? त्यांना गैरमार्गाला तर वळवणार नाही?

आयुष्यात कोणालाच हवी असलेली प्रत्येक गोष्ट मिळत नाही. निराशा, निष्फळता, अपेक्षाभंग पचवायला, वस्तुस्थिती स्वीकारायला जर ती लहानपणी शिकली नाहीत, तर मोठेपणी काय करतील? समजा मोठा झाल्यावर तुमच्या रौनकचं प्रेम एखाद्या मुलीनं नाकारलं, तर तो अपेक्षाभंगाचं दुःख शांतपणे स्वीकारू, पचवू शकेल का त्या मुलीच्या जिवावर उठेल? तुमची अनन्या हव्या असलेल्या कोर्सला हव्या असलेल्या कॉलेजमध्ये प्रवेश मिळाला नाही हे दुःखं पेलू शकेल की, आत्महत्येचा प्रयत्न करेल? जर निराशा स्वीकारायला ती लहानपणीच शिकली नसतील, तर आयुष्यात पुढे मधूनमधून जे पराभव पुढे ठाकतातच, त्यांच्याशी ती कशी मुकाबला करतील? विचार करा.

दिसायला गोड आकर्षक असणाऱ्या मुलांचे आई-वडील त्यांच्या लोभस रूपाचं भांडवल करण्याच्या मोहात पडतात आणि जाहिराती, टीव्ही, चित्रपट या जगात त्यांना प्रवेश मिळावा म्हणून धडपडतात. असा प्रवेश मिळाला, तर त्या यशानं दिपून, हुरळून जाऊन आई-वडील शक्य तितकी जास्त वर्षं त्याला/तिला काम मिळत राहावं म्हणून प्रयत्न करत राहतात.

अशा बऱ्याचशा मुलांचं लहानपणच मग हरवून जातं. त्यांचं आयुष्य इतर चार मुलांसारखं साधंसुधं राहतच नाही; पण मुलं जरा मोठी झाली की, ती लहानपणाच्या त्या भूमिकेसाठी योग्य राहत नाहीत किंवा तितकीच आकर्षक दिसत नाहीत. निर्मात्यांना नवा चेहराही हवा असतो, मग त्या जगात त्यांना जागा राहत नाही. परिणामी मुलं आणि आई-बापही खट्टू होतात. मुलांच्या मनावर या सगळ्याचा नक्कीच परिणाम होतो. मग पुष्कळदा जरा आणखी मोठी झाल्यावर ही मुलं-मुली पुन्हा त्या जगात प्रवेश मिळवण्याचा प्रयत्न करतात; पण ज्या भांडवलावर लहानपणी त्यांना संधी मिळाली होती, त्यापेक्षा वेगळं भांडवल मोठेपणी लागतं. उंची, बांधा, रूप, रंग, चेहरा हे सगळं चांगलं असणं, अभिनय करता येणं अशा आणि याखेरीज इतरही अनेक गोष्टी असतात.

जरा आठवून बघा, विस्मृतीत गेलेल्या, मग पुनरागमनाचा निष्फळ प्रयत्न केलेल्या अनेक बालकलाकारांची नावं किंवा नुसतेच त्यांचे बालपणचे चेहरे तुम्हाला आठवतील. पदरी येणारी ही निराशा पचवणं त्या मुलांना आणि त्यांच्या आई-वडिलांनाही फार जड जातं. सध्याचं जीवन आधीच पुरेसं धकाधकीचं आहे, त्यात मनस्ताप वाढवायला यात पडू नका, निदान वेळेवर थांबा.

बऱ्याच आई-वडिलांना आपल्या लहान लहान मुलांनी चित्रपटातील नृत्यांची गाणी म्हणावीत आणि तशी नृत्यं करावीत, अशी विलक्षण हौस असते. हल्लीच्या चित्रपटांमधल्या असल्या गाण्यांना काही अर्थ आहे का, असला तर तो काय आहे, याचा विचार ते करत नसावेत असं वाटतं किंवा नेमका अर्थ ते लक्षात घेतच नसावेत.

चित्रपटात नट किंवा नटीनं घातलेल्या अंग उघडं टाकणाऱ्या कपड्यांसारखे कपडे एवढाल्या मुला-मुलींना चढवले जातात आणि ती अचकट विचकट गाणी म्हणत, बीभत्स हावभाव करत मुलं स्थानिक गणेशोत्सव किंवा इतर स्पर्धांमध्ये, अशी नृत्यं (!) करतात. हल्ली असे 'बालकलाकार' टीव्हीवरील काही कार्यक्रमांमध्येही हिरिरीनं भाग घेताना दिसतात. कधी कधी तर त्या हावभावांचा आणि शब्दांचा अर्थही कळण्याच्या वयाची ही मुलं नसतात– पण त्यांच्या आई-वडिलांना तर कळतो ना?

आपल्या मुलांचं कौतुक व्हावं, त्यांच्या अंगच्या गुणांचं चीज व्हावं, असं सगळ्याच आई-वडिलांना वाटणं साहजिक आहे. पण त्यासाठी त्यांना सुंदर सुंदर गाणी, चांगली नृत्य शिकवता नाही का येणार? लहान वयात हीन अभिरुचीची गाणी आणि नृत्यं आपण हौसेनं त्यांना शिकवून घेतली, तसलेच कपडे घातले, तर मोठेपणी तशीच नृत्यं करण्यात, तसेच कपडे घालण्यात त्यांना चूक वाटणारच नाही, नाही का? पण तेव्हा त्यांच्या आई-वडिलांना मात्र ते बघून काळजी वाटायला लागेल! हे गैर आहे, मुलं बेताल होत चालली आहेत, असं तेव्हा वाटेल, तेव्हा काय कराल? तो मनस्ताप टाळायचा असेल, तर आत्ता, मुलं लहान असताना त्यांना चांगली गाणी, चांगली नृत्यं यांची आवड लावा. समाधान वाटेल तुमच्या मनाला.

आपल्या सर्व राहून गेलेल्या हौशी काही आई-वडील मुलांच्या द्वारा पूर्ण करू बघतात. मुलांना स्वत:ला कशाची आवड आहे, त्यांची गती कशात आहे, कल कोठे आहे याचा विचार न करता आपल्या अपुऱ्या राहिलेल्या इच्छा त्यांच्यावर लादू बघतात. पद्माला भरतनाट्यम् शिकायचं होतं; पण वडील 'नाही' म्हणाले. तिची इच्छा दाबून टाकली गेली. तिच्या सौम्याला तिनं जबरदस्तीनं भरतनाट्यम् शिकवणाऱ्या मिसेस राजमकडे पाठवायला सुरुवात केली.

सौम्या अंगानं वडिलांसारखी थोराड, जरा गुबगुबीतही. हाडांमध्ये लवचीकपणाही नाही. तिला पद्माच्या हट्टाखातर राजमबाई दोन वर्षं शिकवण्याचा प्रयत्न करत राहिल्या. सौम्याला डान्स क्लासचा दिवस आला की, रडू यायचं. तिला ते अजिबात आवडत नव्हतं, जमत नव्हतं. शेवटी पद्मा वैतागली आणि अत्यंत निराश होऊन तिनं सौम्याचा डान्स क्लास बंद केला!

नरेंद्रची टेनिस शिकायची हौस पुरी होऊ शकली नव्हती, कारण तो महागडा

खेळ त्याच्या वडिलांना परवडण्यासारखा नव्हता. आपली हौस तो त्याच्या पाच वर्षांच्या अर्जुनवर लादू बघत होता. कारण आता नरेंद्रला तो खर्च झेपणं सहज शक्य होतं; पण लहानपणापासून तब्येतीनं जरा नाजुक असणाऱ्या अर्जुनला तो शारीरिक ताण झेपेना. तो वरचेवर आजारी पडू लागला. शेवटी टेनिस कोचिंग बंद करावं लागलं!

बिचाऱ्या लहान मुलांना 'मला हे आवडत नाही' किंवा 'जमत नाही' म्हणायचं धैर्य नसतं, म्हणून ती टाळाटाळ, टंगळमंगळ करत मनाविरुद्ध शिकत राहतात. त्यांचे हाल तर होतातच, पण त्यांना ते जमत नाही, येत नाही म्हणून आई-वडिलांच्याही मनाला त्रास होत राहतो, त्यांचा विरस होतो. दोघांच्याही मनांवर वैतागाचं ओझं! जरूर आहे का हे? सौम्याला खरोखर काय शिकायला आवडेल, तिला कशात गती आहे, हे शोधून काढलं तर? अर्जुनची प्रकृती जास्त कणखर व्हावी म्हणून तज्ज्ञांचा सल्ला घेऊन मग त्याची आवड शोधून काढली तर? आपलाच मनस्ताप वाचेल! मुलांचे हाल थांबतील, कदाचित सौम्याला चित्रकलेत गती असेल आणि अर्जुनला बुद्धिबळात.

मुलांच्या शाळांमध्ये जे छोटेमोठे कार्यक्रम होत असतात त्यांचं मुलांना खूप महत्त्व वाटत असतं. अलीकडे शाळांमधून असे कार्यक्रम असतातही पुष्कळ. मुलांच्या शाळेत शिकलेल्या वेगवेगळ्या हस्तकलांचं, त्यांनी काढलेल्या चित्रांचं, त्यांनी बनवलेल्या वेगवेगळ्या मॉडेल्सचं, शास्त्रीय प्रयोगांचं असं प्रदर्शन पालकांनी येऊन बघावं म्हणून योजलं जातं.

सहावी-सातवीतल्या मुलांनी एक आदर्श खेड्याचं मॉडेल बनवलं होतं, त्यातली पुठ्ठ्याची माणसं आणि घरं शौनकनं आणि त्याच्या मित्रांनी केली होती. आठवी-नववीतल्या मुलांनी कापड उद्योगाबद्दल माहिती देणारे तक्ते, छायाचित्रं, हातमागवरच्या आणि खादीच्या कापडांपासून अद्ययावत मिलमध्ये तयार होणारं सूटचं कापड, रेशीम उद्योग, लोकर उद्योग सगळ्याची माहिती सांगून नमुने दाखवायला मुलं उभी केली होती, त्यात तन्वी स्वत: चरखा चालवून दाखवत होती. तिसरीतल्या सौरभचं रंगपंचमीचं सुंदर चित्र लटकवलं होतं आणि पाचवीतल्या सुरभीनं केलेल्या क्रोशाची लेसही होती.

सर्व आई-वडिलांनी यावं, बघून कौतुक करावं ही अपेक्षा होती. त्यांच्या स्वत:च्या आणि इतरही सर्व लहानग्यांशी संवाद साधायची, त्यांच्या आनंदात, अभिमानात सहभागी होण्याची, तसंच त्यांच्या आवडत्या शिक्षक-शिक्षिकांना भेटण्याची उत्तम संधी होती. प्रदर्शन दोन दिवस होतं; पण शौनकचे वडील ऑफिसात 'बिझी' होते. पहिल्या दिवशी घरी पार्टी होती म्हणून आईला वेळ नव्हता आणि त्या पार्टीमुळं दुसऱ्या दिवशी ती पार थकली होती! तन्वीच्या आई-बाबांना ऑफिसच्या

तुमची मुलं... । १२७

वेळात यायला जमलं नाही, तिचे आजोबा तेवढे येऊन कौतुक करून गेले आणि सौरभची फक्त आई घाईघाईनं येऊन एक चक्कर टाकून गेली. बाकीच्या ज्या मुलांचे आई-वडील येऊन सावकाशीनं सगळं बघून, प्रश्न विचारून, कौतुक करून आणि शिक्षकांशी गप्पा मारून गेले, त्यांना बघून या मुलांना किती उपेक्षित वाटलं असेल? त्यांच्याही आई-वडिलांनी एक दिवस, एक तास खास त्यांच्यासाठी वेळ दिला असता तर? नसतं बरं झालं? आपल्याच मुलांची मनं दुखावणं टाळता आलं नसतं? असंच ज्या घरात होत राहत असेल, त्या घरातलं वातावरण कसं असत असेल?

एका प्रदर्शनाची ही गोष्ट झाली; पण शाळांमधून स्पोर्ट्स डे असतो. वार्षिक स्नेहसंमेलनं, सहली, फनफेअर्स असतात. मोठ्या माणसांना या सगळ्यात खूप मजा नाही पण येणार; पण तरीही जाण्याचा कंटाळा करू नये. त्या कार्यक्रमांमध्ये मुळीच इंटरेस्ट नाही, असं कधीच म्हणू नये. मुलांची मनं खूप दुखावतात, त्यांच्या कार्यक्रमात, म्हणजे पर्यायानं त्यांच्यातच तुम्हाला इंटरेस्ट नाही, असं त्यांना वाटतं. खूप विरस होतो त्यांचा. तुम्ही नंतर कितीही समजूत घातलीत, तरी आपल्यासाठी आपल्या आई-बाबांना वेळ नसतो, ही भावना बळावते आणि ती तुमच्या आणि मुलांच्यामधल्या नात्यासाठी चांगली नाही.

मुलंही मग तुमच्या कामांमध्ये, तुमच्या अडचणींमध्ये, घरच्या गोष्टींमध्ये रुची घेईनाशी झाली, तर तुमच्या भावना दुखावल्या जातीलच ना? मग त्यांच्यासाठी नेहमी वेळ काढा, इतर कुठलंही काम त्यांच्यापेक्षा महत्त्वाचं नाही, असं त्यांना वाटू द्या. आपलेपणाच्या विणीचे पहिले घट्ट मजबूत टाके तुम्ही घाला, वस्त्र नक्कीच सुंदर आणि पक्कं विणलं जाईल.

आपल्या राहून गेलेल्या हौशी आणि इच्छा मुलांना त्या गोष्टी शिकवून पुऱ्या करायला खूप आई-वडील बघतात. वर दिलेल्या गोष्टीतल्या सौम्याची आई तिची राहून गेलेली हौस सौम्याला भरतनाट्यम् शिकवून पुरी करू बघत होती आणि अर्जुनचे बाबा त्याच्यावर टेनिसची जबरदस्ती करत होते. हे जितकं चूक आहे, तितकंच मुलांचा संपूर्ण मोकळा वेळ त्यांना वेगवेगळ्या क्लासेसना पाठवून अडकवून ठेवणंही चूक आहे.

मुलांना जे आवडत असेल आणि जे शिकणं आवश्यक असेल, अशा गोष्टी शिकायला त्यांना अवश्य पाठवावं; परंतु अशा गोष्टींचा अतिरेक करून त्यांच्या मनावर, शरीरावर त्याचं ओझं होऊ देऊ नये, नाहीतर त्यांना कोंडल्यासारखं, जखडल्यासारखं वाटायला लागेल आणि ती काहीच मनापासून, आवडीनं शिकणार नाहीत. यात आणखीही एक विशेष महत्त्वाचा मुद्दा आहे. दिवसातला थोडा वेळ तरी, काहीही न करता, काहीही न 'शिकता' टीव्ही, ट्रान्झिस्टर, कॉम्प्युटर गेम्स

कशाचीही मदत न घेता आपापलं मन रिझवायला मुलांनाच काय, आपल्यालाही आलं पाहिजे आणि हे लहान वयातच शिकवता येईल. मूल आणि त्याचं मन थोडा वेळ आपला आपल्याशी संवाद साधायला, स्वत:शीच विचार करायला शिकू देत. मनाचा स्वतंत्र, मोकळा मानसिक विकास होण्यासाठी हे आवश्यक आहे.

आणखी एक, वाचता येत नसेल अशा वयापासूनच मुलांपुढे त्यांना बघायला आवडतील, अशी पुस्तकं टाकत जावं. अनुभव असा आहे की, चित्रं आणि त्याच्या खालची अक्षरं यांची आपोआपच सांगड घालत मुलं अक्षरं, शब्द ओळखू लागतात. स्वतंत्र विचार करायची सवय मनाला लागावी, यासाठी वाचनाची आवड निर्माण व्हायला हवी. एकदा का टीव्हीचं वेड मुलांना लागलं की, त्यांना खेळ, वाचन यांची गोडी निर्माण करणं फार अवघड जातं आणि मनाचा जो विकास वाचनानं होतो, तो टीव्ही बघण्यानं होत नाही.

मध्यंतरी एक मजेदार घटना घडली. २००६च्या पावसाळ्यात गुजरातमधील सुरत शहरात अभूतपूर्व पूर आले. आमच्या नात्यातलं एक तरुण जोडपं त्यांच्या दोन लहान मुलांसकट घराच्या दुसऱ्या मजल्यावर तीन दिवस, तीन रात्री अडकलं होतं. पूर येत असल्याची सूचना मिळाली असल्यानं, जेवढं सामान त्यांनी वर नेलं होतं, त्यात मुलांची आणि त्यांची स्वत:ची वाचायची पुस्तकंही नेता आली तेवढी नेली होती. थोरला अनव नेहमीच खूप वाचतो; पण धाकट्या अद्वयला वाचनाचा अतिशय कंटाळा. त्याला फक्त टीव्ही बघायचा असे.

वरच्या मजल्यावर असं अडकल्यावर तो कंटाळला आणि उगीच भुणभुण करू लागला. तेव्हा त्याच्या आईनं त्याच्या हातात एक गोष्टीचं पुस्तक दिलं आणि ती त्याला गोष्ट वाचून दाखवू लागली. लक्ष विचलित व्हायला दुसरं काहीच नसल्यामुळे असेल; पण अद्वयनं गोष्ट मन लावून ऐकली आणि त्याला ती आवडली. मग दुसरी, तिसरी! अशी गोष्टींची गोडी लागली. दुसऱ्या दिवशी तो स्वत:च पुस्तक घेऊन वाचू लागला आणि त्याला वाचायला इतकं आवडायला लागलं की, उरलेल्या दीड दिवसात त्यानं गोष्टीची लहान लहान सात पुस्तकं वाचून काढली! विशेष म्हणजे अशी लागलेली आवड अजूनही टिकून आहे!

अलीकडची सर्वेक्षणं सांगतात की, बदलती जीवनपद्धती, वाढतं प्रदूषण आणि सदैव ताणाखाली असणं यामुळे लहान मुलांमध्ये दमा (अस्थमा) होण्याचं प्रमाण वाढू लागलं आहे. हे प्रमाण सध्या वीस टक्क्यांवर आहे, पुढे ते आणखी वाढेल अशी भीती वाटते. कारण जी कारणं सांगितली आहेत ती आणखीच त्रासदायक होणार, हे उघड आहे. या अस्थम्याच्या ॲटॅकमध्ये जरा आराम मिळण्यासाठी नेब्युलायझरचा वापर करणं हा उपाय डॉक्टर सध्या सांगतात. लहान लहान मुलांना श्वास घेता यावा, म्हणून नेब्युलायझरचा उपयोग करावा लागणं, यासारखी दुर्दैवाची

गोष्ट कोणती? आणि तो वापरण्यानं अस्थमा बरा होत नाही, फक्त तात्पुरता आराम मिळतो. मग आई-वडिलांचं हे कर्तव्य नाही का की, लहान मुलं वेगवेगळ्या कारणांमुळं सदैव तणावाखाली असतात का, हे ताण कोणकोणते आहेत, ते दूर कसे करता येतील, हे बघावं!

आई-बाबा एकमेकांशी कसं वागतात, घरातल्या इतरांशी कसं वागतात, फोनवर कसं आणि काय बोलतात, त्यांची भाषा कशी असते, पैसे वापरण्याबद्दल त्यांची वृत्ती कशी असते, हे सगळं मुलं बघत असतात. कोणीही न सांगता, खूप खूप काही त्यांना समजत असतं. हे बरेचदा आई-वडिलांच्या लक्षात येत नाही; परंतु जे बघतात, ऐकतात त्या सर्वांचा मुलांच्या मनावर नक्कीच परिणाम होतो. आई ज्यांच्याशी तोंडावर गोड गोड बोलते, त्यांच्या पाठीमागे त्यांच्याबद्दल वाटेल ते बोलते, बरेचदा आई-बाबा धडधडीत खोटं बोलतात– (पिंट्या, फोन बघ, आणि दिनूकाकांचा असला, तर बाबा घरी नाहीयेत म्हणून सांग!) (अहो सरलामावशी, तुम्ही आज यायचं म्हणत होतात का? सॉरी, पण आमच्याकडे आज बरेचजण यायचेत हो ऑफिसमधले. परत कधीतरी, हं?) हे आणि असं सगळं तर मुलांच्या लक्षात येतंच; पण आई-बाबांकडे त्यांच्या पगारांचे असू शकतील त्यापेक्षा कितीतरी जास्त पैसे असताच आणि घरातल्या अनेक वस्तू, कपडे, दागिने या सर्व गोष्टींवर खूप पैसे खर्च होत असतात हेही समजतं.

मुलं मोठी होतील तसतसं हे पैसे बिनहिशेबी असतात, हे त्यांना कळून चुकलेलंच असतं. अशी मुलं मोठी झाल्यावर धडधडीत खोटं बोलू लागली, आई-वडिलांना उलटून बोलू लागली आणि वाटेल तसे पैसे उडवून चैन करू लागली, तर खरोखर त्यांना दोष देता येईल? आपली मुलं वाईट मार्गाला लागू नयेत असं वाटत असेल, तर आधी आपण वाईट मार्ग सोडून दिले पाहिजेत ना? आपल्या तोंडात सभ्य, संयमी भाषा असली पाहिजे ना? वडील माणसांशी आपण आदरानं बोललं-वागलं पाहिजे ना? आई-वडिलांचे आपसात सदैव वादविवाद, तंटे होत असले, तर कुटुंबाचं आणि विवाहसंस्थेचं माहात्म्य त्यांच्या लेखी काय राहील?

मुलांना कशा तऱ्हेनं शिकवायला, वाढवायला हवं, घरातलं वातावरण कसं असावं इत्यादी गोष्टींबद्दल मी लिहीत आहे. आधी एकदा लिहिलं आहेच, पुन्हा लिहिते की, मुलं कशी वाढवावीत आणि काय टाळावं, काय आवर्जून करावं, हे सगळं मी अशासाठी लिहिलं आहे की, ती मोठी होतील तसतशी त्यांच्यावर योग्य संस्कार झालेले नसतील, तर हाताबाहेर जातील. त्यांना वाईट संगत लागेल, त्यांचं नुकसान होईल आणि तुमच्या मनावरचे ताणतणाव खूप वाढतील; परंतु मग त्या वेळी त्यांना सुधारणं फार अवघड होईल.

त्यांच्या आयुष्याची घडण नीट झाली नाही, असं तुमच्या फार उशिरा लक्षात

आलं, तर तुम्हाला अतिशय मनस्ताप होईल. यासाठी, सध्या तुम्ही कितीही कामात बुडालेली असत असाल, आसपासची कुटुंबं आणि त्यांची मुलं कशीही वागत असली, तरी तुम्ही दोघं मिळून शांत डोक्यानं, सारासार विचार करा, मुलांना कसं वाढवायचं, काय शिकवायचं, कुठल्या मोहात पडायचं नाही, कसले संस्कार करायचे या सर्व गोष्टींबद्दल निर्णय घ्या आणि ते कटाक्षानं पाळा.

सध्याच्या वातावरणात मोजक्या पगारामध्ये समाधानानं संसार करणं, घरातलं वातावरण संतुष्ट, प्रसन्न ठेवणं, मुलांबरोबर शक्य तेवढा सर्व वेळ घालवत त्यांच्याशी सदैव संवाद असू देणं, या गोष्टी खरोखर सोप्या असून आज अवघड होऊन बसल्या आहेत; परंतु सुरुवातीपासूनच तसं जीवन जगायचं तुम्ही ठरवलंत, तर तुमच्या दोघांच्या मनावर जे आले असते, असे अनेक ताणतणाव येणारच नाहीत, म्हणून मग त्यांचे अनिष्ट परिणामही होणार नाहीत आणि तुमची मुलंही मनानं निरोगी, आनंदी घरात वाढतील. मोठी झाल्यावर खात्रीनं तुम्हाला दुवा देतील!

संस्कारक्षम, संवेदनक्षम असं मुलांचं हे वय त्यांच्यावर चांगले संस्कार करायला, त्यांना चांगल्या सवयी लावायला उत्तम असतं. लवकर उठणं, लवकर झोपणं हे केवळ गरज म्हणून करायचं नाही, तर त्यांच्या आरोग्यासाठी, पूर्ण झोप व विश्रांती हवी यासाठी एक चांगली सवय म्हणून शिकवावं. झोपून उठल्यावर तोंड न धुता चहा पिताना टीव्ही मालिकांमध्ये आणि चित्रपटात दाखवत असले, तरी ही घाणेरडी सवय आपण लावून घेतली नाही म्हणजे मुलांनाही लागणार नाही!

सकाळी उठल्यावर आणि झोपताना घरातल्या सर्वांनी गुडमॉर्निंग– गुडनाईट/ सुप्रभात– शुभरजनी इ. हसतमुखानं आपण म्हणावं, मुलांनाही शिकवावं. नेहमी शांत, प्रसन्न आवाजात जे काय बोलायचं, विचारायचं ते विचारावं. एवढ्यातेवढ्यावरून रागवारागवी, आरडाओरडा, आदळआपट आई-बाबांनी केली नाही, तर मुलं कोणाचं बघून आक्रस्ताळेपणाा करायला शिकतील?

रजत आणि सोनाली दोघंही खेळून घरी आली की, त्यांचे आई-बाबा आणि ती दोघं हात-पाय-तोंड धुवून कपडे बदलतात, आई देवापाशी दिवा लावते, चौघंही पाच मिनिटं हात जोडून तिथं बसतात, 'शुभं करोति कल्याणम्' सारखे दोन-तीन श्लोक म्हणतात आणि मग जेवणाची वेळ होईपर्यंत जो तो आपापली कामं करतो. मुलं दुसऱ्या दिवशीची स्कूलबॅग भरतात, टिफीन धुवायला देतात, मग आई-बाबांशी गप्पा मारत टेबलावर ताटं-वाट्या मांडतात. दिवसभरात काय काय झालं, उद्या काय करायचं आहे, अशा गप्पा मारत जेवणं झाली की, बाबा आणि मुलं आईला मागचं आवरायला मदत करतात. सगळेजण थोडा वेळ टीव्ही बघतात आणि मग 'गुडनाईट' म्हणून रजत, सोनाली झोपायला जातात.

बाबा एखादे वेळी घरी नसले, तरी कार्यक्रम हाच असतो. मोठ्या शहरात

राहणाऱ्या, खूप उच्चशिक्षित, मोठा पगारदार असणाऱ्या माणसाच्या घरातलं हे खरंखुरं वर्णन आहे– आश्चर्य वाटलं असेल काही जणांना! पण आश्चर्याचं जाऊ दे, छान वाटलं का नाही? मग अमलात आणून बघणार ना? जितक्या लवकर सुरुवात कराल, तितक्या लवकर सुख-शांती, समाधान तुमच्याही घरी येऊन पोहोचेल, अजमावून बघाच!

वाढत्या वयातल्या मुलांना चांगल्या सवयी लावणं आणि वाईट सवयी लागत असल्या, तर त्या वेळीच घालवणं खूप महत्त्वाचं. गोष्टी साध्या वाटतात; पण अशा सवयींमधून मुलांचं एकूण व्यक्तिमत्त्व घडत असतं. फार मोठ्यानं किंवा फार हळू बोलणं, फार घाईघाईनं किंवा अतिशय सावकाश बोलणं, अगदी तोंडातल्या तोंडात किंवा किरट्या, तक्रारखोर आवाजात बोलणं, फेंगाडं किंवा पाय ओढत, फरफटत चालणं, पोक काढून बसणं, मान खाली घालून किंवा वाकून चालणं अशा सगळ्या सवयी नकळत किंवा कोणाचं तरी बघूनच लागतात आणि एकदा लागल्या, म्हणजे त्या घालवायला वेळ लागतो.

आई-बाबांना स्वत:ला यातल्या कोणत्याही सवयी असतील, तर त्या घालवायचा त्यांनी चंग बांधावा आणि मुलांकडे या बाबतींमध्ये लहानपणापासूनच लक्ष ठेवावं. मुली मोठ्या होऊ लागल्या की, कोणाचं तरी अनुकरण करण्याच्या नादात मॉडेल्स किंवा नट्यांसारखे शरीराला हेलकावे देत, लचकत, मुरडत चालायची सवय त्यांना लागत नाही ना इकडे लक्ष द्यावं. वेळीच तसं चालणं बंद करावं. मोठी होतील तेव्हा तुमची मुलं ताठ मानेनं, ताठ कण्यानं डौलात चालत असतील, तेव्हा त्यांना बघून किती बरं वाटेल ना तुम्हाला? तसंच त्यांचं बोलणं सुस्पष्ट, वाणी स्वच्छ, सभ्य असावी. कपडेही वाणीसारखेच स्वच्छ, सभ्य, नीटनेटके असावेत.

कुठेही जातील तेव्हा त्यांनी दिलेली वेळ पाळावी, कबूल केलेलं काम न चुकता वेळच्या वेळी करावं. त्यांची वृत्ती उत्साही, आनंदी असावी. तुमची मुलं मोठी होईपर्यंत अशी झाली असली, तर तुमच्यावर संपूर्णपणे अवलंबून असलेली छोटी बाळं मोठी करण्याची जी जबाबदारी तुमच्यावर होती, ती तुम्ही अत्यंत उत्तम तऱ्हेनं पार पाडलीत, असं म्हणता येईल आणि धन्य झाल्यासारखं वाटेल तुम्हाला!

खोटं बोलू नये, दुसऱ्या कोणाची वस्तू घेऊ नये म्हणजेच चोरी करू नये, परीक्षेत कॉपी करण्याची लबाडी करू नये, खेळतानाही फसवेगिरी करू नये, असे अनेक संस्कार लहानपणीच मुलांच्या मनावर करता येतात. चौथीतल्या उदितला शिक्षकांनी मार्कांची बेरीज करताना नजरचुकीनं पाच मार्क जास्त मोजले आणि तेवढ्यानं त्याचा नंबर पहिला आला होता. पण उत्तरपत्रिका हातात पडल्यावर उदितनं मार्कांची बेरीज केली, तेव्हा त्याच्या लक्षात टीचरची ही चूक आली. आपला पहिला नंबर जाईल म्हणून उदित गप्प बसून राहिला नाही. त्यानं तो पेपर शिक्षकांना

दाखवून चूक सुधारून घेतली! त्याचा पहिला नंबर अर्थातच गेला; पण त्याचं त्याला वाईट वाटलं नाही. तो गप्प बसून राहिला असता, तर उलट त्याचं मन त्याला खात राहिलं असतं. उदितचं हे वागणं घरी झालेल्या उत्तम संस्कारांचंच लक्षण आहे.

मुलं लहान असतात, तेव्हाच त्यांना चांगल्या सवयी लावणं, त्यांच्यावर चांगले संस्कार करणं, हे आई-वडिलांचं त्या काळातलं सर्वांत महत्त्वाचं कर्तव्य आहे, ज्याला त्यांनी अग्रक्रम दिलाच पाहिजे. आजच्या भोगवादी, चंगळवादी जगात फक्त पैसा हाच देव मानून मुलांचे फाजील लाड करत, त्यांच्या मानसिक गरजांकडे दुर्लक्ष करत आंधळेपणानं आपण नुसती मजा, चैनच करत, त्यालाच 'ग्रेट' आयुष्य मानत राहिलो, तर आपल्या मनावरच्या खऱ्या ताणतणावांपासून आपली सुटका कधीही होणार नाही आणि आपण औषधं, झोपेच्या गोळ्या, स्मोकिंग, ड्रिंक्स यांमधून मानसिक शांतता शोधत राहू.

गोंधळलेली आपली मुलंही सुजाण नागरिक बनणार नाहीत! म्हणून आयुष्याची गती जरा धीमी करायला, पैसे, ऐषआराम याबद्दलचं वेड जरा कमी करायला शिकलं पाहिजे. आयुष्याला जाणूनबुजून थोडं संथ, शांत केलं पाहिजे, तरच तुमचे आणि तुमच्या कुटुंबाचे ताणतणाव कमी होतील. जास्त आनंदी, निरामय आयुष्य तुम्ही जगू शकाल. काही दिवस नक्कीच जड जाईल! म्हणजे बघा ना, रोज धावपळ नाही, पार्ट्या-क्लब-पत्त्यांचा अड्डा यांचं प्रमाण कमी. त्याऐवजी घरी बसून घरचं ताजं ताजं जेवण जेवणं, आपल्या माणसांशी गप्पागोष्टी करणं, छान संगीत ऐकणं, सगळ्यांनी मिळून थोडा वेळ टीव्ही बघणं आणि रोज जागरणं न करता पुरेसे तास झोपणं!

काही महिने असं जगून बघा फरक वाटतोय का, जास्त रिलॅक्स, जास्त आनंदी वाटतंय का! माझी खात्री आहे, तुम्हाला असंच आयुष्य आवडायला लागेल आणि तुमच्या मुलांनाही घाईघाईनं कृत्रिमपणे फुलवल्या जाणाऱ्या फुलांसारखं, झाडावरून लवकर तोडून पिकवल्या जाणाऱ्या फळांसारखं बालपण देऊ नका! त्यांना निवांतपणे, निश्चिंतपणे उमलू द्या. The ultimate gift या सुंदर पुस्तकात Jim Stovall नं लिहिलं आहे,

"Some people are born into wonderful families, others have to find or create them. Being a member of a family is a priceless membership that we pay nothing for, except love."

एका सुंदर सुखी कुटुंबाचं निर्माण स्वत:साठी आणि तुमच्या मुलांसाठी करायला नक्कीच आवडेल कोणालाही, नाही का?

मुलं मोठी होत असताना त्यांची आणि आपली आयुष्यं जास्त आनंदाची, समाधानाची जावीत यासाठी काय करता येईल, काय करणं टाळता येईल याचा

आपण बराच विचार केला, कारण पुढच्या पिढीचंही भवितव्य आपल्या हातात असल्यामुळे या प्रश्नाचं महत्त्व खूपच जास्त आहे.

वर्षं उलटत असतात तसतसे आपल्यावरचे इतर ताणतणावही वाढत असतात. पुनरुक्तीचा दोष पुन्हा एकदा स्वीकारून सांगावंसं वाटतं की, यातले अनेक ताणतणाव कुठल्याही काळात संसारी माणसाला असतातच हे खरं आहे; परंतु आताच्या स्पर्धेच्या, धकाधकीच्या, असुरक्षित वाटण्याच्या काळात जुने ताणतणाव वाढले आहेत आणि नव्यांची त्यात भर पडत चालली आहे.

शक्य तितकं शांत राहून त्यांना तोंड कसं द्यावं, याचा विचार आपण करत आहोत. चाळिशीच्या उंबरठ्यावरच्या किंवा चाळिशी ओलांडलेल्यांना पूर्वी प्रौढ, मध्यमवयीन म्हणत असत. आता त्या वयातले स्त्री-पुरुष कामात इतके गढलेले असतात की, ते तरुणच धरले पाहिजेत. कसं असतं त्यांचं आयुष्य?

नोकरी-धंद्यातल्या काळज्या खूप वाढल्या आहेत. एक-दोन पिढ्यांपूर्वी नोकरी लागली की, बहुसंख्य माणसं निवृत्त होईपर्यंत आठ ते पाच किंवा अकरा ते सहा नोकरी करत संथ आयुष्य जगत असत. नोकरी बदलली, तरी आयुष्य साधारण तसंच असे. आता चढाओढ, स्पर्धा इतकी वाढली आहे की, सदैव आपली लायकी सिद्ध करत राहिलं नाही, तर नोकरी जाऊही शकते. 'स्वेच्छानिवृत्ती'ची तलवार नेहमीच डोक्यावर टांगलेली असते. दुसरी नोकरी शोधावीशी वाटली, तरी ती मिळणं इतकं सोपं नसतं आणि शहाणा माणूस दुरून सगळेच डोंगर साजरे दिसतात हे जाणून असतो!

नुकताच दोन मुलांचा बाप असलेला एक बेचाळीस वर्षांचा उच्च पदावरचा तरुण मला म्हणाला, "आम्ही सगळे इतकं काम का करतो ठाऊक आहे? म्हणजे बढती मिळेल असं नाही, एका जागी आहोत तिथे टिकून राहण्यासाठीच आम्हाला आता पळत राहावं लागतं!" आम्ही ज्या वस्तीत राहतो तिथले बहुसंख्य लोक या वयोगटातले आणि मोठाल्या खासगी कंपन्यांमध्ये नोकरी करणारे आहेत. सकाळी साडेआठला घराबाहेर पडणारे सगळेजण रात्री आठ-नऊ-दहापर्यंत घरी येतात! एवढं करूनही प्रमोशन मिळण्याची काहीच शाश्वती नसते ते वेगळंच!– काय करता येईल यांचं आयुष्य सुसह्य करायला?

कोणाचीही अडचण समजून घेणारी माणसं असतात– घरची माणसं! तेव्हा परिस्थिती समजून घेऊन पत्नी, मुलं, आई-वडील यांनी घरी जेवढा वेळ ही मंडळी असतील तेवढा वेळ तक्रार न करता आनंदात, शांतपणे, प्रसन्नपणे घालवावा म्हणजे त्यांना अपराधी वाटू न देता समजून घेणारं कोणीतरी आहे, या जाणिवेनं त्यांच्या डोक्यावरचं ओझं उतरेल, दिलासा वाटेल. घरातल्या माणसांच्या मनावरचा ताण कमी करण्याचं काम घरातली इतर माणसंच त्यांना समजून घेऊन करू

शकतात. कुटुंबसंस्थेचं म्हणूनच खूप महत्त्व आहे.

याच वयात स्त्री-पुरुषांमध्ये एक महत्त्वाचा शारीरिक बदल घडून येत असतो, तो एक नैसर्गिक घटना म्हणून जितक्या सहजपणे आपण स्वीकारू, तितका तिचा शारीरिक आणि मानसिक त्रास कमी होतो. स्त्रियांचा रजोनिवृत्तीचा– मेनोपॉजचा– हा काळ. काही स्त्रिया आपल्या कामात इतक्या गढलेल्या असतात की, हा जो बदल होत असतो, त्याचा विचार करायलाही त्यांना सवड नसते!

एखाद्या महिन्याला पाळी यायची बंद होते, झालं! खूप जणींना मात्र खरोखरच तऱ्हेतऱ्हेचे त्रास तर होतातच; पण आपलं 'तारुण्य' संपणार हे त्या मनाला फारच लावून घेतात. म्हणून त्यांना आणखीनच त्रास होतो. त्या मग चिडचिड, ओरडाआरडा, रागवारागवी इ. जरा जास्तच करतात; ज्याचा पतीला, मुलांना सगळ्यांनाच त्रास होतो. स्त्रीला अशा वेळी फक्त धीर देणारं, समजून घेणारं, दिलासा देणारं माणूस हवं असतं आणि हेही सांगणारं की, मेनोपॉजनंतरही वैवाहिक संबंध तितकेच– पूर्वीइतकेच– आनंददायी असतात, तेव्हा उगीचच उदास होऊन बसू नये.

अलीकडे आता असं लक्षात आलं आहे सर्वांच्याच की, पुरुषही साधारण त्याच वयात शारीरिक नाही, तरी मानसिक तऱ्हेनं अशाच भावनांचे शिकार होतात. त्यांनाही त्यांचा आत्मविश्वास वाढवणारं थोडंफार सांगण्याची गरज असते, शिवाय धावपळीच्या हल्लीच्या जीवनक्रमामुळे, स्त्री असो की पुरुष, प्रत्येक जीव दिवस सरता सरता अत्यंत थकून कसाबसा घरी पोहोचतो आणि चार घास खाऊन आडवं होतो. अशा परिस्थितीत ऐन तारुण्यातली धगधगती कामवासना कशी आणि कुठून येणार? परंतु त्याचा अर्थ आपलं 'वय झालं, तारुण्य संपलं' असा करण्याची अजिबात गरज नसते.

एकमेकांना समजून घेत, ऊब आणि माया देत राहिलं आणि मधूनमधून चार दिवस सुट्टी घेऊन चक्क घरी बसून आराम केला, हास्यविनोदात वेळ मजेत घालवला की, आपोआपच 'सगळं काही नॉर्मल' होऊन जाईल! मनावरचा ताण कमी असेल, तेव्हा साठीला आलेली जोडपीही वैवाहिक जीवन उपभोगू शकतात. काळजी करू नका, ताण कमी करायचे मार्ग शोधा!

आणखी एक खरोखर काळजी वाटण्यासारखी गोष्ट मात्र फार जणांच्या बाबतीत अलीकडे आढळून येत आहे. अत्यंत धावपळीचं जीवन आणि मनावर नोकरीवरचे आणि घरचे ताण यामुळे अनेकांचं शरीरस्वास्थ्य बिघडतं आहे. दिवसातून तीनदा चांगलं अन्न पोटात गेलं पाहिजे, पण तसं होत नाही. ब्रेकफास्ट– सकाळच्या नाश्त्याला– कित्येकजण फाटा देतात आणि फारतर दोन-चार बिस्किटं किंवा दोन स्लाईस ब्रेड आणि चहा किंवा कॉफी घशाखाली उतरवून घाईघाईनं बाहेर पडतात. दुपारचं जेवण म्हणजे डब्यातली पोळी-भाजी किंवा कँटीनमधली थाळी नाहीतर

वडापाव-पावभाजी असं काहीतरी आणि दिवसाकाठी कितीतरी कप चहा! रात्री अतिशय थकल्यामुळे आपण काय जेवलो, हे तासाभरानंतर सांगता न येणारी माणसं मी पाहिली आहेत!

साहजिकच प्रकृतीवर परिणाम होतो आणि दुखण्यांना आमंत्रण जातं. डोकेदुखी, अर्धशिशी ही एक खूप जणांची तक्रार असते. जोडीला बद्धकोष्ठ, अपचन, ॲसिडिटी, भूक न लागणं इत्यादींपैकी कोणी ना कोणी साथीला असतंच. यांच्यावर वरवरचे इलाज चालू असतात; पण हळूहळू जास्त गंभीर दुखणी शिरकाव करतात. मधुमेह, उच्च रक्तदाब, अल्सर्स, पाठदुखी अशी दुखणी अलीकडे अगदी तरुण वयातल्या स्त्री-पुरुषांना गाठताना दिसतात.

अल्सर्स चुकीचा आहार, मानसिक तणाव, वेदनाशामक गोळ्या वरचेवर घेणे इ. अनेक कारणांनी होतात. डोकेदुखी किंवा पाठदुखीला पटदिशी दाबून टाकून काम करत राहण्यासाठी वेदनाशामक गोळ्यांचा वापर आपण सर्रास करत असतो. 'दर्द गायब' फक्त तात्पुरतं होतं. मूळ कारण बरं होत नाही!

उच्च रक्तदाब हा दुसऱ्या कुठल्यातरी आजारानं होतो. ते कारण बरेचदा शोधलंच जात नाही, फक्त रक्तदाब कमी करण्याच्या गोळ्या दिल्या जातात आणि अनेक अनभिज्ञ लोक प्रेशर नॉर्मल झालं आहे म्हणून डॉक्टरना न विचारताच गोळ्या बंद करतात आणि जास्त गंभीर परिणाम ओढवून घेतात! पाठदुखी व डोकेदुखीलाही वेगवेगळी कारणं असू शकतात, त्या दुखण्यांकडे व्यवस्थित लक्ष दिलं पाहिजे.

सर्वांत गंभीर आजार हृदयविकार हा. अयोग्य आहार, व्यायामाचा अभाव व मनावरील सततचा ताण, तसंच अतिशय जास्त प्रमाणात मद्यसेवन अशी अनेक कारणं हृदयविकार होण्याला असू शकतात. मोठा धोका असा की, तरुण वयात आलेला हार्टॲटॅक तडकाफडकी मृत्यूलाही कारण होऊ शकतो किंवा अर्धांगवायूसारखं दुखणं होऊन मनुष्य पंगू होऊ शकतो. हे आजचं नाकारता न येणारं भयानक वास्तव आहे. कसा करायचा याच्याशी मुकाबला? या सर्व गोष्टी होऊ शकतात, असं आता आपण बघतो आहोत, तेव्हा त्या आजारांपासून स्वत:चा बचाव करण्याचा मार्गही सापडणं सरळ आहे.

योग्य आहार, योग्य व्यायाम, पुरेशी विश्रांती आणि ताणतणावांना शांतपणे, खंबीरपणे तोंड देण्याची मनोवृत्ती ठेवणं, हे ते मार्ग आहेत. त्यासाठी आपली रोजच्या आयुष्याची पद्धती बदलावी लागेल.

रात्री शक्य तितक्या लवकर झोपावं, झोप येण्यासाठी झोपेच्या गोळ्या घेण्याऐवजी मनोभावे प्रार्थना करून मनात फक्त सकारात्मक विचार आणावेत. सकाळी सूर्योदयापूर्वी उठण्याची सवय प्रयत्नपूर्वक लावून घ्यावी आणि रोज नियमानं अर्धा तास चालायला जावं, हलका व्यायाम करावा. कामाला जाण्यापूर्वी व्यवस्थित नाश्ता करावा. नाश्ता

महागड्या गोष्टींचा असण्याची काहीच गरज नसते. ताजी पोळी, केळं, दूध हा उत्तम नाश्ता म्हणता येईल.

कामावर जायला वेळेवर निघालं, म्हणजे गर्दी असलेल्या खाचखळग्यांच्या रस्त्यावरून घाईघाईनं, वेगानं जाऊन दिवसाच्या सुरुवातीलाच डोकं पिकवून घ्यावं लागणार नाही. दिवसभराच्या कामात येणाऱ्या अडचणी, उभे राहणारे प्रश्न यांनी वैतागून न जाता एक आव्हान म्हणून प्रत्येक अडचणीचा विचार करावा, म्हणजे ती सोडवायला मजा येईल. स्वत:मध्ये विश्वास बाळगावा, हिंमत ठेवावी.

काम संपल्यावर कामाचे विचार डोक्यातून काढून टाकायला प्रयत्नानं शिकावं व नंतरचा सर्व वेळ स्वत:ला व कुटुंबाला द्यावा. डॉक्टरांच्या सल्ल्यानं आपल्या आहारात बदल करावा. वर्षातून एकदा चाळिशी उलटल्यावर तर खासच पती-पत्नी दोघांनीही संपूर्ण वैद्यकीय तपासणी करून घ्यावी, म्हणजे रक्तदाब, मधुमेह इ. ना दूर ठेवण्याला मदत मिळेल आणि वजनावर नियंत्रण राहील.

चुकीचा आहार आणि व्यायामाचा अभाव यामुळे वजन जरुरीपेक्षा वाढतं, जे आरोग्याला घातक असतं. म्हणून या दोन्ही गोष्टी सुधारण्यावर विशेष लक्ष द्यावं. आपलं शरीरस्वास्थ्य हे सर्व प्रयत्न केले, तर अगदी निश्चितपणे सुधारेल आणि जीवनशैली आणि जीवनाकडे बघण्याची आपली दृष्टीच अशी बदलली तर ताणतणाव आपोआपच कमी होतील.

या सगळ्या गंभीर प्रश्नांशी संबंध नसला, तरी आपल्या मनावर दडपण आणणारी आणखी एक गोष्ट आहे जी क्लेशदायक होते, ती म्हणजे व्यावसायिक मित्रमैत्रिणी सोडल्या तर नातेवाईक, जुन्या मित्रमैत्रिणी, खरे हितचिंतक यांच्याशी संबंध दुरावतात असं हल्ली दिसतं. व्यवसायाच्या निमित्तानं भेटणारी किंवा ऑफिसमध्ये बरोबर काम करणारी अनेकजण आपल्या ओळखीची होतात, त्यांच्याशी वरचेवर संबंध येत राहतो आणि त्यांच्याशी मित्रत्वानं वागणं आवश्यकच असल्यानं त्यांच्या वागण्यातल्या बऱ्याचशा खटकणाऱ्या गोष्टी आपण सोडून देतो, दुर्लक्ष करतो. मात्र जवळचे नातेवाईक– एकट्यानं राहणाऱ्या मावशी, आजारी असणारे काका, पाठीच्या दुखण्यानं बेजार होऊन 'बेडरेस्ट'वर असलेला बालमित्र आणि ज्यांना भेटायला किंवा नुसती फोनवर चौकशी करायलाही आपल्याला सवडच होत नाही, असे आणखी कितीतरी– यांच्याशी केवळ संपर्क न राहिल्यानं संबंध दुरावत जातात. यामध्ये वयस्क किंवा आजारी नसलेले, आपलेच समवयस्क, आपल्यासारखेच सवड न मिळणारेही बरेच असतात आणि दोघांनाही 'तो कुठे फोन करतो? मग मी का करू?' असं वाटत असतं! एकतर अखंड दगदग आणि काम यांमधून डोकं वर होत नसल्यानं खूप जणांचे स्वभाव चिडचिडे आणि घायकुते झालेले असतात. मनातून आपण 'मावशीकडे किती महिन्यांत डोकावलोही नाही' असं वाटत असलेला

संजय मग पत्नी– नीलिमानं बिचकत बिचकत आठवण करून दिली की, एकदम उसळतो. "श्वास घ्यायलासुद्धा फुरसत नाहीये मला, बघतेयस ना तू? तूच का नाही जात माझ्या वाटची?"

नीलिमा खरं म्हणजे मावशींना भेटून आलेली असते, काकांकडेही जाऊन आलेली असते. पण 'संजयला म्हणावं वेळ काढून ये एकदा' असं दोघांनीही म्हटलेलं असतं! नंतर केव्हातरी संजयला तसं सांगू, म्हणून नीलिमा तेवढ्यापुरती गप्प बसते! असं होता होता सगळ्यांचाच एकमेकांशी संपर्क तुटत जातो आणि मग असं होतं की, केव्हातरी कुणाच्या तरी घरच्या लग्न-मुंजीच्या निमित्तानं किंवा अगदी एखाद्या नात्यातल्या घरी मृत्यू झाला, तरी बरेचसे असे नातेवाईक किंवा मित्रमैत्रिणी भेटतात ज्यांना पहिल्या थोड्या संभाषणानंतर एकमेकांशी काय बोलावं, हेच समजत नाही! एकमेकांच्या आयुष्यात काय चाललंय, याबद्दल दोघांनाही फारच थोडी माहिती असते! आणि नाहीतरी सगळीच 'अक्षता टाकायपुरती' घाईगडबडीनं आलेली. लग्नमंडपात बैठक जमवून चहा-फराळावर ताव मारत गप्पा मारायला कोणालाच वेळ नसतो! 'भेटू कधीतरी'ची आश्वासनं एकमेकांना देत सगळे कामाला पळतात, काही वेळ जीव चुटपुटतो, अस्वस्थ वाटत राहतं, जुने दिवस आठवतात आणि मग सगळीजणं पुन्हा एकदा आपापल्या जंजाळात गुरफटतात!

अटळच आहे का असं होणं? काहीच मार्ग निघणार नाही यातून थोडातरी संपर्क राहील असा? निघेल, संपर्क ठेवण्याचं, भेटता आलं नाही तरी बोलण्याचं महत्त्व वाटत असलं तर! आम्ही आणि आणखीही काही जणांनी हा मार्ग चोखाळून बघितलाय. काहीच संपर्क न राहण्यापेक्षा यानं बऱ्यापैकी एकमेकांची माहिती राहते, अगदीच तुटल्यासारखं वाटत नाही. तुम्ही अजून केला नसेल, तर प्रयत्न करून बघा. ज्यांच्या ज्यांच्याशी म्हणून संबंध राहावेत असं वाटतं, त्यांच्या घरातल्या सगळ्यांचे वाढदिवस कॅलेंडरवर नोंद करून ठेवा, त्यांच्या लग्नाच्या वाढदिवसाची तारीख विचारून घ्या आणि या सगळ्या तारखांना वेळात वेळ काढून फोन करत चला! त्यांना इतकं बरं वाटेल की, आज ना उद्या ती मंडळीही तुमच्या घरच्या सगळ्यांच्या वाढदिवसाला फोन करायला लागतील. असा उलट प्रतिसाद न देणारेही भेटतात; पण आपण ठरल्यासारखं करत राहायचं. तसंच दिवाळी, नव वर्ष अशा वेळीही शुभेच्छांचे फोन करावेत.

फोन केला की थोडी ना थोडी इतर चौकशी आपण करतोच. त्यात मित्रमैत्रिणींची मुलं कितवीत आहेत, आपली कितवीत आहेत हेही समजतं. दहावी-बारावीसारख्या परीक्षांच्या वेळी त्या त्या मुलांशी बोलून त्यांना शुभेच्छा दिल्या, तरी छान नाही का वाटणार त्यांना– आणि तुम्हालाही? वडीलधारी, नात्यातली, ओळखीतली माणसं असतील त्यांनाही मधून केव्हातरी फोन करून त्यांच्या प्रकृतीची चौकशी करावी,

दसरा-दिवाळीला भेटायला जायचं जमलं नाही, तरी फोनवर नमस्कार कळवावा, बरं वाटतं वडील माणसांना. खरोखर असे थोडे फोन करण्यासाठी जे पैसे खर्च होतात आणि जो वेळ जातो, त्यापेक्षा कितीतरी जास्त आनंद आपण वाटत असतो आणि मिळवत असतो, असं माझ्यासारखं तुम्हालाही नाही का वाटत?

दुरावलेल्या सर्व मित्रमैत्रिणी, आप्तेष्ट यांना वरचेवर भेटणं शक्य नसलं, तर हा एक चांगला पर्याय नाही का? माझ्या एक काकू आहेत, एकट्याच राहतात, ऐकू येत नाही म्हणून घरी फोन नाही. तिचं घर आमच्या घरापासून इतकं लांब की, जायचं म्हटलं, तरी जायला दीड तास, परत यायला दीड तास– कसं आणि कितीदा जमणार दोघींनाही? पण संपर्कात तर राहायचं आहे. मग दर महिन्या दीड महिन्यानं मी तिला सविस्तर पत्र लिहिते, तिचं उत्तर येतं! पुण्यातल्या पुण्यात चालणाऱ्या या पत्रापत्रीची सगळ्यांना गंमत वाटते; पण काम झाल्याशी कारण, होय की नाही?

एकेकाळचे आपले जवळचे स्नेही, आपली चुलत-मावस भावंडं, नात्यातली, ओळखीतली वडील माणसं यांच्याबद्दल किती आठवणी, किती जिव्हाळा मनात कुठेतरी अजून शिल्लक असतो. आज रोजच्या आयुष्यात दमछाक होईपर्यंत धावता धावता भेटाय-बोलायला ना तुम्हाला उसंत ना त्यांना वेळ. शिवाय मोठ्या शहरांमधून अंतरं एवढाली की, थोडी फुरसत असली, तरी इतक्या लांब जाणं-येणं शक्य नसतं. आजच्या युगातल्या या अपरिहार्य गोष्टी आहेत, स्वीकारल्याशिवाय गत्यंतर नाही. पण म्हणून नुसतंच खंत करत बसण्यापेक्षा असं संपर्कात राहिलो तर मैत्रीचं, नात्याच्या आपुलकीचं अमूल्य धन आपण सांभाळून ठेवू शकू! बघा पटतंय का!

आणि शेवटी, घरोघरी आजच्या मध्यमवयीन तरुण पिढीला जाणवणारा आणखी एक तणाव. तारुण्याच्या उत्तरार्धात, वाढत्या वयाच्या मुलांची शिक्षणं, त्यांचे अनेक प्रश्न, वाढती महागाई, व्यावसायिक जगातली अशाश्वती, स्पर्धा, अन्याय या सर्व ताणतणावांच्या जोडीला आणखी एक ताणतणाव याच सुमाराला सुरू होतो– घरातल्या वडील मंडळींचे प्रश्न. आत्तापर्यंत स्वतःच कामात गुंतलेले असायचे, प्रकृतीनंही ठाकठीक असायचे, ते आई-वडील मुलांची चाळिशी उलटते, त्या सुमारास 'ज्येष्ठ नागरिक' झालेले असतात. म्हणून काय होतं, तर त्यांना शारीरिक, मानसिक आणि आर्थिकरीत्या असुरक्षित वाटू लागलेलं असतं आणि त्यांना तसं वाटण्याचा परिणाम त्यांच्या वागणुकीतून मुलांना जाणवू लागलेला असतो. त्यांची वागणूक बदलू लागलेली असते. आपल्या इतर सर्व प्रश्नांनी, धावपळीनं गांजलेली, वैतागलेली त्यांची मुलं, मुली, सुना, जावई या सगळ्यांना त्यांची ही वागणूक समजत नाही.

कितीही केलं तरी काही वडील माणसं असंतुष्ट वाटतात. काही आजी-आजोबा नेहमीच कुरकूर करत राहतात, मुलाच्या चुका काढत राहतात, सुनेचे आई-वडील जावयाला आडून आडून दोष देत राहतात. एकत्र राहत असतील, तर आजी-आजोबा मुलाच्या आणि सुनेच्या सांगण्याला न जुमानता नातवंडांचे फाजील लाड करतात, ज्यामुळे आणखी समस्या उभ्या होतात.

अशा अनेक गोष्टींनी मधल्या पिढीला वैतागायला होतं. कुटुंब एकत्र असो की वडील माणसं वेगळी राहत असोत, त्यांच्या अशा वागण्याचा परिणाम मधल्या पिढीच्या मनावरचे ताणतणाव वाढण्यातच होतो. या पिढीचा या बाबतीतला वैताग मी समजू शकते. खूप ओझी आधीच आहेत त्यांच्या मनावर; पण असं म्हणतात ना की, 'ओझ्यानं वाकत नाहीत माणसं, ओझं जशा तऱ्हेनं उचलतात त्यानं वाकतात!'

तर मग वडील पिढीमुळे निर्माण होणारे प्रश्न कसे सोडवता येतील? अवघड आहे, सगळे प्रश्न सुटणारे नाहीत हेही कबूल करते; पण प्रयत्न करते. कारण या मधल्या पिढीची परिस्थिती खरोखर सहानुभूती वाटेल अशी आहे. वयस्कर माणसं लहान मुलांसारखीच हटवादी, त्रागा करणारी, भुणभुण लावणारी होऊ लागतात. लहान मुलं असं वागली, तर दटावून गप्प करता येतं, वडील माणसांना दटावणार कसं? कधी कधी तर ती जाणता अजाणता लागट शब्दही बोलून जातात. ते अविचारानं, अजाणता बोललेले आहेत, असं समजून दुर्लक्ष करावं.

असं बघू या की, त्यांच्या तक्रारी किंवा त्यांना वाटणाऱ्या काळज्या कोणत्या असतात? आत्ताआत्तापर्यंत आत्मविश्वासानं, खंबीरपणानं स्वतःची, मुला-नातवंडांचीही कामं करणारे आई-बाबा बघता बघता असे का होतात? पुढील कारणं लक्षात येतात आणि त्यांना दिलासा द्यायला काही उपाय सुचतात.

१. आजी-आजोबा प्रत्यक्ष काम करून मिळवेनासे होतात, तेव्हा त्यांची आवक बंद होते किंवा कमी होते. साठवलेल्या पुंजीच्या व्याजावर उरलेलं आयुष्य कसं जाईल, पैसे पुरतील का नाही, पुरले नाहीत तर मुलांच्या तोंडाकडे बघावं लागेल काय, अशा काळज्या वाटू लागतात आणि आत्मविश्वास डळमळू लागतो. त्यांची पुंजी त्यांना जास्तीत जास्त आवक दरमहा घरबसल्या हातात (किंवा बँकेतल्या खात्यात) मिळेल अशी व्यवस्था झाली नसल्यास ती करून द्यावी आणि भरवसा द्यावा की, त्या व्यतिरिक्त त्यांना पैशांची कधी गरज पडली, तर त्यांची मुलं त्यांना मदत करतीलच करतील.

२. करायला काहीच काम नसलं, तर मनुष्याला आपण आता निरुपयोगी झालो, 'खायला काळ न् भुईला भार' असं वाटू लागतं. त्यांच्या मनातून हा विचार काढून त्यांचा घरात उपयोग होतो, असं त्यांना वाटू दिलं तर आजी-आजोबांची कळी खुलेल. सून आपल्याकडून चांगल्या मनानं 'तुम्ही काही करू नका, नुसत्या बसा'

असं सासूबाईंना सांगते; पण त्यांना तर आपणही घरकामाला हातभार लावावा, असं वाटत असतं, म्हणून त्या हिरमुसतात! तेव्हा त्यांना न थकता करता येतील अशी कामं आजींना आणि आजोबांनाही सांगत जावं आणि 'तुमची किती मदत होते आम्हाला!' असं नेहमी म्हणावं!

८२ वर्षांचे, दृष्टी गेलेले एक आजोबा भिंतीला धरून धरून स्वयंपाकघरात येऊन जेवायच्या टेबलाशी बसायचे आणि सूनबाईला रोज रवीनं घुसळून ताक करून द्यायचे. आवाज वेगळा येऊ लागला आणि रवी हलकी फिरू लागली की सांगायचे, "ताक झालंयसं वाटतंय गं, लोणी आलं असणार, बघ!"

३. वयोमानाप्रमाणे प्रकृतीच्या तक्रारी वाढत असतात आणि साहजिकच काळजी आणि भीती मनात घर करतात. त्यातच दोघांपैकी एकजण गेलं, तर मागे उरलेल्याला एकटेपणा भेडसावू लागतो. अशा वेळी त्यांना एकटं पडू न देणं, वेळ काढून त्यांच्याशी बोलणं हे आपण करू शकतो.

४. अशा वेळी वृद्ध माणसं एकटी पडू लागली, तर आपण आता कोणाला नको आहोत अशी भावना होते, जी वृद्धांनाच काय कोणालाही अतिशय दुखावणारी आहे. बरेचदा असं होतं की, मुलं, नातवंडं आपापल्या कामात इतकी गढलेली असतात की, आजीशी किंवा आजोबांशी दिवस न् दिवस कोणी बोलतच नाही. हे जाणूनबुजून होत नसलं, तरी आपली उपेक्षा होत आहे, ही भावना मनाची उभारी पार खच्ची करते.

५. कधी कधी इतर काही काळज्यांनी त्रासलेली मुलं किंवा बालसुलभ अविचारानं नातवंडंही एकदम काहीतरी लागट बोलून जातात. ती ते बोलणं नंतर विसरूनही जात असतील. पण आपल्याला आता या घरात आदर मिळत नाही, अशी अत्यंत दुखावणारी भावना आजी/आजोबांची होते. म्हातारपणच्या खऱ्या मुख्य गरजा आपण अजून मुलांना हवे आहोत, असं वाटणं, मुला-नातवंडांनी त्यांच्याशी प्रेमानं, आपुलकीनं बोलणं, मधूनमधून त्यांना बाहेर घेऊन जाणं, अशा साध्यासाध्याच असतात, तेवढ्या आपण मनापासून पुऱ्या करू शकलो, तर त्यांचं उरलेलं आयुष्य सुखा-समाधानात जाईल आणि त्यामुळे घरातलं वातावरणही आनंदी राहील. हे सर्व लिहिणं जेवढं सोपं आहे, तेवढं प्रत्यक्ष अमलात आणणं सोपं नाही, हे मला चांगलं ठाऊक आहे.

वय वाढत जाईल तसतसे माणसाच्या स्वभावाला कंगोरे पडत जातात, कुठे टोकं येतात तर कुठे पोचे! सगळं सावरून घेऊन त्यांना आनंदी, समाधानी ठेवणं खूप अवघड असतं. पण ते जमलं, तर निदान याबाबतीत तुमच्या मनावर तणाव राहणार नाही, जिवाला स्वस्थता लाभेल, डोकं पिकणार नाही हे खूप महत्त्वाचं नाही का?

शिवाय, याही वस्तुस्थितीची आठवण ठेवली पाहिजे की, म्हातारपण कोणालाच चुकलेलं नाही. आज ती ज्या स्थितीत आहेत, त्या स्थितीत काही वर्षांनी तुम्ही असाल. आज तुम्ही घरातल्या वृद्ध माणसांशी कसं वागताय, हे तुमची मुलं बघत असतातच. त्यांच्या मनावर तुमच्या चांगलं किंवा गैर वागण्याचे काय दूरगामी परिणाम होतील, याचा विचार करायला हवा ना? एक दोहा आहे, कोणी लिहिलाय माहीत नाही, अर्थ लक्षात ठेवण्यासारखा आहे–

'पीपळ पान खरन्त, हँसती कूंपळिया
मुझ बीती तुझ बीतसे, धीरी बांवरिया'

म्हणजे– पिंपळाचं पिकलं पान गळून पडलं, ते बघून नव्या आलेल्या पालवीला हसू आलं. पडता पडता पिकलं पान म्हणालं, 'वेडे! जरा बेतानं! आज वेळ माझी आलीय, उद्या तुझी येईल!'

आणि शेवटी–

तरुण पिढीवर अलीकडे असतात ते ताणतणाव दूर करायला, कमी करायला ज्येष्ठ पिढी काही करू शकते का? आपल्या मध्यमवयीन मुलांची तणावपूर्ण, धावपळीची, दगदगीची, उसंत नसलेली आयुष्यं बघून शरीरानं आणि मनानंही थकत चाललेल्या त्यांच्या आई-वडिलांना अस्वस्थ वाटणं, काळजी वाटणं स्वाभाविक आहे. त्यांचं आयुष्य थोडंफार सुकर करायला ते काही करू शकतात का? निदान त्यांच्या ताणतणावांमध्ये भर न घालायला? होय, नक्कीच करू शकतात. बघा पटतंय का?

१. अति चौकश्या न करता त्यांचे प्रश्न समजून घ्यावेत. सहानुभूतीनं, समजूतदारपणानं वागावं.
२. एरवी विनाकारण चौकश्या, ढवळाढवळ करू नये.
३. नातवंडं सांभाळायला, बाजारहाट करायला, स्वयंपाकात होईल तेवढी मदत आपण होऊन करावी. सुनेबद्दल कुरकूर करून, तक्रारी करून मुलाला कात्रीत सापडल्यासारखं वाटेल, असं वागू नये.
४. चहाच्या, जेवणा-खाणाच्या वेळा सांभाळाव्यात, शक्यतो मुलीच्या/सुनेच्या सोयीचा विचार करावा. अंघोळ वगैरेही तिच्या सोयीनं उरकावं. खाण्याचे फार चोचले करू नयेत.
५. जमतील तेवढी आपली कामं आपणच करावीत.
६. घरातल्या कोणालाही करता येईल ती मदत करायला तत्पर असावं.
७. नातवंडांचे फाजील लाड, त्यांच्या आई-वडिलांच्या शिस्तीविरुद्ध जाऊन

कधीही करू नयेत. मोठ्यानं टीव्ही/ट्रान्झिस्टर लावून बसू नये. मुलांच्या अभ्यासाच्या वेळी घरात शांतता असू द्यावी.
८. मुलांच्या, नातवंडांच्या राहणी-करणीला नावं ठेवत बसू नये.
९. त्यांच्या ज्या गोष्टी पटत नसतील, त्यावर मतप्रदर्शन करणं टाळावं. टीका करत सुटू नये, त्यांच्या-आपल्या मजेच्या कल्पना वेगळ्या असणारच.
१०. बाहेरच्या समवयस्क किंवा तरुण मंडळींना घरच्यांच्या तक्रारी कधीही सांगूनयेत.
११. मुलांकडे भेटायला लोक येतील, तेव्हा तेथे बोलावल्याशिवाय जाऊ नये.
१२. 'आमच्या वेळी...' आपल्या कर्तृत्वाच्या येता-जाता बढाया मारत बसू नये.
१३. चांगल्या बदलांचं, सुधारणांचं कौतुक अवश्य करावं.
१४. मुलगा सुनेला आणि जावई मुलीला मदत करतो, याचं कौतुक करावं.
१५. मुलांच्या मदतीबद्दल कृतज्ञ राहावं, जाण दाखवावी. हक्क बजावल्यासारखं वागू नये. आपला मान राखून राहावं.
१६. मुलगा कर्तासवरता झाल्यावर घरातली कर्ती माणसं मुलगा-सूनच असली पाहिजेत. वृद्ध आई-वडील नाही.
१७. मुलांकडून फार मोठ्या, अवास्तव अपेक्षा ठेवू नयेत. त्यांना स्वातंत्र्य दिलंत, तरच ती तुमची राहतील.
१८. शक्य तितकं सगळ्यांशी चांगलं, गोड बोलावं, त्यांच्या कामात रुची घ्यावी. शक्य असेल तेवढा घरखर्चाचा वाटा उचलावा.

■

www.ingramcontent.com/pod-product-compliance
Lightning Source LLC
LaVergne TN
LVHW031612060526
838201LV00065B/4820
9788190757430